மிரட்டும் மர்மங்கள்

மிரட்டும் மர்மங்கள்

நன்மாறன் திருநாவுக்கரசு

கிழக்கு

மிரட்டும் மர்மங்கள்

Mirattum Marmangal

by *Nanmaran Thirunavukkarasu*

First Edition: December 2022

192 Pages

Printed in India.

ISBN: 978-93-90958-58-0

Kizhakku 1284

Kizhakku Pathippagam

177/103, First Floor, Ambal's Building, Lloyds Road,
Royapettah, Chennai - 600 014. Ph: +91-44-4200-9603
Email : support@nhm.in Website : www.nhm.in

kizhakkupathippagam kizhakku_nhm

Kizhakku Pathippagam is an imprint of New Horizon Media Private Limited

சமர்ப்பணம்

மீனவாகினிக்கு

பொருளடக்கம்

	முன்னுரை	... 9
1.	இசை எழுப்பும் மணல்கள்	... 11
2.	ஊரை ஏமாற்றி உலகையே விலைக்கு விற்ற கில்லாடி	... 14
3.	பயணம் செய்யும் மர்மப்பாறைகள்	... 23
4.	பெர்வின் மலை, பறக்கும் தட்டு மர்மங்கள்	... 27
5.	கண்கள் இல்லாமல் பார்க்கும் மனிதர்கள்	... 32
6.	போர்லி ரெக்டரி என்கிற பயங்கரப் பேய் வீடு	... 37
7.	விசித்திர மின்னல் பந்து	... 45
8.	சாகாவரம் பெற்ற நிஜ மனிதன்	... 50
9.	மழை தயாரிக்கும் அதிசய மனிதன்	... 66
10.	இறந்தவர்களின் இதயம் துடிக்கிறது	... 72
11.	கணினியை மிஞ்சும் மனித கால்குலேட்டர்கள்	... 81
12.	லிங்கன், கென்னடி மர்மங்கள்	... 86
13.	உங்கள் காதலுக்காக உயிரையே கொடுப்பீர்களா?	... 90
14.	காதலுடன் காத்திருக்கும் ஆவி	... 94
15.	மரணக் கிணறும் மர்மச் சாவியும்	... 102
16.	குதிரைக் கனவுகளும் கொட்டிய பணமும்	... 107

17. இந்தப் பெயரைச் சொன்னால் சாபம் கிடைக்கும் ... 113
18. பூமிக்கு வந்த காலப்பயணிகள் ... 119
19. ஒரு பேய் சினிமாவும் நிஜ பலிகளும் ... 125
20. எங்கிருந்தோ வந்தான்; கணவன் நானென்றான் ... 129
21. அமெரிக்காவை மிரட்டிய சிவப்புப் பிசாசு ... 135
22. ஆவியின் வாக்குமூலம் ... 138
23. இரவில் உலவும் ஆவிக்காதலி ... 142
24. ஒரு விவாகரத்தும் சில மரணங்களும் ... 147
25. ஓர் ஆவி... ஒரு சர்ச்...
ஒரு குழந்தை... ஒரு கடத்தல்... ... 150
26. குழந்தைகளைக் கொலை செய்யும்
பனி சூனியக்காரி ... 157
27. கார் பந்தயத்தில் கலந்துகொண்ட ஆவி ... 161
28. முன் ஜென்ம ஞாபகங்கள் ... 164
29. ஆப்ரிக்க அடிமையின் சாபம் ... 172
30. லண்டனை மிரள வைத்த ரத்தக் காட்டேரிகள் ... 179

முன்னுரை

நாம் சிறு வயதில் நமது ஊரில் நடைபெற்ற அமானுஷ்ய விஷயங்கள் பலவற்றைப் பற்றியும் பல தருணங்களில் கேள்விப்பட்டிருப்போம். அச்சம்பவங்களைக் கேட்கும்போதெல்லாம் மனத்தின் உள்ளே பயம் இருந்தாலும் திகிலும், ஆர்வமும், சிலிர்ப்பும், எதிர்பார்ப்புமாக நாம் அக்கதைகளைக் கேட்காமல் விட்டதில்லை. என்னளவிலும் அந்தப் பதின் பருவத்தில் தொடங்கிய மர்ம விஷயங்கள் குறித்த ஆர்வத் தேடல்கள்தான் படிப்படியாகப் பெருகிப் பெருகிப் பின்னாளில் பல்வேறு சுவாரஸ்ய மர்மங்களைத் தேடித் தேடிப் படிக்கத் தூண்டியது.

அவ்வப்போது வார இதழ்களில் வரும் ஆவி குறித்த விஷயங்கள், பின் மதனின் 'மனிதனும் மர்மங்களும்', போன்ற மர்மமும் ஆச்சரியமும் திகிலும் சுவாரஸ்யமும் கொண்ட எழுத்துகளைப் படிப்பதில் இன்றளவிலும்கூட துளியும் சோர்வு தட்டியதேயில்லை. இன்னும் இன்னும் என்று இம்மாதிரி படிக்கும் பட்டியல் நீண்டுகொண்டே போக, அடுத்த கட்டமாக, படித்த விஷயங்களை மற்றவர்களுக்கும் சொல்லி அவர்களையும் ஆச்சரியத்தில் மூழ்கடிக்க வேண்டுமென்ற ஆவல் தோன்றியது. அதுதான் எழுத்தின்மீது நாட்டம் ஏற்படுத்தியது. எழுதிப் பார்க்க உத்வேகமூட்டியது.

விளைவு, சில கட்டுரைகளை எழுதிப் பார்க்க, அட! நமக்கும் சுவாரஸ்யமாக எழுத வருகிறதே என்னும் சந்தோஷத்தில் கல்லூரி முதலாமாண்டில் தொடங்கி (2013) நான் எழுதிய பல்வேறு கட்டுரைகள்தான் இந்தப் புத்தகத்தில் உள்ளவை. ஆரம்பத்தில் ஆவிகளைப்பற்றி மட்டுமே எழுதினாலும், பிறகு ஆவிகளின் விஷயத்தில் ஆர்வம்போய் இன்னும் வேறு பல மர்மங்களையும்கூட தேடிப் படித்து அநேகக் கட்டுரைகள் எழுதத் தொடங்கினேன். உலகம் முழுவதும் நடைபெற்று வரும் மர்மமான சம்பவங்களைக்

குறித்து ஆங்கிலத்தில் ஏராளமான கட்டுரைகள் வெளிவந்து கொண்டிருக்கின்றன. அவற்றை வாசித்ததின் விளைவே இக்கட்டுரைகள். நான் எழுதிய ஏராளமான கட்டுரைகளில் மிகச் சுவையான விறுவிறுப்பான வியப்பான 30 கட்டுரைகளைத்தான் தேடித் தொகுத்து இப்போது புத்தகமாக மாற்றியிருக்கிறேன்.

உண்மையிலேயே ஆவி இருக்கிறதா, ரத்தக் காட்டேரி இருக்கிறதா என்பதுபற்றியெல்லாம் இந்தக் கட்டுரைகளில் நான் எதுவும் சொல்லப் போவதில்லை. அதை நீங்களே முடிவு செய்து கொள்ளலாம்.

இந்நூலில் பேய் கதைகள் மட்டுமே கிடையாது. அதிவேகத்தில் கணக்குகளைப் போடக்கூடிய விசித்திர மனிதர்கள், உலகை ஏமாற்றிய மோசடிப் பேர்வழிகள், காலப்பயணம் செய்த மனிதர்கள், சாகாவரம் பெற்ற மனிதர், மறு ஜென்மச் சம்பவங்கள், உண்மை தற்செயல் நிகழ்வுகள், சோகமூட்டும் காதல் கதைகள் அனைத்தும் கலந்த கலவைதான் இந்தக் கட்டுரைகள். இவற்றை நீங்கள் நம்பலாம் அல்லது நம்பாமல் ஒரு மர்மநாவலைப்போலவும் ஜாலியாக வாசிக்கலாம். உங்கள் விருப்பம்தான்.

படிக்கத் தொடங்கினால் ஒரே மூச்சில் வாசித்து முடித்துவிடக் கூடிய வகையில்தான் இந்தப் புத்தகம் எழுதப்பட்டிருக்கிறது. படித்துவிட்டு உங்கள் கருத்துகளைக் கூறுங்கள்.

அன்புடன்

நன்மாறன்

1

இசை எழுப்பும் மணல்கள்

கடற்கரை மணலில் ஹாய்யாகப் படுத்தபடியோ, காலாற நடந்தபடியோ இசையைக் கேட்டுக்கொண்டே நிம்மதியாக நேரத்தைக் கழிப்பதென்பது ஓர் அலாதியான சுகம்தான் இல்லையா?

கடற்கரையில் பாடல் கேட்பது இருக்கட்டும் நிஜத்திலேயே இவ்வுலகில் பாடும் கடற்கரைகள் இருப்பது உங்களுக்குத் தெரியுமா? கடற்கரையில் மெல்ல நடந்து செல்லும்போது, காலடியில் மணல்களில் இருந்து இசை ஒலித்தால் எவ்வளவு நன்றாக இருக்கும்? நினைத்தாலே சிலிர்க்கிறது இல்லையா! இது கற்பனை இல்லை. நிஜம்தான்!

ஸ்காட்லாண்டில் உள்ள 'ஐல் ஆஃப் எக்' (Isle of Eigg) என்ற தீவு மற்றத் தீவுகள் போலவே இயற்கையாக உருவான ஓர் அழகிய சொர்க்கம். 5 மைல்கள் நீளம், 3 மைல்கள் அகலம் மட்டுமே இருக்கும் இந்தத் தீவில் இருக்கும் உயிரினங்களும், இயற்கைக் காட்சிகளும் பார்க்கும் நம் கண்களுக்கு அழகூட்டும். வெறும் 100 பேர் மட்டுமே மக்கள் தொகை கொண்ட இந்தத் தீவின் முக்கியத்துவமே அங்குள்ள சுற்றுலாத்தலங்கள்தான். அம்மக்களுக்கு வாழ்வாதாரமும் இந்தச் சுற்றுலாத் தலங்களைச் சுற்றியே உள்ளது.

இந்த அழகிய தீவில் இருக்கும் ஓர் அழகிய மர்மம்தான் இந்த இசை மணல்கள். வெள்ளை நிறத்தில் அமைந்திருக்கும் இந்த மணல்களில் நாம் நடந்தாலோ அல்லது கைகளால் தொட்டாலோ அதிலிருந்து இசை வரும் என்று கூறினால் நீங்கள் நம்புவீர்களா? நம்பித்தான் ஆக வேண்டும்.

இந்த மணல்களில் ஒரேவிதமான சத்தம் மட்டும் கேட்பதை நாம் இசையென்று சொல்லவில்லை. ஒவ்வொருமுறையும் நாம் இந்த மணலில் நடக்கும்போதும், மணலைக் கைகளில் அள்ளி எடுக்கும் போதும் விதவிதமான இசைச் சத்தம் ஒலிப்பதாகச் சொல்லப் படுகிறது. கடற்கரையின் மணலை வாரிக் கையில் எடுத்துக் கொட்டும்போது அதிகச் சத்தம் கொண்ட சொப்பர்னோ இசையில் இருந்து லோபேஸ்வரை விதவிதமான இசைச் சப்தம் நம் காதில் ஒலிக்கிறது.

இந்த இசை மணல்களை அங்கு வாழும் உள்ளூர் மக்கள் தாங்கள் பேசும் கேலிக் மொழியில் ‘கமாஸ் ஸ்டோயிக்’ (Camas sgiotaig) என்று அழைக்கிறார்கள். இயற்கையால் படைக்கப்பட்ட மணல் என்றாலும் வேறு எந்த மணலில் இருந்தும் இசை வராமல் இந்தத் தீவில் உள்ள மணலில் மட்டும் எப்படி இசை வருகிறது? அதற்கான அறிவியல் பூர்வமான காரணம் என்ன என்று பல கேள்விகள் எழுந்தது. இந்த இசை மணலுக்குப் பின்னால் இருக்கும் மர்மத்தை விளக்கப் பல ஆராய்ச்சிகள் நடந்தது. இருந்தபோதிலும் மணலில் இசையெழும் காரணத்தை யாராலும் சரியாக வரையறுத்துக் கூறமுடியவில்லை.

விஞ்ஞானிகள் இந்த மணல்களில் இருந்து ஒலிக்கும் இசைக்கு இந்த மணல் துகள்களின் வடிவம்தான் காரணம் என்று கருதுகின்றனர்.

இந்த மணல் துகள்கள் வட்டவடிவம் உள்ள கனிம படிமங்களால் (Mineral Quartz) உருவாக்கப்பட்டிருப்பதாகவும், இந்த மணல் துகள்களைச் சுற்றி இருக்கும் இடங்களில் சிறிய காற்று நிரம்பி இருப்பதாகவும் கூறப்படுகிறது. இந்தக் காற்றுக்கும், துகள்களுக்கும் இடையில் உராய்வு ஏற்படும்போது, உருவாகும் அதிர்வே இசையை உருவாக்குவதாக விஞ்ஞானிகள் கூறுகின்றனர்.

இந்த மணல்கள் இருக்கும் கடற்கரையைச் சுற்றி இருக்கும் வளி மண்டலத்தில் உள்ள ஈரப்பதத்தைப் பொருத்தும், அழுத்தத்தைப் பொருத்தும் இந்தச் சத்தம் வெவ்வேறு இசையாக நமக்குக் கேட்பதாகவும் கூறுகின்றனர்.

தூசோ, வேறு எந்த அன்னியப் பொருள்களோ இந்த மணலில் கலக்கும்போதுகூட இந்தச் சத்தம் மாறுபடும் என்பதையும் கண்டறிந்தனர். இந்த மணல் துகள்களை சோதனைக்கூடத்திற்கு எடுத்துச் சென்றும் ஆராய்ந்தனர். அந்த ஆய்வில் இந்த மணல் துகள்கள் மேல் சிறிது மாவைக் கொட்டும்போதுகூட அதிலிருந்து வரும் இசை மாறுபடுவதாகக் கண்டுபிடித்தனர். ஆனால் இந்த ஆய்வில் மற்றொரு விவரமும் தெரிய வந்தது. இந்தத் தீவில் ஈரமாக இருக்கும் மணல்களில் இருந்து இசை வரவில்லை. ஈரப்பதம் மணல்களுக்கு இடையில் இருக்கும் அந்த இடைவெளியைக் குறைத்து விடுவதால் இசையும் குறைந்து விடுவதாகக் கூறப்படுகிறது.

மணல்களில் இருந்து இசை எப்படி வருகிறது என்ற மர்மம் ஒரு வழியாக முடிவுக்கு வந்தது. ஆனால் இந்த இசை மணல்கள் உலகின் ஸ்காட்லாந்தில் எங்கோ ஒரு மூலையில் இருக்கும் ஒரு குட்டித் தீவிலும் கனடாவின் சவுரிஸ் பகுதியில் இருக்கும் ஒரு சின்னக் கடற்கரை போன்ற சிற்சில அரிதான இடங்களில் மட்டுமே இருப்பதற்கு என்ன காரணம் என்கிற கேள்விக்கான பதில் இன்னும் கிடைக்கவில்லை.

•

2

ஊரை ஏமாற்றி உலகையே விலைக்கு விற்ற கில்லாடி

பொதுவாக நம்மிடம் யாராவது வந்து 'இந்தப் பொருளை அவசியம் வாங்கிக்குங்க சார். இது மிக உயர்ந்தது. இந்தப் பொருளால் இப்படிச் செய்ய முடியும், அப்படிச் செய்ய முடியும். ஆஹா! ஓஹோ!' என்றெல்லாம் சொன்னால் நாம் என்ன செய்வோம்? இந்த ஆள் நம்மை ஏமாற்றி ஒன்றுக்கும் பிரயோஜனம் இல்லாத ஒரு பொருளை நம் தலையில் கட்டப் பார்க்கிறார் என்று உஷாராகித் தெறித்து ஓடிவிடுவோம்.

'தலைமுடி கொட்டாமல் இருப்பதற்கு அமேசான் காட்டில் கண்டெடுத்த மூலிகையில் தயாரிக்கப்பட்ட எண்ணெய்' என்று ஏதோ ஓர் எண்ணெய்யையும், 'அந்த விஷயத்தில் வீக்கா? அஸ்லி பவர் பெறுவதற்கு இதோ லேகியம்' என்று ஏதாவது ஒரு மருந்தையும் காட்டி ஏமாற்றி விற்பவர்களை நாமும் பார்த்துக் கொண்டு தான் இருக்கிறோம். ஆனால் ஒருவரை ஏமாற்றி ஓர் ஊரையே விற்க முடியுமா என்ன?

என்னங்க இது வடிவேலு ஒரு காமெடியில் கவர்மெண்ட் பஸ்ஸை விற்க விலை பேசும் கதையாக இருக்கிறதே என்று யோசிக்கிறீர்களா? அட! ஆமாங்க... அதேபோல ஒரு நிஜக்கதைதான் இது.

நீங்கள் ஒரு விற்பனையாளராக இருக்க வேண்டும் என்றால் அதற்கு வேண்டிய முக்கிய தகுதி கான்ஃபிடண்ஸ். எந்தக் கேள்வி கேட்டாலும் அதற்கு கான்ஃபிடண்டாக பதில் சொல்லவேண்டும். பொய்யைக்கூட உண்மை மாதிரி சொல்லத் தெரியவேண்டும். அப்படிப்பட்ட ஒருவர்தான் ஆர்த்தர் ஃபர்குஸன். ஆனால் அவருக்குத் தனக்குள்ளேயே அப்படிப்பட்ட ஒரு சிறந்த சேல்ஸ்மேன் இருக்கிறான் என்று அந்தநாள் வரும்வரை அவருக்கே தெரியாது!

1923ஆம் ஆண்டு.

ஒருநாள் வேலைவெட்டி இல்லாமல் ஆர்த்தர் லண்டனில் இருக்கும் 'ட்ராஃபால்கர் ஸ்குயர்' என்ற இடத்தில் சுற்றிக் கொண்டு இருந்தார். இந்த ட்ராஃபால்கர் ஸ்குயர் லண்டனில் அமைந்துள்ள மிகப் பிரபலமான ஒரு சுற்றுலாத்தலம். அங்கு ஜாலியாகச் சுற்றிக் கொண்டிருந்த ஆர்தர் அந்தச் சதுக்கத்தில் இருக்கும் நெல்சன் தூண் என்று அழைக்கப்படும் ஒரு பிரம்மாண்டச் சிலையை ஒருவர் வேடிக்கை பார்த்துக்கொண்டிருப்பதைக் கவனித்தார். அந்த நபர் அமெரிக்காவின் ஐயோவா பகுதியைச் சேர்ந்த ஒரு பணக்கார ஆசாமி.

சரி, இப்படி வெட்டியாகச் சுற்றி வருவதற்குப் பதிலாக ஒரு டூரிஸ்ட் கைடு போல நடித்து அந்த நபரிடம் இந்தச் சதுக்கத்தைப்பற்றி நாமே ஏதாவது ஒரு கதைவிட்டு நாலு காசு சம்பாதிக்கலாமே என்று நினைத்துக் கொண்டுதான் அந்த அமெரிக்க ஆசாமியிடம் பேசுவதற்கு ஆர்தர் சென்றார். ஆனால் அவரே எதிர்பார்க்காத ஒன்று அன்று நடந்தது.

ஆர்த்தர் நேராக அந்த அமெரிக்கரிடம் சென்று இந்தத் தூண்தான் பிரிட்டிஷ் நாட்டில் அமைந்துள்ள மிகவும் பாரம்பரியமான தூண். இதற்கென்றே மிகப்பெரிய வரலாறு ஒன்று உள்ளது. பிரிட்டனுடைய மிகப் பெரிய கடற்பயணியும், வீரருமான நெல்சன் என்பவரைக் கௌரவிக்கும் விதமாக இந்தத் தூணை அரசாங்கம் அமைத்துள்ளது. நெல்சன், ட்ராஃபால்கரில் நடந்த ஒரு யுத்தத்தில்தான் உயிரிழந்தார். அவரை நினைவுகூரும் விதமாகத்தான் இந்தத் தூண் ட்ராஃபால்கர் சதுக்கத்தில் கட்டப்பட்டது என்று கூறினார்.

இதைக் கேட்ட அமெரிக்கருக்குப் புல்லரித்துப் போய்விட்டது. இவ்வளவு பெரிய வீரரா? இதைப்பற்றி இன்னும் கொஞ்சம் சொல்லுங்களேன் என்று ஆர்தரிடம் அந்த அமெரிக்கர் கேட்டார். இதுவரைக்கும் உண்மையைச் சொல்லிக் கொண்டிருந்த ஆர்த்தர் இப்போது ஒரு சொந்தக் கதையை அள்ளிவிடுகிறார். இந்தத் தூணை

இப்போது பிரிட்டன் அரசாங்கத்தினால் பராமரிக்க முடியவில்லை. மேலும் அரசாங்கத்துக்குக் கடன் வேறு அதிகமாகி விட்டது. அதனால் இந்தத் தூணை நல்ல விலைக்கு விற்பதற்காக அரசு திட்டமிட்டு வருகிறது. இந்தச் சிலையை வாங்குவதற்கு ஒரு நல்ல நபரைத் தேடி வருகிறது என்று கூறினார்.

'அட! நிஜமாகத்தான் சொல்கிறீர்களா?' என்று அந்த அந்த அமெரிக்கர் ஆவலுடன் கேட்டதுமே ஆர்த்தருக்குப் புரிந்துவிட்டது. உண்மையில் இந்த அமெரிக்கக்காரர் கையில் காசு புரளும் பசையுள்ள பார்ட்டிதான் போல. எப்படியாவது இவரை ஏமாற்றி விடவேண்டும் என்று முடிவெடுத்தார்.

'ஆம்! இந்தத் தூணோடு சேர்த்து பக்கத்தில் இருக்கும் சிங்கங்களின் சிலையையும், இந்த நீரூற்றையும்கூட இலவசமாகத் தருகிறார்கள்!' என்று பதிலளித்தார்.

அமெரிக்கருக்கு ஆசை வந்துவிட்டது. 'இந்தத் தூணின் விலை என்ன? இதை வாங்க வேண்டுமென்றால் யாரிடம் பேசவேண்டும்?' என்று கேட்டார்.

உடனே ஆர்த்தர். 'இல்லை. இதைச் சாதாரண நபர்களிடம் விற்க மாட்டார்கள். இந்தச் சிலையை வாங்கக் காசு இருந்தால் மட்டும் போதாது. இதன் அருமை பெருமைகளைத் தெரிந்து அக்கறையோடு போற்றிப் பாதுகாக்கும் பொறுப்பான ஒரு நபருக்குத்தான் விற்க வேண்டும் என்ற முடிவில் அரசாங்கம் இருக்கிறது' எனக் கூறினார்.

அமெரிக்கர் உடனே, 'ஏன் என்னால் இந்தச் சிலையைப் பார்த்துக் கொள்ள முடியாதா? எனக்கும் வரலாற்றில் ஆர்வம் இருக்கிறது' என்று சொல்லி, சில அமெரிக்க ஆளுமைகளைப் பற்றியெல்லாம் தனக்குத் தெரிந்ததை ஆர்த்தரிடம் விலாவாரியாகக் கூறினார்.

உடனே ஆர்த்தர் அதை ஆச்சரியத்துடன் கேட்பதைப்போல நடித்து விட்டு, அவரை தனியாக அழைத்துக் கொண்டுபோய், இந்தச் சிலையை விற்பதற்கு அரசாங்கம் நியமித்த ஏஜெண்ட் தான்தான் என்றும், நீங்கள் இந்தச் சிலையை வாங்கும் அளவுக்குத் தகுதி வாய்ந்தவரா என்று சோதனை செய்வதற்குத்தான் உங்களிடம் விற்க மாட்டேன் என்று சொன்னதாகவும் கூறினார். மேலும் 'உங்களைப் பார்த்தால் சிலையை நன்றாகப் பார்த்துக்கொள்வீர்கள் என்று நினைக்கிறேன். உங்களுக்குச் சிலையை விற்பதாக முடிவு செய்துவிட்டேன்' என்று கூறினார்.

அமெரிக்கருக்கு இப்போது ஏக சந்தோஷம். இந்தச் சிலையின் விலை என்ன என்று மீண்டும் கேட்டார். 'இந்தச் சிலையோட விலை 6000 பவுண்ட். அத்துடன் சேர்த்து இன்னொரு விஷயமும் இருக்கிறது. இந்தச் சிலை விற்கும் விஷயம் டாப் சீக்ரெட். யாருக்கும் வெளியே தெரியாது. தெரிந்தால் அரசாங்கம் கடனில் இருப்பது தெரிந்து எங்கள் நாட்டின் மானம் போய்விடும், அதுமட்டுமில்லாமல் இதனால் பிரச்னைகளும் ஏற்படலாம் என்பதால் யாரிடமும் சொல்லக்கூடாது என்று கட்டுப்பாடு விதித்திருக்கிறது. நீங்கள் வாங்கப்போகிறீர்கள் என்பதால் உங்களிடம் இதைச் சொல்கிறேன். நீங்கள் இதை யாரிடமும் சொல்லி விடாதீர்கள் என்று கூறினார் ஆர்த்தர்.

உடனே அமெரிக்கர், 'இல்லையில்லை. நான் யாரிடமும் இந்த விஷயத்தைச் சொல்லமாட்டேன்' என்று சத்தியம் செய்தார். மேலும் இந்த டீலை விரைவாக முடிக்க ஏற்பாடு செய்யும்படி ஆர்த்தரிடம் கூறினார்.

பின் ஆர்த்தர் அவரை அழைத்துக்கொண்டு ஒரு டெலிபோன் பூத்துக்கு சென்றார். அங்கிருந்து யார் யாருக்கோ போன் செய்வதுபோல பாசாங்கு செய்துவிட்டு, பின் அமெரிக்கக்காரரிடம் வந்து, 'பிரிட்டன் அரசாங்கம் சிலையை உங்களிடம் விற்பதற்கு ஒப்புக்கொண்டு விட்டது. ஆனால் செக்கின் மூலம் பணத்தைக் கொடுத்துவிட்டு டீலை உடனே முடிக்க வலியுறுத்துகிறது!' என்று சொன்னார்.

உண்மையில் இதுபோன்ற அற்பமான பொய்க்கெல்லாம் ஒருவர் ஏமாறுவார் என்று ஆர்த்தரே அதுவரை நினைத்துப் பார்க்கவில்லை. ஆர்த்தர் சொன்ன மறுநிமிடமே அந்த அமெரிக்கர் தனது பையில் இருந்த செக் புக்கை எடுத்து 6000 பவுண்ட்டு தொகைக்கு செக் ஒன்றை எழுதி ஆர்த்தரிடம் நீட்டினார்.

செக்கை வாங்கிக்கொண்ட ஆர்தர், அமெரிக்கரிடம் அந்த இடத்திலேயே நிற்கும்படியும் தான் உடனே அரசாங்க அதிகாரி களுடன் வந்துவிடுவதாகவும் கூறிவிட்டு எஸ்கேப் ஆனார்.

நேரம் நகர்ந்துகொண்டே இருந்தது. ஆர்தர் திரும்பி வரவில்லை. நீண்ட நேரம் காத்திருந்த அமெரிக்கருக்குப் பொறுமை போய் விட்டது. கோபம் வந்தது. பிரிட்டனின் புகழ்பெற்ற நெல்சன் சிலையை வாங்கப்போகும் ஆள் நான். என்னை இவ்வளவு நேரம் காத்திருக்க வைப்பதா? எங்கே போனான் அவன்? இதோ இப்போதே சென்று பக்கத்தில் இருக்கும் அரசாங்க அலுவலகத்தில் ஏன் இந்தத் தாமதம் என்று விசாரிக்கிறேன்' என்று நினைத்தபடி அங்கிருந்து கிளம்பினார்.

அருகாமையிலிருந்த அரசாங்க அலுவலகம் ஒன்றுக்குச் சென்று ஆர்த்தர் பற்றி விசாரித்தார். தான் பிரிட்டனின் புகழ்பெற்ற நெல்சன் சிலையை வாங்கப்போவதாகவும் கூறினார். அங்கு இருப்பவர் களுக்கு ஒன்றும் புரியவில்லை. யார் இவர்? எங்கேயிருந்து வந்திருக்கிறார்? என்ன பைத்தியக்காரத்தனம் இது? நெல்சன் தூணை விலைக்கு வாங்குவதா? இந்த ஆள் கிறுக்கா என்ன? அவர்கள் ஸ்காட்லாந்து யார்டு போலீஸாருக்குத் தகவல் தெரிவித்தனர். போலீஸ் வந்து அந்த அமெரிக்கரிடம் நிதானமாக விசாரிக்க, பிறகுதான் புரிந்தது ஆர்தர் என்கிற ஏமாற்றுப் பேர்வழி, இந்த அமெரிக்கரை நன்றாக ஏமாற்றி தலையில் மிளகாய் அரைத்துவிட்டு 6000 பவுண்ட் தொகையை சுருட்டிக்கொண்டு எஸ்கேப் ஆகிவிட்டார் என்று!

நல்லதொகை கிடைத்துவிட்டது. ஆர்த்தர் குஷியாகி விட்டார். இத்துடன் நிறுத்திவிடலாமா என்று யோசித்தார்? ஆனால் ஆர்த்தரின் ஆசை மனது ஒப்புக் கொள்ளவில்லை.

அந்த நெல்சன் தூண் சம்பவம் நடந்த சில நாட்களிலேயே போலீஸுக்கு மற்றொரு புகார் வருகிறது. வேறு ஓர் அமெரிக்கர் போலீசிடம் வந்து பிரிட்டனின் மற்றொரு பிரபலமான பிக் பென் மணிக்கூண்டை 1000 பவுண்ட்டுக்கு வாங்கித் தருவதாகக் கூறி ஒருவன் தன்னிடம் பணத்தை ஏமாற்றிவிட்டுப் போய்விட்டதாகக் கூறி அழுது புலம்பினார். அதற்கு அடுத்த சில நாட்களிலேயே மற்றொரு அமெரிக்கர் பிரிட்டனில் உள்ள பக்கிங்காம் அரண்மனையை வாங்கித் தருவதாகச் சொல்லி, ஓர் ஏமாற்றுக்காரன் தன்னை 2000 பவுண்ட் ஏமாற்றிவிட்டதாகச் சொல்லி புகார் அளித்தார்.

அவர்கள் சொல்லும் தகவல்படி அனைவரிடமும் தன் கைவரிசையைக் காட்டியது ஒரே நபர்தான் என்பது போலீஸுக்குப் புரிந்தது. ஆனால் யார் அந்த நபர் என்று கண்டுபிடிக்கத்தான் முடியவில்லை. அடுத்தடுத்தும் இதே போல இன்னமும் நிறையப் புகார்கள் வந்து கொண்டே இருந்தன. போலீஸ் தலையைப் பிய்த்துக்கொண்டது. யார் இந்த ஆர்தர்? அவர் பார்க்க எப்படி இருப்பார்? அவர் எங்கே இருக்கிறார். போலீசுக்கு எதுவுமே தெரியவில்லை. தெரிந்ததெல்லாம் ஒன்றே ஒன்றுதான். யாரோ ஒருவன் பிரிட்டனில் இருக்கும் சுற்றுலாத்தலங்களை எல்லாம் வெளிநாடுகளில் இருந்து சுற்றிப் பார்க்க வரும் ஆசாமிகளிடம் விலை பேசி விற்றுவிட்டு பணத்தை ஏமாற்றிவிட்டுச் சென்று விடுகிறான் என்பது மட்டும்தான்.

சில மாதங்கள் கழித்து ஆர்த்தர் பிரான்சில் பாரிஸ் நகரத்திற்குச் சென்றார். அங்கேயும் மனிதர் சும்மா இல்லை. போனவுடனேயே தனது கைவரிசையை ஆரம்பித்தார். பிரான்சுக்கு சுற்றுலாப் பயணியாக வந்திருந்த ஓர் அமெரிக்கக்காரரிடம் சென்று உலகப்புகழ்பெற்ற ஈபில் டவரை ஒரு நல்ல விலைக்கு வாங்கித் தருகிறேன் என்று கூறி பணத்தை வாங்கிவிட்டு எஸ்கேப் ஆனார்.

இப்போது ஆர்த்தருக்கு ஒரு விஷயம் புரிந்தது. என்ன விலை கேட்டாலும் காசை கொடுத்துவிட்டு நிற்பது அமெரிக்கர்கள்தான். பேசாமல் அமெரிக்காவுக்கே சென்று அந்த ஊர்க்காரர்களிடமே அவர்களது ஊரையே விற்றுவிட்டால் என்ன என்று தோன்றியது. அடுத்து ஒரு நிமிடம்கூட தாமதிக்கவில்லை. அமெரிக்காவுக்குப் பறந்தார்.

1925-ம் ஆண்டு அமெரிக்காவுக்குப் போன ஆர்த்தர் அங்குள்ள அமெரிக்க அதிபரின் வெள்ளை மாளிகையையே டெக்சஸ் மாகாணத்தைச் சேர்ந்த ஒரு பண்ணையாரிடம், 99 வருடத்திற்கு, 1 வருடத்திற்கு 1 லட்சம் டாலர் வீதம் என்ற கணக்கில் லீசுக்கு அக்ரிமெண்ட் போட்டார். இதில் முதல் ஒரு வருட வாடகையை மட்டும் அவரிடமிருந்து அட்வான்ஸாக வாங்கிக்கொண்டு அங்கிருந்து பறந்தார்.

நினைத்தே பார்க்கமுடியாத அளவுக்கு ஆர்த்தரின் வங்கிக் கணக்கில் பணம் கொட்டோ கொட்டென்று கொட்டியது. நாட்கள் செல்லச் செல்ல ஆர்த்தருக்கும் இந்த ஏமாற்று வேலை போர் அடித்துப் போனது. போதும் நிறைய சம்பாதித்து ஆகிவிட்டது. இத்துடன் இந்த ஏமாற்றும் வேலைகளையெல்லாம் மூட்டை கட்டி வைத்துவிட்டு ரிட்டயர்டு ஆகிடலாம் என்ற முடிவுக்கு வந்தார்.

ஆனாலும் அவருடைய ஆசை மனசாட்சி கேட்கவில்லை, 'சரி, எப்படியும் தொழிலை விடறதா முடிவு பண்ணிட்ட. கடைசியா ஒரு பெரிய சம்பவமா செஞ்சுட்டு விட்ரு' என்று சொல்லியது. ஆர்த்தரும் தலையாட்டிக் கொண்டார். 'சரி இதுதான் கடைசி. பெரிதாக எதையாவது செய்யவேண்டும். அதற்குப் பிறகு இந்தப்பக்கமே வரக்கூடாது. வாழ்க்கையில் இதற்குப் பிறகு வாழும் வாழ்க்கையில் மனம் திருந்தி நல்லவனாக வாழவேண்டும் என்று முடிவு செய்தார்.

சரி, கடைசிச் சம்பவமாக என்ன செய்யலாம்? தற்செயலாக நியு யார்க் போன ஆர்த்தருக்கு அங்கே ஓர் ஐடியா உதித்தது. அங்கே ஓர் ஆஸ்திரேலியா நாட்டைச் சேர்ந்த நபர் ஒருவரைச் சந்தித்தார்

ஆர்த்தர். அவரின் பல வருட அனுபவம் பார்த்தவுடனே தெரிந்து விடுகிறது. சரி இந்தப் பார்ட்டிக்கிட்ட பணம் எக்கச்சக்கமாக இருக்கிறது. ஏமாற்றுவதும் சுலபம் என்று கணக்குப் போட்டார். எப்போதும் போல் மெல்லத் தனது தூண்டிலை அவரிடம் வீசினார்.

நியூயார்க் துறைமுகத்தை விரிவு செய்வதற்காக அமெரிக்க அரசாங்கம் திட்டம் போட்டிருக்கிறது என்றும், ஆனால் அதன் பக்கத்தில் சுதந்திர தேவி சிலை இருப்பதனால் இடித்துவிட்டுக் கட்டமுடியவில்லை என்றும், அதனால் அந்த சுதந்திர தேவி சிலையை யாராவது வாங்கிப் பெயர்த்து எடுத்துக்கொண்டுச் சென்றுவிட்டால் துறைமுகம் விரிவாக்கத் திட்டத்தைத் தொடங்கி விடலாம் என்று அரசாங்கம் யோசிப்பதாகவும் கூறினார். ஆனால் இந்தச் சிலையை யாரிடம் விற்பது என்றுதான் தெரியாமல் அரசாங்கம் தாமதித்து வருவதாகவும் தெரிவித்தார்.

ஆஸ்திரேலியாக்காரருக்கும் ஆசை பிறந்துவிடுகிறது. தானே இந்தச் சிலையை 1 லட்சம் டாலருக்கு இன்னும் ரெண்டு நாட்களில் வாங்கிக்கொள்கிறேன் என்று ஆர்த்தரிடம் கூறினார். உடனே ஆர்த்தர், சுதந்திர தேவிச் சிலையை விற்கும் விஷயம் ஓர் அரசாங்க ரகசியம். மேலும் இந்தச் சிலையை வாங்குவதற்குப் போட்டியும் அதிகம். அதனால் உங்களைவிட அதிகம் விலை கொடுத்து யாராவது வாங்கிக்கொண்டு போவதற்கு வாய்ப்பு இருக்கிறது. அதனால் இந்த டீலைப்பற்றி வேறு யாரிடமும் சொல்லிவிடாதீர்கள் என்று அறிவுறுத்தினார். இந்த உடன்படிக்கைக்கு ஆஸ்திரேலியக்காரரும் சந்தோஷத்துடன் சம்மதித்தார்.

உடனே இருவரும் சந்தோஷமாக அமெரிக்க சுதந்திர தேவியின் சிலைக்கு முன் நின்று புகைப்படம் ஒன்றை எடுத்துக்கொண்டனர். இங்கேதான் விதி விளையாடியது. புத்திசாலியான ஆர்த்தர் தன்னையறியாமலே இரண்டு தவறுகளை செய்துவிடுகிறார்.

ஆர்தர் செய்த ஒரு மிகப் பெரிய தவறு, டீல் பேசி முடித்தவுடன் அந்த இடத்தை விட்டு நகராமல் சந்தோஷமாக அமெரிக்க சுதந்திர தேவி சிலைக்கு முன்னால் நின்று புகைப்படம் எடுத்துக்கொண்டது. அதுநாள்வரையிலும் ஆர்தரைத் தேடி வந்த போலீசாருக்கு அவர் எப்படி இருப்பார் என்றே தெரியாது. புகார் கொடுத்தவர்கள் கூறிய அடையாளத்தின்படி ஓர் உருவத்தை வரைந்து அதனை வைத்துத்தான் தேடி வந்தார்கள். ஆனால் இப்போது ஆர்தர் ஆஸ்திரேலியரை ஏமாற்றிவிட்ட அதீத சந்தோஷத்தில் உணர்ச்சிவசப்பட்டு அவருடன் புகைப்படமே வேறு எடுத்துக்கொண்டு விட்டார். இது போதாதா?

அடுத்த தவறு என்ன என்று யோசித்தீர்களா? உங்களில் பலர் கண்டு பிடித்திருக்கலாம். சிலர் யோசிக்காமல் இருந்திருக்கலாம். ஆர்தரும் அன்று யோசிக்கவில்லை. ஆர்த்தரிடம் இதுநாள்வரை யிலும் எதையாவது விற்கிறேன் என்று சொன்னவுடன் யோசிக்காமல் கொள்ளாமல் உடனே பணத்தைக் கொடுத்து ஏமாந்து போவது அமெரிக்கர்கள்தான். ஆனால் இந்தமுறை ஆர்தர் சுதந்திரதேவிச் சிலையை விற்க முயன்றது ஓர் ஆஸ்திரேலியக்காரரிடம்!

பணத்தைத் தருவதாகக் கூறி இரண்டு நாட்கள் முடிந்தும் ஆஸ்திரேலியர் பணத்தைத் தயார் செய்யவில்லை. ஆர்தருக்கு பொறுமை இல்லை. உடனே போன் செய்து பணம் என்ன ஆனது என்று கேட்க, அதற்கு ஆஸ்திரேலியக்காரர் 'இன்னும் இரண்டு நாட்கள் மட்டும் டைம் கொடுங்க ஆர்த்தர். நான் பணத்தைத் தயார் செய்துவிடுகிறேன்' என்றார். ஆனால் ஆர்தருக்கோ பொறுமையாக இருக்க முடியவில்லை. சும்மா இருக்காமல் திரும்பத் திரும்ப போன் செய்து பணத்தைக் கேட்டு நச்சரிக்க, இங்கேதான் ஆஸிக்காரருக்கு சந்தேகம் வந்தது.

'யார் இவர்? ஏன் இப்படி நச்சரிக்கிறார்? இவர் நடவடிக்கையில் சந்தேகம் வருகிறதே. இவரைப் பார்த்தால் அரசாங்க ஏஜெண்ட் போலவும் தெரியவில்லையே!' என்றெண்ணியபடி எதற்கும் நேராகச் சென்று போலீசிடமே விசாரித்து விடுவோம் என்று போலீசிடம் சென்றார். ஆர்த்தருடன் அவர் எடுத்துக்கொண்ட புகைப்படத்தை அவர்களிடம் காட்டி நடந்தது முழுக்கச் சொல்ல, போலீஸார் திகைத்துப் போனார்கள். இந்த ஒரே ஒரு சமயத்துக்காகத்தான் போலீஸார் அதுவரை காத்திருந்தனர். இப்போது ஆர்தர் எப்படி இருப்பார் என்று போலீசுக்குத் தெரிந்துவிடுகிறது. அவரை வலையில் சிக்கவைத்து சுற்றி வளைக்கத் தயாரானார்கள்.

அடுத்தமுறை ஆர்தர் போன் செய்யும்போது குறிப்பிட்ட இடத்துக்கு வந்து பணத்தைப் பெற்றுக்கொள்ளும்படி ஆஸ்திரேலியக்காரரை சொல்லச் சொல்லி அங்கே போலீஸார் தயாராகக் காத்திருந்தனர்.

ஆர்த்தர் ஆசையுடன் வந்தார். ஆஸ்திரேலியக்காரரைச் சந்தித்தார். கையும் களவுமாக போலீஸிடம் சிக்கினார். ஆர்த்தருக்குத் தெரிந்துவிட்டது. அவ்வளவுதான். இவ்வளவு நாள் அதிர்ஷ்டம் நமது பக்கம் இருந்தது. இப்போது அவர்கள் பக்கத்திற்கு மாறிவிட்டது. சரண்டைந்து விடுவோம். போலீஸும் ஆர்த்தரை அடிக்கவோ, துன்புறுத்தவோ இல்லை எந்த ஒரு பிரச்னையும் இல்லாமல் ஆர்தர் கைது செய்யப்பட்டார்.

இத்தனை ஏமாற்று வேலைகளைச் செய்த ஆர்தருக்கு என்ன தண்டனை கிடைத்திருக்கும்? நீங்கள் என்ன நினைக்கிறீர்கள்? ஆயுள் தண்டனையாவது கிடைத்திருக்கும் என்றுதானே? ஆனால் ஆர்த்தருக்கு 5 வருஷம் ஜெயில் தண்டனை மட்டும் கிடைத்தது. போலீசால் ஆர்த்தருடைய சொத்தை ஜப்தி செய்யமுடியவில்லை. ஏனென்றால் ஆர்த்தர், தான் ஏமாற்றியவர்களிடம் எல்லாம் பணம் பெற்றுக்கொண்டார் என்பதற்கான எழுத்துப்பூர்வமான ஆதாரம் எதுவுமே இல்லை. ஆர்தருக்கு எதிராகக் கிடைத்த ஆதாரமும் போதுமானதாக இல்லை.

1930-ஆம் ஆண்டு ஆர்த்தர் சிறையில் இருந்து வெளியே வந்தார். நேராக அமெரிக்காவின் லாஸ் ஏஞ்சல்ஸ் நகரத்திற்குச் சென்று ஒரு பெரிய பங்களாவை விலைக்கு வாங்கிக்கொண்டு செட்டில் ஆகி விட்டார். பிறகு எட்டு வருடம் கழித்து 1938-ம் ஆண்டு அவர் இறந்துபோவதுவரை வாழ்க்கையை நன்றாக அனுபவித்துவிட்டு உலகை விட்டுச் சென்றார்.

•

3

பயணம் செய்யும் மர்மப்பாறைகள்

அமெரிக்காவின் கலிபோர்னியாவில் அமைந்துள்ள மரணப் பள்ளத்தாக்கு நினைவுச் சின்னம் (Death Valley National Monument) மிகவும் விசித்திரமானது. பனியால் மூடப்பட்ட பைன் மரங்களும், காட்டுச்செடிகள் மட்டுமே பல நூறு கிலோமீட்டர் தூரத்திற்கு வளர்ந்திருக்கும் இடம் அது. உப்பும், நீர்க்காரம் என்று சொல்லப்படுகிற அல்கலி தங்களும், மணல் மேடுகளும் மட்டுமே நிறைந்த மனிதர்கள் உயிர்வாழ முடியாத இடமாக அது இருக்கிறது.

அவ்விடத்தில் இருக்கும் பல இயற்கை ஆச்சரியங் களுக்கு மத்தியில், எல்லோரையும் மர்மத்தில் ஆழ்த்திக் கொண்டிருக்கும் ஓர் அதிசயம்தான் ‘நகரும் பாறைகள்’. எல்லோராலும் பாறையை நகர்த்த முடியுமா? மனிதர்கள் இல்லாமல் ஒரு பாறை தானாக நகருமா? சிறிய கூழாங்கள் அளவு உள்ள பாறைகள் என்றால்கூட காற்று நகர்த்துகிறது என்று சொல்லி சமாதானமாகலாம். ஆனால் அதுகூட சாத்தியமில்லை. ஆனால் ஆள் உயரம் உள்ள பெரிய பாறைகளும் காற்றில் நகருமா? ஆமாம், நகர்கிறது! அந்த மரணப் பள்ளத்தாக்கில் உள்ள பாறைகள் தானாக நகர்கிறது என்பதுதான் நிஜம்!

சிறிய கூழாங்கல் அளவில் உள்ள பாறையில் இருந்து பெரிய ஆள் உயரம் உள்ள பாறைகள் வரைக்கும் யாரும் நகர்த்தாமல் அவைகள் தானாகவே நகர்ந்து போய் உள்ளன. நகர்வது என்றால் ஒரு சென்டிமீட்டர், ரெண்டு சென்டிமீட்டர் தூரம் என்று எடுத்துக் கொள்ளலாமா? இல்லை! 3 மைல்கள், 4 மைல்கள் தூரத்திற்கு ஒவ்வொரு பாறையும் நகர்ந்து போகின்றன. அந்தப் பாறைகள் தானாகத்தான் நகர்ந்தன என்பதற்குச் சாட்சியாக அது நகர்ந்து சென்ற பாதையில் நீண்ட தடங்களும் காணப்பட்டன. சில தடங்கள் நேராகவும், சில தடங்கள் வளைந்து நெளிந்தும் கூட இருந்தன.

அப்படியென்றால் யார் இந்தப் பாறைகளை நகர்த்தி இருப்பார்கள்? மனிதர்கள் நகர்த்துவதற்கான வாய்ப்பே இல்லை. இயந்திரத்தின் உதவியில்லாமல் அவ்வளவு பெரிய பாறைகளை கையால் நகர்த்த முடியாது. இயந்திரங்களை எடுத்துச் செல்லவும் அங்கே அனுமதி கிடையாது. வேறு ஏதாவது மிருகங்கள் நகர்த்தியிருக்குமா என்றால், பாறைகளை நகர்த்தும் அளவுக்கு பெரிய விலங்குகள் அந்தப் பாலைவனப் பகுதிகளில் வாழவே முடியாது. பிறகு அந்தப் பாறைகள் எப்படி நகர்ந்திருக்கும்? 4 மைல்கள் தூரத்துக்கு அந்தப் பாறைகளை யார், எதற்காக நகர்த்தி வைத்தார்கள்? இந்த மர்மம் மட்டும் நீண்ட காலத்துக்குத் தெரியவராமல் அப்படியே இருந்தது.

அந்தப் பள்ளத்தாக்கின் அருகாமையில் வாழ்ந்து வந்த சில உள்ளூர் மக்கள் இந்தப் பூமிக்கு அப்பாற்பட்ட சக்தியினால்தான் இந்தப் பாறைகள் நகர்வதாகக் கூறினார். சிலர், பிக்பூட் என்று அழைக்கப் படும் ராட்சத மனிதர்கள் வந்து அந்தப் பாறைகளை நகர்த்தி இருக்கலாம் என்றார்கள். இன்னும் சிலர் விண்வெளியில் இருந்து அவ்வப்போது பூமிக்கு வந்து செல்லும் வேற்றுக் கிரக வாசிகள்தான் இந்தப் பாறைகள் நகர்வதற்குக் காரணம் என்றும் கருதினார்கள். ஆனால் ஒரு சிலர் மட்டும் இந்தப் பாறைகள் நகர்வதற்கு நிச்சயம் வேறு ஏதோவொரு அறிவியல் காரணம் கண்டிப்பாக இருக்கும் என்று கூறி அதைத் தேடத் தொடங்கினார்கள்.

அவர்களில் ஒருவர்தான் டாக்டர் ராபர்ட் பி. ஷார்ப் என்கிற விஞ்ஞானி. கலிபோர்னியா இன்ஸ்டிடியூட் ஆஃப் டெக்னாலஜியில் புவியியல் பேராசிரியராக இருந்த ராபர்ட் ஷார்ப் இந்த நிகழ்வைப் பற்றித் தெரிந்துகொள்வதற்காகவே ஏழு வருடங்கள் ஆராய்ச்சி செய்தார். அந்தப் பள்ளத்தாக்குக்குச் சென்று வெவ்வேறு அளவுகளில், வடிவத்தில் உள்ள 30 பாறைகளை அவர் தேர்வு செய்தார். அந்தப் பாறைகள் ஒவ்வொன்றுக்கும் ஒவ்வொரு பெயர் வைத்து, பாறைகளில் அதற்கான பெயர்களை எழுதி அடையாளப்

'நகரும் பாறைகள்'

படுத்தினார். அதேபோல அந்தப் பாறைகள் இருக்கும் இடங்களையும் இரும்புத் தகடு ஒன்றை வைத்து குறித்து வைத்தார். இதையெல்லாம் அவர் ஏன் செய்தார் என்றால், இந்தப் பாறைகள் தற்போது இருக்கும் இடத்தை விட்டு உண்மையிலேயே நகர்கிறதா? இல்லை இத்தனை நாட்கள் சொல்லப்பட்டு வந்த இந்தக் கதைகள் எல்லாமே புருடாவா என்று தெரிந்துகொள்வதற்காகவே இதைச் செய்தார்.

சரியாக ஒரு வருடம் கழித்து ராபர்ட் அந்தப் பாறைகளைப் போய்ப் பார்த்தார். அந்த 30 பாறைகளையும் ஆராய்ந்தார். அதில் 9 பாறைகள் ஒரே அளவில் 690 அடிதூரம் நகர்ந்திருந்தன! ஒரே ஒரு பாறை மட்டும் கொஞ்சம் கொஞ்சமாக நகர்ந்து 860 அடி தூரத்துக்கு நகர்ந்துபோய் இருந்தது. இதைப் பார்த்த ராபர்ட்டுக்கு பெரும் ஆச்சரியம். கடவுளே! அப்படியென்றால் இந்தப் பாறைகள் நகர்வது உண்மைதான். மக்கள் யாரும் பொய் சொல்லவில்லை என்று தெரிந்துகொள்கிறார். இப்போது இந்தப் பாறைகளை நகர்த்துவது யார் அல்லது பாறைகள் தானாக நகர்கிறதா என்ற அடுத்த கேள்விக்கு வருகிறார்.

இந்தப் பாறைகள் நகர்ந்த தடயத்தை ராபர்ட் ஆராயத்தொடங்கினார். அந்தப் பாறைகள் நகர்ந்த நாட்களில் அந்தப் பகுதியில் நிலவிய வானிலையையும் தெரிந்துகொள்கிறார். இப்படியே பல கேள்விகளை எழுப்பி, அதற்கான காரணத்தையும் ஆராய்ந்த பிறகு ராபர்ட் ஒரு முடிவுக்கு வந்தார். இந்தப் பாறைகள் நகர்வதற்குக்

காரணம் மனிதர்களோ, மிருகங்களோ, ராட்சசர்களோ, வேற்றுக்கிரக வாசிகளோ அல்லது வேறு எந்த அமானுஷ்யங்களோ இல்லை. காற்றும், நீரும்தான் அந்தப் பாறைகள் நகர்வதற்கான காரணம் என்று முதன் முதலாக அறிவித்தார்.

எப்படி? முதலில் இந்தப் பாறைகள் அனைத்தும் அந்தப் பகுதியில் வீசப்படும் காற்றின் திசையை நோக்கித்தான் நகர்ந்திருக்கின்றன. அது சரி, ஆடிக் காத்துல அம்மியும் நகரும்னு பழமொழி இருக்கிறதுதான்; அதற்காக மிகப்பெரிய பாறைகளையும்கூட காற்றால் நகர்த்த முடியுமா? அவர் தேர்வு செய்த பாறைகள் அனைத்தும் வட்ட வடிவத்தில் கூட இல்லை. அப்படி இருந்தால் கூட நகர்வதற்கான வாய்ப்பு இருக்கிறது என்று சொல்லலாம். பின் எப்படி? இதற்கு இன்னொரு காரணமும் இருக்கிறது. அதுதான் மழைப் பொழிவு. அந்தப் பகுதியில் வருடத்திற்கு 2 இன்ச்சுக்கும் அதிகமான மழை பதிவாகிறது என்பதை ராபர்ட் கண்டறிந்தார். அங்கே பெய்யும் சிறிய மழைகூட அந்தக் களிமண் தரையை ஈரப்பதம் ஆக்கிவிடுகிறது. அதனால் அந்தப் பகுதி முழுவதும் வழுக்கும் தன்மை உடையதாக மாறி விடுகிறது. அதனால், இப்படிப்பட்ட ஒரு மண் தரையில், சுற்றியிருக்கும் மலைகளுக்கு நடுவில் ஊடுருவி வரும் சக்தி வாய்ந்த காற்றுக்கு அந்தப் பாறைகளை நகர்த்தும் வலிமை கிடைத்து விடுகிறது. இதுபோல காற்று அடிக்கும் நாட்களில் வழுக்கும் தரைகளில் இந்தப் பாறைகள் வழுக்கிக்கொண்டே ஒரு நொடிக்கு 3 அடி தூரம் வரையிலும் நகர்வதாக ராபர்ட் கண்டுபிடித்துக் கூறினார்.

ராபர்ட்டின் இந்த அறிக்கைக்குப் பிறகுதான் அந்தப் பகுதியில் நிலவி வந்த மர்மம் கொஞ்சம் கொஞ்சமாக விலகியது. இருந்தாலும் இந்த ஆராய்ச்சியும் உண்மைதானா என்று சிலர் கேள்வி எழுப்பியபடிதான் இருக்கிறார்கள்.

இப்படியாக ஒரு சிலரால் உருவாக்கப்பட்ட இந்தக் கட்டுக் கதைகளைக் கேட்டுக் கேட்டு அந்த இடத்திற்குப் போய் அப்படி என்னதான் இருக்கிறது என்று தெரிந்துகொள்ளும் ஆர்வம் மக்களுக்கு அதிகரித்தது. அதன் மூலமாகவே அந்தப் பகுதி ஒரு சுற்றுலாத்தலமாக பிரபலம் ஆகியது. அந்த நகரும் பாறைகளைப் பார்ப்பதற்காகவே வருடத்திற்குப் பல ஆயிரம் பயணிகள் வந்து செல்கிறார்கள். பாறைகள் நகர்வதற்கான மர்மம் விலகிவிட்டாலும், இயற்கையின் ஆற்றலால் நடைபெறும் அந்த நிகழ்வு இன்றும் மக்களை ஆச்சரியப்படுத்தியபடியேதான் இருக்கிறது.

•

4

பெர்வின் மலை, பறக்கும் தட்டு மர்மங்கள்

வேல்ஸ் நாட்டில் அமைந்திருக்கும் பெர்வின் மலைச் சம்பவம் மிகவும் பிரசித்திப்பெற்ற ஒரு மர்மச் சம்பவமாக இன்றும் பேசப்படுகிறது.. 'வெல்ஷ் ரோஸ்வல்' சம்பவம் என்று அழைக்கப்படும் இந்தச் சம்பவம்தான், உலகத்திலேயே மிகப்பெரிய மர்மமான சம்பவமாகவும் இருந்து வருகிறது. அப்படி என்ன பெரிய சம்பவம் அது? 1974ல் வேல்ஸ் மலையில் நடைபெற்ற ஒரு பறக்கும் தட்டு விபத்துதான் இன்றுவரைக்கும் பலரை ஆச்சரியத்தில் ஆழ்த்தி வரும் அந்தச் சம்பவம்.

மற்ற பறக்கும் தட்டுச் சம்பவங்களுக்கும் இந்தச் சம்பவத்துக்கும் என்ன பெரிய வித்தியாசம் என்று சிந்திக்கிறீர்களா? பொதுவாக வேற்றுக்கிரகவாசிகள் பறக்கும் தட்டுக்களில் நம் பூமிக்கு வந்ததாகச் சொல்லப்படும் கதைகளில் அந்தச் சம்பவத்தை ஒருவர் அல்லது இரண்டு மூன்று பேர் பார்த்திருப்பார்கள். அவர்கள் உண்மையைத்தான் சொல்கிறார்களா அல்லது கற்பனையா என்ற சந்தேகம் இருக்கும். சிலர் உண்மையைச் சொல்லியிருந்தாலும் பலர் பொய் கூறியிருப்பதாகத்தான் பதிவுகள் உள்ளது. சிலர் சாதாரண விமானத்தைப் பார்த்துவிட்டு பறக்கும் தட்டு

என்று நினைத்து கற்பனை செய்துகொண்டதும் உண்டு. ஆனால் இப்போது நாம் பார்க்கப்போகும் சம்பவம் ஓர் ஊரே பார்த்து உறுதி செய்தது. இருப்பினும் அந்த விஷயம் எப்படி இன்றுவரைக்கும் மர்மமாகவே உள்ளது?

ஜனவரி 23, 1974. இரவு 8.30 மணி. மிகப்பெரிய வட்டவடிவத்தில் இருக்கும் பறக்கும் தட்டு ஒன்று திடீரென்று வானத்தில் தோன்றியது. மிகப்பெரிய சத்தத்துடன் வானத்தில் பறந்த அந்தப் பறக்கும் தட்டை அந்தப் பகுதி மக்கள் அனைவருமே வியப்புடன் பார்த்தனர். முதலில் ஏதோ விமானம்தான் பறக்கிறது என்று நினைத்தவர்களுக்குப் பச்சை நிறத்தில் மின்னியபடி உருண்டை வடிவத்தில் ராட்சச தட்டு ஒன்று பறந்து வருவது தெரிந்ததும் ஆச்சரியம் கொண்டனர்.

அந்தப் பறக்கும் தட்டில் ஏதோ விபத்து ஏற்பட்டதால் அது கட்டுப் பாட்டை இழந்து மிக வேகமாக பூமியில் வந்து விழப்போவதைப் போல் விரைந்து கீழ்நோக்கி வந்துகொண்டிருந்தது. அதைக் கண்ட அப்பகுதி மக்கள் உடனே நாலாபுறமும் அலறியடித்து ஓடினார்கள். சிலர் அப்பகுதி காவல் நிலையத்திற்குப் போன் செய்து பதற்றத்துடன் விஷயத்தைக் கூறினார்கள். சரியாக இரவு 8.38 மணிக்குக் கட்டுப்பாட்டை இழந்து பறந்து வந்த அந்தப் பறக்கும் தட்டு பெர்வின் மலையில் போய் பெரும் சத்தத்துடன் மோதி விழுந்தது. அடுத்த நொடியே அந்தப் பகுதியில் அதுவரை இல்லாத அளவுக்கு 4.5 ரிக்டார் அளவில் மிகப்பெரிய நில அதிர்வு ஏற்பட்டது. அந்த நில அதிர்வு அந்தப் பகுதியில் மட்டுமல்லாமல் அதன் சுற்றுவட்டார நகரங்களான வ்ரெக்ஸ்ஹம், லிவர்பூல், செஸ்டர், சவுத்போர்ட், கிரேட்டர் மேன்செஸ்டர் உள்ளிட்ட பல இடங்களையும் அதிரவைத்தது.

ஏதோ ஒரு ஜெட் விமானம் விபத்துக்குள்ளாகி விழுந்துள்ளதாக நினைத்த போலீசார் முதலில் அந்தப் பகுதி முழுவதையும் சுற்றி வளைத்தனர். அங்கு பொதுமக்கள் செல்வதற்குத் தடை விதிக்கப் பட்டது. பின் அதிகாரிகள் விபத்துக்குத் தேவையான முதலுதவி ஏற்பாடுகளை செய்துகொண்டு ஆம்புலன்ஸ்களையும், தீயணைப்பு வாகனங்களையும் எடுத்துக்கொண்டு பெர்வின் மலையில் விபத்து நடந்த பகுதிக்குச் சென்றனர். ஆனால் அங்கு அவர்கள் என்ன கண்டார்கள் என்பது இன்று வரையிலுமே மக்களுக்குச் சொல்லப் படாத ஒரு மர்மமாகவே இருந்து வருகிறது.

போலீசார் அப்பகுதிக்குச் சென்ற சில மணி நேரங்களுக்குப் பின்னர் ராணுவ டிரக்குகளின் அணிவகுப்பு அந்தப் பகுதி முழுக்க நுழைந்தது.

உடனடியாக பொதுமக்கள் அந்த இடத்தில் இருந்து வெளியேற்றப் படுகின்றனர். இன்னும் சொல்லப்போனால் அங்கிருந்த போலீசாரையும்கூட ராணுவம் வெளியேற்றிவிட்டு, அந்தப் பகுதி முழுவதையும் தங்கள் கட்டுப்பாட்டிற்குள் எடுத்துக்கொண்டது.

இந்த விபத்து நடைபெற்ற இடத்துக்கு அருகில் உள்ள வீட்டில் வசித்து வந்த நர்ஸ் ஒருவர் உள்ளூர் செய்தித்தாளுக்குக் கொடுத்த பேட்டியின் மூலம் தான் அந்தப் பகுதியில் என்ன நடக்கிறது என்பதே மக்களுக்குத் தெரிய வந்தது.

ஆல்பர்ட் ஹால் அளவுடைய ஒரு பறக்கும் தட்டு மலையில் மோதி வெடித்துச் சிதறியதாகவும், அந்தப் பறக்கும் தட்டில் இருந்து சில உடல்கள் தூக்கி எறியப்பட்டதாகவும் அந்த நர்ஸ் தெரிவித்தார். அவர் சொன்ன ஆல்பர்ட் ஹால் என்பது ஏதோ ஒரு வீட்டில் இருக்கும் சின்ன ஹால் என்று நீங்கள் நினைத்துக்கொள்ள வேண்டாம். லண்டனில் 135 அடி உயரத்தில் அமைந்திருக்கும் ஒரு கட்டிடம்தான் இந்த ஆல்பர்ட் ஹால். அந்த அளவில் ஒரு பறக்கும் தட்டுதான் மலையில் மோதி விபத்துக்குள்ளானதாக அந்த நர்ஸ் கூறினார். அந்த உடல்கள் தூக்கி எறியப்பட்ட இடத்திற்கு அவர் பக்கத்தில் சென்று பார்த்தபோதுதான் தெரிந்தது, அங்கு விழுந்து கிடந்தது மனிதர்கள் இல்லை. மனிதர்களைப்போலவே தோற்றம் கொண்ட வேற்றுக் கிரகவாசிகள் என்று தெரிவித்தார்.

சம்பவ இடத்திலிருந்து இதுகுறித்து அந்த நர்ஸ் ரிப்போர்ட்டருடன் பேசிக்கொண்டிருந்தபோதே இடையில் வந்து ராணுவம் அவர்களைத் தடுத்து நிறுத்தியது. இரண்டு அதிகாரிகள் அவர்களிடம் வந்து இந்தப் பறக்கும் தட்டு விபத்து குறித்து யாரிடமும் சொல்லக்கூடாது என்று உத்தரவு போட்டனர். இந்த விஷயம் வெளியே தெரிந்தால் நம் நாட்டுப் பாதுகாப்புக்கே பெரிய அச்சுறுத்தலாகிவிடும் என்றும் கூறினார்கள். அதன்பின் அந்த நர்ஸுக்கு என்ன நடந்தது என்று யாருக்கும் தெரியாது. அந்த நர்ஸை பேட்டி எடுக்கத் தேடிய பல பத்திரிக்கைகள் 'அந்த நர்ஸுக்கு என்ன நடந்தது என்று அந்தப் பகுதியில் உள்ள யாருக்குமே தெரியவில்லை' என்று எழுதினார்கள்.

முதன்முதலாக அந்த நர்ஸைப் பேட்டி எடுத்த பத்திரிக்கையாளரும் 1979-ல் அவர் மரணிக்கும்வரை இந்தச் சம்பவத்தைப் பற்றியோ அந்த நர்ஸைப்பற்றியோ யாரிடமும் பேசவேயில்லை.

இதன் பிறகு 1980-ல் பிரபல விமானத்தயாரிப்பு நிறுவனமான கார்கோர்ட் நிறுவனத்தில் வேலை செய்துவந்த ஆர்த்தர் ஆடம்ஸ்

என்கிற ஓர் எலெக்ட்ரானிக் பொறியாளர், அந்தப் பறக்கும் தட்டு விழுந்த பெர்வின் மலைக்குச் சென்று, விபத்து நடைபெற்ற பகுதியை ஆராய்ந்தார். அந்த இடத்தில் பச்சை நிறத்தில் இருக்கும் ஏதோ ஓர் உலோகம் போன்ற ஒன்று அந்தப் பகுதியைச் சுற்றியிருக்கும் பாறைகளில் ஒட்டிக்கொண்டு இருந்ததாகக் கூறினார்.

அந்த உலோகத்தின் மாதிரியை எடுத்துச் சென்று ஆய்வுக்கூடத்தில் வைத்து சோதனை செய்தபோதுதான் ஓர் ஆச்சரியமான விஷயத்தை அவர் கண்டுபிடித்தார். அந்த உலோகம் நம் பூமியைச் சேர்ந்தது இல்லை என்று தெரியவந்தது; அல்லது அந்த உலோகம் இன்னும் பூமியில் கண்டுபிடிக்கப்படாமல் இருக்கலாம் என்று தெரிவித்தார். மேலும் பரிசோதனையில் ஒரு பகுதியாக எடுத்து வந்த அந்த உலோகத்தை 1 இஞ்ச் கியூப் அளவில், வோல்ட் மீட்டரில் கனெக்ட் செய்து பார்த்தபோது இன்னொரு ஆச்சரியமும் அவருக்குக் காத்திருந்தது. 1 இன்ச் க்யூப் அளவு மட்டுமே கொண்ட அந்த சிறிய உலோகத்தின் மூலம் 2 கிலோ வாட்ஸ் அளவில் மின்சாரத்தைத் தயாரிக்க முடியும் என்பதையும் அவர் கண்டறிந்தார்.

உடனே ஆடம்ஸ் சற்றும் தாமதிக்காமல் லண்டனில் உள்ள டெய்லி எக்ஸ்பிரஸ் என்ற பத்திரிக்கையைத் தொடர்புகொண்டு, அந்த இடம் பற்றியும், அந்த இடத்தில் கண்டறிந்த பொருள்கள் பற்றியும் மற்றும் தான் கண்டறிந்த விஷயங்களைப் பற்றியும் கூறினார். இதனால் ஆச்சரியப்பட்ட அந்தப் பத்திரிகை இந்த விஷயங்கள் குறித்துக் கட்டுரைகளை எழுதச் சொல்லி ஆடம்ஸிடம் கேட்டது. ஆடம்ஸூம் சம்மதித்து தொடர்ச்சியாக சில கட்டுரைகளை எழுதினார். ஆனால் பிரிட்டிஷ் அரசின் உள்நாட்டு அமைச்சகம் தலையிட்டு அந்தக் கட்டுரைகளை நிறுத்தச் சொல்லி உத்தரவு பிறப்பித்தது. அரசிடம் எவ்வளவு பேசிப்பார்த்தும் பலனில்லை. அவர்கள் கூறிய பதில் எல்லாம் ஒன்றுதான். இந்த விஷயம் வெளியில் தெரிந்தால் நம் நாட்டுக்குத்தான் ஆபத்து!

1974-ல் ஒரு பனிக்கால இரவில், வெல்ஷ் மலையடிவாரத்தில் நடந்த அந்த மர்மமான விபத்துபற்றிய தகவல்கள் பலவும் இன்றும் யாருக்கும் சொல்லப்படாமல் ரகசியமாகவே இருக்கிறது. சிலர் அந்த விபத்து வேற்றுக்கிரகவாசிகளின் பறக்கும் தட்டால் நடைபெற்றது எல்லாம் இல்லை. பிரிட்டிஷ் ராணுவம் நடத்திய ஒரு ரகசிய வெடிகுண்டுப் பரிசோதனையை மறைப்பதற்காக அரசாங்கமே திட்டமிட்டு வெளியிட்ட ஒரு கட்டுக்கதை என்று கூறுகிறார்கள். அந்தப் பகுதி மக்களோ அந்த விபத்து வேற்றுக் கிரகத்தில் இருந்து

வந்த ஜீவராசிகளின் பறக்கும் தட்டு ஏற்படுத்தியதுதான் என்று அடித்துக் கூறுகிறார்கள். அந்த விபத்துக்குள்ளான பறக்கும் தட்டு குறித்தும், வெடித்துச் சிதறி விழுந்த அந்த உடல்களுக்கு என்ன ஆனது என்றும், அந்தப் பறக்கும் தட்டில் இருந்தவர்கள் உயிருடன்தான் இருந்தனரா? அவர்களைப் பிடித்து அரசாங்கம் என்ன செய்தது என்றும் மக்கள் இன்றும் கேள்வி எழுப்பி வருகின்றனர். அந்த விபத்து உண்மையிலேயே மனிதர்கள் ஏற்படுத்தியதா? அல்லது வேற்றுக் கிரகவாசிகளுடையதா? நீங்கள் என்ன நினைக்கிறீர்கள்?

•

5

கண்கள் இல்லாமல் பார்க்கும் மனிதர்கள்

1945-ம் வருடம், அமெரிக்காவின் நியூயார்க் நகரத்தின் போக்குவரத்து நெரிசல் நிறைந்த சாலை. ஒரு மனிதர் அந்தப் பரபரப்பான சாலையில் ஓடும் கார்களுக்கு மத்தியில் சைக்கிளில் சென்றுகொண்டிருக்கிறார். அங்கு சாலையில் நின்றுகொண்டிருந்த அனைவரும் அவரை ஆச்சரியத்துடன் பார்க்கின்றனர். காரில் சென்று கொண்டிருந்தவர்கள் கூடத் தங்கள் வாகனங்களை நிறுத்திவிட்டு அவரைக் கண்கொட்டாமல் பார்க்கின்றனர். சாலையில் செல்லும் ஒரு சாமான்ய மனிதரை ஏன் இவ்வளவு பேர் ஆச்சரியத்துடன் பார்க்க வேண்டும்? காரணம், அவர் சாதாரணமாக எல்லாம் செல்லவில்லை. கண்களைக் கட்டிக்கொண்டு கார்களுக்கு மத்தியில் சைக்கிளில் அதிவேகமாகச் சென்றுகொண்டிருந்தார்!

அந்த மனிதர் மக்கள் கூட்டம் நிறைந்த டைம்ஸ் சதுக்கத்தில் கண்களைக் கட்டிக்கொண்டு சென்றாலும் சிறிய மோதல் கூட இல்லாமல் விரைகிறார். எங்கே வேகமாகச் சென்றுகொண்டிருக்கும் கார்களில் அவர் இடித்துக் கீழே விழுந்து விடுவாறோ என்று எல்லோருக்குள்ளேயும் ஒரு பதற்றம். ஆனால் சைக்கிளில் சென்றுகொண்டிருக்கும் குடா பக்ஸ் என்ற அந்த மனிதர் இதைப் பற்றி அலட்டிக்கொள்ளவே

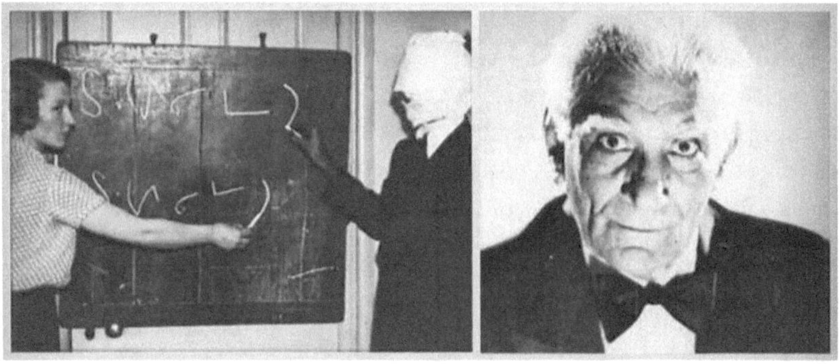

குடா பக்ஸ்

இல்லை. இத்தனைக்கும் பக்ஸ் மேஜிக் நிபுணரோ இல்லை கண்கட்டு வித்தை செய்பவரோ இல்லை. அவரிடம் இது குறித்துக் கேட்ட போது, தான் ரோட்டைப் பார்த்துக் கவனமாகத்தான் சென்றதாக சிரித்துக்கொண்டே கூறினார். அவரை சோதனை செய்து பார்த்தபோதுதான் பக்ஸால் கண்களை மூடிக்கொண்டே பார்க்க முடியும் என்று தெரிந்தது!

டைம்ஸ் சதுக்கத்தில் அவர் செய்த அசாத்தியமான இந்தச் சாகசத்தினால் 1930 மற்றும் 1940-களில் பக்ஸ் அமெரிக்காவின் மிகப்பெரிய பிரபலமான சாகசக்காரராக இருந்தார். அது சரி பக்ஸால் எப்படிக் கண்களைக் கட்டிக்கொண்டு சாலையில் வண்டியை ஓட்டமுடிந்தது? இது ஏதாவது ஏமாற்று வேலையா? கண்களில் கட்டியிருக்கும் துணியில் ரகசியமாகப் பார்க்கும்படி எதுவும் ஏற்பாடு செய்யப்பட்டிருந்ததா? அப்படியெல்லாம் ஏதுமில்லை என்றுதான் பக்ஸ் சொன்னார். பின் கண்களைக் கட்டிக்கொண்டு ஒரு மனிதனால் எப்படிப் பார்க்க முடியும்?

இப்படிக் கண்களை மூடியபடியோ அல்லது கண்கள் இல்லாமலேயே கூட உலகத்தைப் பார்க்கக்கூடிய ஒரே மனிதன் பக்ஸ் மட்டும் அல்ல. 17-ஆம் நூற்றாண்டில் ராபர்ட் பாயல் என்கிற ஐயர்லாந்தைச் சேர்ந்த விஞ்ஞானி ஒருவர் தனது ஆய்வுப் புத்தகம் ஒன்றில் கண்களைக் கட்டிக்கொண்டு ஒரு பொருளைத் தொட்டுப்பார்த்தே அந்தப் பொருளின் நிறம் என்ன என்பதைச் சரியாகக் கண்டுபிடிக்கத் தெரிந்த ஒருவரைப்பற்றி எழுதியுள்ளார்.

18வது நூற்றாண்டு ஐரோப்பியர்கள் வணிகம் செய்வதற்காகப் பல நாடுகளுக்குப் பயணம் செய்துகொண்டிருந்த நேரம். கடல்வழியாகப் பயணம் செய்த பிரிட்டிஷ்காரர்கள் அவர்களது நாட்டிற்குப்

பக்கத்திலேயே இருந்த சமோவா என்ற தீவுக்குச் சென்று இறங்கியபோது அவர்கள் அங்கிருந்தவர்களைக் கண்டு மிகுந்த ஆச்சரியம் அடைந்தனராம். காரணம், அத்தீவிலிருந்த கண்பார்வையற்ற மக்கள் தங்கள் தீவிற்கு வந்திருக்கும் பிரிட்டிஷ்காரர்களின் தோற்றத்தைக் கண்களால் பார்த்தது போலவே அச்சு பிசகாமல் வர்ணித்தார்களாம்!

இதேபோல 1893-ல் நியூயார்க்கைச் சேர்ந்த மருத்துவர்கள் மோலி ஃபேஞ்சர் என்கிற ஒரு மனிதரைப்பற்றி ஆச்சரியமான சில விஷயங்களைக் கூறுகின்றனர். இந்த மோலி பேஞ்சரால் சாதாரணமாக அச்சிடப்பட்ட ஒரு புத்தகத்தை எளிதாகப் படிக்க முடியும். இதில் என்ன ஆச்சரியம் என்று கேட்கிறீர்களா? மோலி பிறவியிலேயே கண்பார்வையற்றவர்! கண்பார்வையற்றவர் களுக்காக அச்சிடப்படுகின்ற சிறப்பு பிரெய்லி வகைப் புத்தகங்கள் இல்லாமல் சாதாரணமாக அச்சிடப்பட்ட புத்தகங்களைக்கூட அவர் தொட்டுப் பார்த்தே அதில் என்ன எழுதியிருக்கிறது என்று சொல்லிவிடுவாராம்.

அதே காலக்கட்டத்தில்தான் இத்தாலியைச் சேர்ந்த நரம்பியல் நிபுணர் டாக்டர் சிசாரே லோம்ப்போசா என்பவர் தான் சிகிச்சை அளித்து வந்த ஒரு 14 வயதுப் பெண்ணைப்பற்றிக் கூறினார். அந்தப் பெண் எதைப் பார்த்தாலும் அதைப்பற்றி சாதாரண மனிதர்கள் மாதிரியே சொல்லிவிடுவார். என்ன அந்தப் பெண்ணுக்கும் பார்வையில்லை என்று நினைக்கிறீர்களா? இல்லை... அந்தப் பெண்ணால் பார்க்க முடியும். ஆனால், நம்மை மாதிரி கண்களால் இல்லை காது மற்றும் மூக்கால் பார்க்கமுடியும்!

அந்தப் பெண்ணுக்கு இடது காதின் நுனி மற்றும் மூக்கு நுனியில் பார்க்கும் திறன் அமைந்திருப்பதாக சிசாரே கூறினார். இத்துடன் ஒரு சுவாரசியமான சம்பவமும் நடக்கிறது. அந்தப் பெண்ணைப் பரிசோதனை செய்த சிசாரோ தனது கையில் ஒரு பென்சிலை வைத்து அந்தப் பெண்ணுடைய மூக்கு நுனியைத் தெரியாமல் இடித்துவிடுகிறார். அப்போது அந்தப் பெண் வலி தாங்க முடியாமல் கத்திவிட்டு, சிசாரோவைப் பார்த்து 'என்னைக் குருடாக்கப் பார்க்குறீங்களா?' என்று கோபமாகக் கேட்டாளாம்!

இதுபோன்ற மனிதர்களைக் குறித்து அறிந்த பிரெஞ்சு விஞ்ஞானி ஜூல்ஸ் ரோமைன்ஸ் ஆச்சரியத்தில் ஆழ்ந்தார். இவர்களைக் குறித்து மேலும் அறிந்துகொள்வதற்காக அவர்களைச் சந்தித்துப் பல வருடங்கள் ஆராய்ச்சி செய்தார். இறுதியில் ஆராய்ச்சியின் முடிவில்

1920-ல் இதுபோன்ற விசித்திரமான பார்வை கொண்ட மனிதர்கள் குறித்த மிகப்பெரிய ஆய்வுக் கட்டுரை ஒன்றை அவர் வெளியிட்டார். அந்தக் கட்டுரையில் இதுபோன்ற பார்வையற்ற மனிதர்களின் பார்க்கும் தன்மைக்கு 'கண்களற்ற பார்வை' என்று பெயரிடுகிறார்.

இந்தக் கண்களற்ற பார்வை கொண்ட மனிதர்களால் மற்ற சாதாரண மனிதர்களைப் போன்ற கண்பார்வை இல்லாமலேயே ஒரு பொருளைத் தொடாமலேயே அந்தப் பொருள் என்ன? எந்த நிறத்தில் இருக்கிறது? எந்த வடிவத்தில் இருக்கிறது? எவ்வளவு பெரிதாக இருக்கிறது என்று எல்லாவற்றையும் சொல்லிவிட முடியும். அதேபோல சில மனிதர்களால் கண்களைப் போலவே விரல் நுனி, கன்னம், ஏன் வயிறு போன்ற பிற உடல் உறுப்புகளால்கூட பார்க்க முடியும் என்று ஜூல்ஸ் எழுதியுள்ளார்.

ஜூல்ஸ் ரோமைன்ஸ் எழுதிய இந்த ஆய்வுப் புத்தகம் மருத்துவ உலகத்தில் பெரிதாகக் கண்டுகொள்ளப்படவில்லை. இருந்த போதிலும், அவருடைய இந்த 'கண்களற்ற பார்வை' என்கிற மனிதர்களின் சிறப்புப் பார்வை குறித்த விளக்கம் பல செய்தித் தாள்களில் அன்று தலைப்புச் செய்தியாக வந்தது.

இதே போன்று 1960-ம் ஆண்டு 14 வயது மார்க்கரேட் போஸ் என்ற பெண்மணியை சில மருத்துவ நிபுணர்கள் ஓர் ஆழமான பரிசோதனைக்கு உட்படுத்தினார்கள். மார்க்கரேட்டால் கண்களைக் கட்டிக்கொண்டே ஒரு புத்தகத்தில் நாம் சொல்கிற ஏதாவது ஒரு பக்கத்தில் இருக்கும் வாக்கியங்களைத் துல்லியமாகப் படிக்க முடியும். அதுமட்டும் இல்லாமல் மார்க்கரேட்டால் ஒரு பொருளையும், அதனுடைய நிறத்தையும்கூட சொல்லிவிட முடியும். இதெல்லாம் என்ன பிரமாதம்? அவரால் கண்களைக் கட்டிக்கொண்டு செஸ் போர்டுகூட விளையாட முடியும்!

நடைபெற்ற பல்வேறுகட்ட பரிசோதனைகளின் முடிவில் மார்க்கரேட் பொய் சொல்லவில்லை என்றும் உறுதியானது. ஆனால் அவரால் எப்படிக் கண்களைக் கட்டிக்கொண்டே எல்லாவற்றையும் செய்ய முடிகிறது என்பதை மட்டும் அந்த அமெரிக்க விஞ்ஞானிகளால் சொல்ல முடியவில்லை.

1963-களுக்குப் பிறகுதான் இதுபோன்ற மனிதர்களைப் பற்றிய ஆய்வு மருத்துவத் துறையில் பிரபலமாகியது. ரஷ்யாவில் மருத்துவ ஆய்வாளர்கள் சிலர் குலேஷோவா என்ற பெண்மணியை மருத்துவப் பரிசோதனை செய்தார்கள். ரோஷா குலேஷோவால் தன்னுடைய விரல் நுனியாலும், கை மூட்டினாலும்கூட செய்தித்தாள்களில்

இருக்கும் எழுத்துக்களை வாசிக்க முடியும், ஏன் இசை படிப்பவர்கள் எழுதும் இசைத் துணுக்குகளையும் கூட வாசிக்க முடியும் என்பது தெரிந்தது.

இந்த ஆய்வினால் ஆச்சரியமடைந்த ரிச்சர்ட் பி. யூட்ஷ் என்கிற கொலம்பியா பல்கலைக்கழகத்தைச் சேர்ந்த ஓர் உளவியல் நிபுணர் குலேஷோவா பற்றிய ஆராய்ச்சியைத் தொடர விரும்பினார். ஆராய்ந்தார். பல வருடங்களாக நடத்தப்பட்ட பல சோதனைகளுக்குப் பிறகு ரிச்சர்ட் ஒரு முடிவுக்கு வந்தார். அது என்னவென்றால் குலேஷோவா மற்றும் அவரைப் போன்ற ஆற்றல் படைத்த பிற மனிதர்களுடைய உடலில் உள்ள ஒரு குறிப்பிட்ட பகுதி மட்டும் அளவுக்கு அதிகமாக சென்சிடிவாகவுள்ளது. இதன் மூலமாக அவங்களால் ஒவ்வொரு நிறத்தில் இருந்தும் வெளிப்படுகிற நிறத்தின் வெப்ப தன்மையைப் பிரித்தறிய முடிகிறது. இதை வைத்தே ஒரு பொருள் என்ன நிறத்தில் இருக்கிறது என்னவாக இருக்கிறது என்பதையெல்லாம் அவர்களால் சொல்லிவிட முடிகிறது. உதாரணத்திற்குக் கருப்பு நிறத்தில் இருந்து அதிக வெப்பம் வெளியாகும் என்பதால் அவர்களால் அந்த வெப்ப அளவை உணர்ந்துகொண்டு அது என்ன நிறம் என்று அறிந்துகொள்ள முடியும்.

அதனால் இதுபோன்ற பார்வையற்ற மனிதர்களால் படிக்கமுடிவதும் சாத்தியம்தான் என்று ரிச்சர்ட் முடிவுக்கு வருகிறார். ஏனென்றால் புத்தகம் பொதுவாகக் கருப்பு நிற மையாலேயே எழுதப்பட்டிருக்கிறது. அதில் உள்ள கருப்பு நிற எழுத்துக்கள் வெள்ளை இடைவெளியை விட அதிக வெப்பத்தை வெளியிடுவதால் அந்த எழுத்துகளைப் பார்க்காமலேயே வெப்பத்தின் அளவை மட்டும் உணர்ந்து அந்தப் புத்தகத்தை முழுதாக வாசிக்க முடியும்!

ரிச்சர்டுடைய இந்த ஆய்வு கண்களால் பார்க்காமல் கைகள் அல்லது வேறு ஓர் உடல் உறுப்புகள் மூலம் அந்தப் பொருளைத் தொட்டு அதன் நிறத்தை, வடிவத்தைக் கண்டுபிடிக்கக்கூடியவர்களைச் சரியாக விளக்கினாலும், குடா பக்ஸ் மாதிரியோ அல்லது மார்க்கரேட் மாதிரியோ ஒரு பொருளைத் தொடாமலேயே கண்களை மூடிக்கொண்டு அந்தப் பொருள் குறித்த அனைத்து விஷயங்களையும் எப்படிக் கூறமுடிகிறது என்பதை விளக்க முடியவில்லை. இதுபோன்ற கண்களற்ற பார்வை என்ற ஒரு விஷயம் அறிவியல் ரீதியாகப் பதிவு செய்யப்பட்டாலும் அது எப்படி சாத்தியப்படுகிறது என்பது மட்டும் இன்னும் நீடிக்கும் மர்மமாகவே தொடர்கிறது.

•

6

போர்லி ரெக்டரி என்கிற பயங்கரப் பேய் வீடு

உலகம் முழுவதும் பல அமானுஷ்ய இடங்களைப் பற்றி நாம் கேள்விப்பட்டிருப்போம். பேய்கள் வாழ்கின்ற அரண்மனைகள், ஆவிகள் வசிக்கிற வீடுகள் என்றெல்லாம் கதைகளில் படித்திருப்போம், படங்களில் பார்த்திருப்போம். ஆனால், இன்றுவரை உலகில் உள்ள அதிபயங்கரப் பேய் வீடு என்று சொல்லப்படுகிற ஒரு வீட்டைப்பற்றி நீங்கள் கேள்விப் பட்டிருக்கிறீர்களா? அதைத்தான் நாம் இப்போது பார்க்கப்போகிறோம்.

இங்கிலாந்தில் அமைந்துள்ள அந்த வீட்டின் பெயர் 'போர்லி ரெக்டரி'. ரெக்டரி என்றால் இங்கிலாந்தில் கட்டப்பட்டு வந்த ஒருவகை அமைப்பு கொண்ட (rectory designs) பழமையான வீடு. 1863-ல் ரெவரெண்ட் ஹென்றி டாஸன் என்பவர் அந்த வீட்டைக் கட்டுகிறார். போர்லி நகரத்தின் சர்ச் பக்கத்திலேயே அந்த வீடு கட்டப்பட்டதால் அந்த வீடு போர்லி ரெக்டரி என்று அழைக்கப்பட்டது. அந்தப் புதிய வீட்டில் டாஸனும் அவருடைய மனைவியும் மற்றும் 14 குழந்தைகளுமாக குடியேறினார்கள் (14 குழந்தைகளா என்று ஆச்சரியப்பட வேண்டாம். அந்தக் காலத்தில் இந்த எண்ணிக்கையெல்லாம் சகஜம்).

போர்லே நகரத்தில் அமைந்துள்ள சர்ச்சுக்கும் ஒரு கதை உண்டு. 12-வது நூற்றாண்டில் கட்டப்பட்ட அந்தச் சர்ச் குறித்த பதிவுகள் இங்கிலாந்து அரசாங்கத்தால் அந்தப் பகுதி குறித்து ஆய்வு செய்யப்பட்டு எழுதப்பட்ட 'டோம்ஸ்டே' என்ற புத்தகத்திலும் குறிப்பிடப்பட்டிருக்கிறது. இந்தச் சர்ச் குறித்த அமானுஷ்ய கதை ஒன்றும் அப்பகுதி மக்களால் சொல்லப்பட்டு வருகிறது.

போர்லி நகர சர்ச்சில் பாதிரியாராக இருந்த ஒருவர் பக்கத்தில் இருந்த கான்வென்டில் வேலை பார்த்து வந்த கன்னியாஸ்திரி ஒருவரோடு யாருக்கும் தெரியாமல் உறவில் ஈடுபட்டு வந்திருக்கிறார். ஒருநாள் இந்த உறவு குறித்த விஷயம் அரசு அதிகாரிகளுக்கும் பொது மக்களுக்கும் தெரிந்துவிட, உடனே அதிகாரிகள் அந்தப் பாதிரியாரைக் கொன்றுவிட்டு அந்தக் கன்னியாஸ்திரியை அந்தக் கான்வெண்டின் சுவரிலேயே உயிருடன் வைத்துப் பூசி விடுகிறார்கள். அதற்குப் பின் அந்தக் கன்னியாஸ்திரியின் ஆவி அந்தப் பகுதியில் இரவு நேரங்களில் நடமாடி வருவதாகச் சொல்லப்படுகிறது.

1885ம் வருடத்திலிருந்துதான் போர்லி ரெக்டரி வீட்டில் அமானுஷ்ய விஷயங்கள் நடக்கத் தொடங்கியதாகச் சொல்லப்படுகிறது. ஒரு நாள் இரவு உள்ளூர் மக்கள் சிலர் டாஸனுடைய வீட்டின் வெளியில் யாரோ ஒருவர் நடக்கும் காலடி சத்தம் ஒன்று இரவு முழுக்கக் கேட்டதாகக் கூறினர். ஆனால் அந்தச் சத்தம் வந்த இடத்தில் யாரும் இல்லை.

1892ல் ஹென்றி டாஸன் இறந்தது விடுகிறார். அவருக்குப் பிறகு அவருடைய மகன் ஹாரி அந்த வீட்டில் தன்னுடைய மனைவி, மகள்களுடன் தொடர்ந்து வசித்து வந்தார். அதன் பின்தான் அந்த வீட்டில் அதிகமாக அமானுஷ்ய விஷயங்கள் நடக்கத் தொடங்கிய தாகக் கூறப்படுகிறது. இதனால் பயந்துபோன ஹாரி தன்னுடைய குடும்பத்தோடு அந்த வீட்டிலிருந்து வெளியேறி பக்கத்திலேயே வேறு ஒரு வீட்டில் குடியேறிவிடுகிறார். அவரும் இறந்தபிறகு அந்த ரெக்டரி வீடு அப்படியே விடப்படுகிறது.

அதற்குப் பிறகு 15 வருடம் கழித்து ஜூலை 28,1900-ல் ரெவரண்ட் டாஸனுடைய பேரக் குழந்தைகள் 4 பேர் சூரியன் அஸ்தமனமாகும் நேரத்தில் வீட்டுக்குள் ஹாலில் விளையாடிக் கொண்டிருந்தபோது, அவர்களில் சிறுமி ஒருத்தி கொல்லைப்புறத்தில் ஏதோ சத்தம் கேட்டு ஜன்னல் வழியாக எட்டிப் பார்த்தாள். அப்போது அங்கு கன்னியாஸ்திரியின் உருவம் ஒன்று நின்றுகொண்டு இருக்க, அந்தச்

ரெக்டரி வீடு

சிறுமி தன்னுடைய சகோதரிகளை அழைத்து அந்த உருவத்தைக் காட்ட 4 பேருமே அந்த ஆவியைப் பார்த்துக்கொண்டிருந்தபோதே திடீரென்று அந்த ஆவி மறைந்து மாயமாகிப் போய்விட்டது.

அதன் பின் டாஸனின் பிள்ளைகள் யாருக்கும் அந்த வீட்டில் சென்று வசிக்க விருப்பமில்லை. கேட்பாரற்றுக் கிடந்த அந்த வீட்டை சில ஆண்டுகளுக்குப் பிறகு எரிக் ஸ்மித் என்பவர் விலைக்கு வாங்கி தன்னுடைய மனைவியுடன் அங்கு குடியேறினார்.

அவர்கள் குடியேறிய அன்றைக்கே ஸ்மித்துடைய மனைவி அந்த வீட்டைச் சுத்தம் செய்துகொண்டிருந்தபோது வீட்டில் இருந்த ஓர் அலமாரியில் இருந்து பிரவுன் நிற பொட்டலம் ஒன்றைக் கண்டெடுத்தார். அதைத் திறந்து பார்த்ததுமே அவரின் உடல் கிடுகிடுத்து நடுநடுங்கியது. ஆம்! அந்தப் பொட்டலத்தின் உள்ளே இருந்தது மனித எலும்புக்கூடுகள்!

தொடர்ந்து அந்த வீட்டில் பலப்பல அமானுஷ்ய விஷயங்கள் நடக்கத்தொடங்கின. திடீரென்று கதவைத் தட்டும் சத்தம், பெல் அடிக்கும் சத்தம் கேட்கும். கதவைத் திறந்து பார்த்தால் யாரும் இருக்க மாட்டார்கள். சிறிது நேரத்திற்குப் பின்னால் மீண்டும் சத்தம் தொடங்கிவிடும். அதேபோல ஜன்னல் வழியாக வெளிச்சம் ஒன்று

அவ்வப்போது தோன்றி மறையும். ஜன்னல் கதவுகள் காற்றில் ஆடியதுபோல தானாக திறந்து திறந்து அடித்து மூடுவதும், வீடு முழுக்க யாரோ நடக்கின்ற காலடிச் சத்தமும் தொடர்ந்து கேட்டுக்கொண்டிருக்கும்.

ஸ்மித்தின் மனைவி ஒரு நாள் இரவு நேரத்தில் மாடி ஜன்னலின் வழியாக வெளியே பார்த்துக்கொண்டிருந்தபோது திடீரென்று ஒரு குதிரை வண்டி தோன்றி வீட்டிற்குப் பின்னால் சென்று காற்றில் மறைந்துவிடுகிறது. திகிலடைந்து போனவர் இந்தத் தனது அமானுஷ்ய அனுபவங்களை டெய்லி மிரர் என்ற பத்திரிக்கையை அழைத்து விவரித்துக் கூறினார். அந்தப் பத்திரிக்கையும் ரிப்போர்ட்டர் ஒருவரை அனுப்பி ஸ்மித் குடும்பத்தினரிடமும், அக்கம்பக்கத்தில் விசாரித்தும் அந்த வீடு குறித்த திகிலூட்டும் பல கட்டுரைகளைத் தொடர்ச்சியாக வெளியிட்டது. இப்படித்தான் அந்த வீடு குறித்த செய்தி முதலில் வெளியே தெரிய வருகிறது. மேலும் அந்தப் பத்திரிக்கை ஹாரி பிரைஸ் என்கிற அமானுஷ்ய விஷயங்களைக் குறித்து ஆராயும் நிபுணர் ஒருவரையும் அந்த வீட்ட்டுக்கு அனுப்பி வைத்தது.

1929 ஜூன் 12-ம் தேதி ஹாரி பிரைஸ் அந்த வீட்டுக்கு வந்தவுடன் அங்கு நடக்கும் அமானுஷ்ய விஷயங்கள் எல்லையை மீறிச் சென்றது. திடீரென்று அந்த வீட்டுக்குள் எங்கிருந்தோ கற்கள் வீசப்படுகிறது. பொருள்கள் எல்லாம் திடீர் திடீரென்று இருந்த இடத்தில் கீழே விழுந்து உடைகிறது. இதையெல்லாம்விடப் பயங்கரமாக அந்த வீட்டில் இருக்கும் கண்ணாடிகளில் சில ரகசிய வார்த்தைகள் எழுதப்பட்டு தெரிகிறது.

இந்த விஷயங்கள் எல்லாம் ஸ்மித்தின் குடும்பத்தைப் பாதித்துவிட, பயந்து போன அவர்கள் ஜூலை 14, 1929, அந்த வீட்டை விட்டு வெளியேறினர். அதன் பின்னர் அந்த வீட்டிற்கு ஸ்மித்துடைய உறவினர் லயனல் போய்ஸ்டர் என்பவர் தன்னுடைய மனைவி மரியேன் மற்றும் அவருடைய தத்தெடுக்கப்பட்ட பெண் குழந்தை அடெலேய்டு ஆகியோருடன் 1930-ஆம் ஆண்டு அக்.16, 1930-ம் தேதி குடியேறினார்.

லயனல் ஒரு தைரியமான ஆசாமி. அவருடைய குடும்பத்தினரும்தான். எதற்கும் பயம் கொள்ளாத லயனல் அந்த வீட்டில் அதன் பிறகும் நடந்துகொண்டிருந்த அனைத்து அமானுஷ்ய விஷயங்கள் பற்றியும் ஸ்மித்துக்குத் தொடர்ச்சியாகக் கடிதம் எழுதி அனுப்பிக் கொண்டே இருந்தார். அக்டோபர் 1930 முதல் 1935 வரை 5

ஆண்டுகளில் சுமார் 2000 அமானுஷ்ய சம்பவங்கள் நடந்ததாக லயனல் குறிப்பிடுகிறார்.

ஒருநாள் லயனலின் மனைவி மரியேன் கட்டிலில் தூங்கிக் கொண்டிருந்தபோது திடீரென்று யாரோ ஒருவரால் கீழே தள்ளிவிடப்படுகிறார். தான் தூக்கத்தில் கீழே விழவில்லை என்றும், தன்னை ஒரு கை வந்து உலுக்கியபோது விழித்துக்கொண்டதாகவும், அதன்பின்தான் அந்தக் கை தன்னைக் கீழே தள்ளியதாகவும் மரியேன் கூறினார். மற்றொரு நாள் பயங்கரமான உருவம் ஒன்று திடீரென்று மரியேன் முன் தோன்றி அவரைத் தாக்கிவிட்டு மறைந்தது. இதனால் அவருடைய உடலில் தழும்புகளும் தோன்றியுள்ளது.

ஆனால் லயனலும் விடுவதாக இல்லை. அந்த அமானுஷ்யச் சக்தியை எப்படியாவது தனது வீட்டிலிருந்து விரட்டி விட வேண்டும் என்று பேய் ஓட்டும் சடங்கு ஒன்றுக்கு ஏற்பாடு செய்கிறார். பல பவுண்டுகள் செலவு செய்து நடத்தப்பட்ட அந்தச் சடங்கால் எந்தப் பலனும் கிடைக்கவில்லை. ஒருநாள் இரவு அவர் வீட்டிற்குள்ளேயே நடந்து சென்று கொண்டிருந்தபோது பெரிய கல் ஒன்று அவருடைய தோள்பட்டையில் தாக்கி அவருக்குக் காயம் உண்டானது.

இது ஒரு பக்கம் நடைபெற்றுக்கொண்டிருக்க, டெய்லி மிரர் பத்திரிக்கை இந்தச் சம்பங்களைத் தொடர்ந்து கட்டுரைகளாக பிரசுரித்துக்கொண்டே வந்தது. இது ஒரு பக்கமிருக்க திடீரென்று ஒரு திருப்பம். ஒரு கட்டத்தில் லயனிலின் மனைவி மரியனுக்கு வீட்டில் நடைபெற்றுக்கொண்டிருக்கும் இந்தச் சம்பவங்கள் எல்லாம் தன்னுடைய கணவரே ஏற்பாடு செய்து நடத்தும் ஏமாற்று வேலையோ என்கிற சந்தேகம் வந்துவிடுகிறது. இதன்பிறகு கணவன் மனைவிக்குள் தினமும் சண்டை சச்சரவு பிரச்னையாகவே இருக்கிறது. மனைவியுடனான இந்தக் கருத்துவேறுபாட்டால் லயனலின் உடல் ஆரோக்கியமும் பாதிக்கப்படத் தொடங்கியது. அதனால் அவர் ஒரு முடிவுக்கு வந்தார். தன் மனைவியை அழைத்துக்கொண்டு அந்தப் போர்லி ரெக்டரி வீட்டை விட்டு வெளியேறினார்.

அதன் பிறகு 5 வருடங்கள் பூட்டிக்கிடந்த அந்த வீடு ஹாரி பிரின்ஸ் என்பரால் வாங்கப்பட்டு மீண்டும் புதுப்பிக்கப்பட்டு ஒரு வாடகை விடுதியாக மாற்றப்பட்டது. ஆனால் அந்த விடுதியில் யாரும் வந்து தங்குவதற்குத் தயாராக இல்லை. இதனால் அந்த விடுதியின் உரிமையாளர் ஹாரி பிரின்ஸ் (இந்த வீட்டைக் கட்டிய டாஸனின் குடும்பத்தினர்களில் ஒருவர்) டைம்ஸ் பத்திரிக்கையில் விளம்பரம்

ஒன்றைத் தந்தார். தனது போர்லி ரெக்டரி விடுதியில் அமானுஷ்ய விஷயங்கள் நடக்கிறது என்பதெல்லாம் நிஜமில்லை. அப்படி அமானுஷ்ய விஷயங்கள் நடக்கிறது என்பதை அந்த விடுதியில் தங்கி நிரூபிப்பவர்களுக்குப் பரிசுப் பணம் தருகிறேன் என்று ஒரு சவால் விடுத்தார். இந்தச் சவாலை ஏற்பதற்குப் பலர் முன் வந்தனர். அவர்களில் இருந்து 40 பேரை ஹாரி தேர்வு செய்தார்.

1938-ல் ஹெலன் கிளான்வில் என்ற மாணவி அந்த விடுதியில் தங்கி ஓஜா போர்டு (ஆவிகளுடன் பேசுவதற்குப் பயன்படும் ஒரு பலகை) மூலமாக அமானுஷ்ய ஆவிகளுடன் பேச முயற்சி செய்கிறார். அவரது அந்த முயற்சி பலன் அளித்தது. அவர் அழைத்தபோது இரண்டு ஆவிகள் பேசுவதற்கு முன் வந்தன. அதில் ஓர் ஆவி தன்னுடைய பெயர் மேரி லயருன் என்றும், தான் ஒரு கன்னியாஸ்திரி என்றும் கூறியது.

அந்த மேரியுடைய ஆவிதான் தனது முன்கதையைக் கூறியது. இந்த போர்லி ரெக்டரில் வைத்துத்தான் அவர் கொலை செய்யப்பட்ட தாகவும், அப்போது கான்வென்டாக இருந்த இந்த இடத்தில்தான் தற்போது இந்த விடுதி கட்டப்பட்டிருப்பதாகவும் அது சொன்னது. அந்த ஆவியிடம் கேட்கப்பட்ட கேள்விகளுக்குத் தரப்பட்ட பதில்கள் அனைத்தும் இதற்கு முன்னால் சொல்லப்பட்டு வந்த கதைகளுடன் அப்படியே பொருந்திப் போனது! ஆனால் அந்தக் கன்னியாஸ்திரியின் கடைசிப் பெயர் (Last Name) இங்கிலாந்தில் வைக்கக்கூடிய பெயர் அல்ல; அது ஒரு பிரெஞ்ச் பெயர். இந்த விஷயம் மட்டும் குழப்பத்தை ஏற்படுத்தியது. அதற்கு அந்த ஆவி, தான் பிரெஞ்ச் நாட்டைச் சேர்ந்தவர் என்றும், தான் திருமணம் செய்துகொண்டு இங்கிலாந்துக்கு வந்து, அதற்குப் பிறகுதான் கன்னியாஸ்திரி ஆனதாகவும் கூறியது. தன்னைத் திருமணம் செய்துகொண்டவர் வேறு யாரும் இல்லை, தான் வேலை பார்த்துவந்த கான்வென்டைக் கட்டியவர் என்றும் கூறியது.

17வது நூற்றாண்டில் தான் கொலை செய்யப்பட்டதில் இருந்து இந்த வீட்டிலேயே ஆவியாக நடமாடிக்கொண்டு வருவதாகவும், தன்னுடைய உடல் இந்த வீட்டின் சுவர்களுக்கு இடையில் புதைக்கப்பட்டிருப்பதாகவும், அந்த உடலை எடுத்து முறைப்படி அடக்கம் செய்தால்தான் தன்னுடைய ஆத்மா சாந்தி அடைந்து இந்த வீட்டை விட்டுச் செல்ல முடியும் என்றும் கூறியது. மேலும் அந்த வீட்டின் சுவர்களில், கண்ணாடியில் எழுதப்பட்ட எழுத்துக்கள் அனைத்தையும் அங்கு தங்கியிருப்பவர்களிடம் உதவி கேட்டு நான்தான் எழுதினேன் என்றும் கூறியது. இவ்வளவு நல்ல ஆவியாக

இருக்கக்கூடிய மேரி பின்னர் எதற்காக வீட்டில் தங்கி இருப்பவர்களைத் தாக்க வேண்டும்? இதற்கு விடை இருக்கிறது. அவர்களைத் தாக்கியது மேரி இல்லை!

பின்பு யார்? மேரியுடன் இருக்கும் இன்னொரு பயங்கரமான ஆவி!

ஓஜா போர்டு மூலமாக தொடர்புகொண்டபோது 2 ஆவிகள் பேசியது என்று பார்த்தோம் அல்லவா. அதில் ஓர் ஆவி தான் மேரி. இன்னொன்றுதான் அந்த வீட்டில் இருப்பவர்களைத் தாக்கிய ஆவி. அந்த ஆவியின் பெயர் பெயர் சன்னெக்ஸ் அம்யூர்ஸ். அந்த ஆவி தன்னைப்பற்றி எந்த விவரங்களையும் கூறவில்லை. ஆனால் ஒன்று மட்டும் கூறியது. அன்றைக்கு இரவே 9 மணிக்கு அந்த வீடு முழுவதையும் நெருப்பால் கொளுத்தி எரிக்கப்போவதாகக் கூறியது! தொடர்ந்து அந்த வீடு முழுதாக எரிந்தபிறகு அங்குக் கொல்லப்பட்ட என்னுடைய எலும்புகள் உங்களுக்குக் கிடைக்கும் என்றும் கூறியது. இந்த விஷயம் அங்கிருந்தவர்கள் அனைவரையும் மிரட்டிவிட்டது.

அன்று இரவு 9 மணிக்கு சனெக்ஸ் ஆவி சொன்னதுபோல் ஏதும் நடக்கவில்லை. ஆனால் சரியாக ஒரு வருடம் கழித்து இரவு 9 மணிக்கு அந்த வீடு தீப்பிடித்து எரிந்தது. அந்த வீட்டில் அப்போது குடியிருந்தவர்கள் ஓர் அறையில் ஏற்றப்பட்டிருந்த எண்ணெய் விளக்குத் தானாகக் கீழே விழுந்து பக்கத்தில் இருந்த பேப்பர்கள், அட்டைப்பெட்டிகள் எல்லாவற்றிலும் பரவியதாகக் கூறினார்கள். வீடு தீப்பிடித்து எரிவதை அந்த வழியாகச் சென்றுகொண்டிருந்த ஒருவர் பார்த்துவிட்டு உதவிக்கு ஓடி வந்ததாகவும், அந்த வீட்டின் மாடியில் இருந்த ஜன்னல் வழியாக உள்ளே கன்னியாஸ்திரியின் உருவம் ஒன்று நின்றுகொண்டிருந்ததை அவர் கண்டதாகவும் கூறினார்கள்.

வீடு எரிந்து முடிந்தபின் அந்த வீட்டைச் சோதனையிட வந்த இன்ஷுரன்ஸ் கம்பெனிக்காரர்கள் நன்றாகப் பார்த்துவிட்டு, இந்தச் சம்பவம் பணத்துக்காகச் செய்த மோசடி என்று சொல்லிவிட்டார்கள். ஆனால் அவர்கள் வீட்டைச் சோதனையிட்டபோது கருகிப்போன நிலவறையில் இருந்து ஒரு பெட்டி கண்டெடுக்கப்பட்டது. அந்தப் பெட்டியின் உள்ளே இரண்டு எலும்புகள் இருந்தன!

அதன்பிறகு அந்த வீட்டு உரிமையாளர் ஹாரி நிலவறை முழுவதையும் இடித்துப் பார்த்ததில் எதுவும் கண்டெடுக்கப்பட வில்லை. பின்னாளில் அந்த வீடு குறித்த அனைத்து விஷயங்களையும் ஆராய்ந்து எழுதப்பட்ட *'The Haunting of Borley Rectory'* என்ற புத்தகம்

ஒன்று வெளியாகியது. அந்தப் புத்தகத்தில் ஹாரி வீட்டில் நடந்த எந்த அமானுஷ்யச் சம்பவங்களும் உண்மையில்லை என்றும், அனைத்தும் ஹாரியின் கற்பனைதான் என்றும் அப்புத்தகத்தில் சொல்லப் பட்டிருந்தது. எஸ்பிஆர் என்ற அமைப்பு ஒன்று இதுகுறித்த ஆய்வுகளை நடத்தி போர்லி ரிப்போர்ட் என்கிற அறிக்கை ஒன்றை வெளியிட்டது. அதில் ஹாரிக்கு நடந்த எல்லா விஷயங்களும் ஒன்று போலியாக இருக்க வேண்டும் அல்லது இயற்கையாக நடந்த சில விஷயங்களை ஹாரி அமானுஷ்ய சக்திகளோடு தொடர்புப்படுத்திக் குழப்பிக்கொண்டிருக்கவேண்டும் என்றும் கூறப்பட்டது.

ஆனால் ராபர்ட் ஹாஸ்டிங் என்கிற அதே எஸ்பிஆர் அமைப்பைச் சேர்ந்த உறுப்பினர் ஒருவர் ஹாரிக்கு எதிராக சொல்லப்பட்ட விஷயங்கள் அனைத்திற்கும் தகுந்த ஆதாரம் இல்லை என்று சொல்லி மறுத்துவிடுகிறார். மேலும் சிலர் 1938-ம் ஆண்டு சர்ச்சில் இருந்த பாதிரியார் குறித்தும், மேரி என்ற கன்னியாஸ்திரியின் கதை குறித்தும் எந்த ஒரு வரலாற்றுப்பூர்வமான ஆதாரமும் இல்லை என்றும், அந்தச் சர்ச் பக்கத்தில் போர்லி ரெக்டரில் குடி வந்த டாஸனுடைய குழந்தைகள்தான் இந்தக் கதைகளை உருவாக்கியதாகவும் கூறினர். இந்தக் கன்னியாஸ்திரியின் கதை ரிட்ஜர் ஹாகர்டுடைய நாவலில் வருகிற ஒரு கன்னியாஸ்திரி கதாபாத்திரத்தில் இருந்து எடுக்கப்பட்ட தாகவும் இதை வைத்து ஊர் மக்களைப் பயமுறுத்துவதற்காகவும், தனிப்பட்ட வேறு சில காரணங்களுக்காகவும் இந்தக் கதைகள் உருவாக்கப்பட்டதாகவும் கூறப்பட்டது.

அதன் பிறகு வந்த பல நிபுணர்கள் இந்தக் கதைகள் குறித்தும், அந்த இடத்தைக் குறித்தும் ஆராய்ச்சி செய்து பல புத்தகங்களை வெளியிட்டுள்ளனர். அனைத்துப் புத்தகங்களும் அவரவர் பார்வையில் இந்த போர்லி ரெக்டரியின் அமானுஷ்யங்கள் குறித்து விவரிக்கிறது. போர்லி ரெக்டரி இடிக்கப்பட்டு பல வருடங்கள் ஆன போதிலும் அந்த வீடு இருந்த பகுதியில் அமானுஷ்ய விஷயங்கள் இப்போதும் தொடர்ந்து நடைபெற்றுக்கொண்டு வருவதாகவும் சொல்லப்படுகிறது.

•

7

விசித்திர மின்னல் பந்து

1984-ஜனவரி மாதம். சோவியத் ஒன்றியத்தின் விமானிகள் இல்யுஷின் 18 என்ற விமானத்தில் கருப்புக் கடலுக்கு (Black Sea) மேலே பறந்துகொண்டு இருந்தனர். சரியாகக் கடலின் நடுப்பகுதிக்கு மேலே அவர்கள் பறந்துகொண்டிருந்தபோது 4 இன்ச் அளவு மட்டுமே உள்ள நெருப்புப் பந்து ஒன்று அவர்களின் விமானத்திற்கு முன்னால் வானத்தில் பறந்து பறந்துபோனது. நடுவானத்தில் அதுபோன்ற ஓர் ஆச்சரியத்தை அதற்கு முன்னர் அவர்கள் பார்த்ததில்லை.

இது குறித்து சோவியத் நாட்டின் செய்தி நிறுவனமான 'டாஸ்' (Tass) செய்தி ஒன்றை ஒளிபரப்பியது. விமானத்துக்கு முன்னால் பறந்துகொண்டிருந்த அந்த நெருப்புப் பந்து காதையே செவிடாக்கக்கூடிய சத்தத்துடன் சென்று திடீரென்று மறைந்துபோனது. பின்னர் சில நொடிகளில் மீண்டும் அது வானில் தோன்றி மூடியிருக்கும் விமானத்துக்குள்ளேயே புகுந்து வந்தது என்று சொல்லப்படுகிறது. அது எப்படி முடியும்? விமானத்தின் கதவுகள் அனைத்தும் காற்று கூட நுழைய முடியாத அளவுக்கு உறுதியானவை. மேலும் ஓர் உலோகத்தால் முழுமையாக

மூடப்பட்டிருக்கும் அந்த விமானத்தினுள் எப்படி அந்த நெருப்புப் பந்து புகுந்து உள்ளே வந்தது என்று அனைவரும் வாயடைத்துப் போயினர்.

மெதுவாக அந்த நெருப்புப் பந்து உள்ளே அமர்ந்திருந்த பயணிகளின் தலைக்கு மேலே பறந்தது. பிறகு விமானத்தின் வால்பகுதிக்குச் சென்று இரண்டு பாதியாகப் பிரிந்தது. அடுத்து என்ன நடக்கப் போகிறது என்று அச்சத்தோடும் வியப்போடும் அந்தப் பந்தைப் பயணிகள் பார்த்துக்கொண்டிருந்தனர். தற்போது பிரிந்திருந்த அந்தப் பந்தின் இரண்டு பகுதிகள் மீண்டும் இணைந்து முழு நெருப்புப் பந்தாகி, பின் எந்தச் சத்தமும் இல்லாமல் அது விமானத்தை விட்டு வெளியேறி வானில் சென்று மறைந்தது.

வானில் கண்ட அந்த மர்மமான மின்னல் பந்து எப்படித் தோன்றியது, எங்கே சென்றது என்பது குறித்து பதில் யாருக்குமே தெரியவில்லை. ஆனால் அந்த ஒரு நிகழ்ச்சி மட்டுமே வரலாற்றில் பதிவான ஒன்று அல்ல. இதேபோன்ற ஒரு சம்பவம் பல நூற்றாண்டுகளுக்கு முன்னால் பிரான்ஸில் நடந்ததாக வரலாற்றில் பதிவாகியுள்ளது.

பிரான்ஸ் நாட்டின் அரசர் 2-ஆம் ஹென்றியின் மனைவி டயானே இதுபோன்ற ஒரு மின்னல் பந்தை 1557-ஆம் ஆண்டில் பார்த்ததாகப் பதிவு செய்துள்ளார். தகதகவென ஜுவாலையுடன் எரிந்து கொண்டே வந்த இந்த மின்னல் பந்து டயானேவின் திருமணநாள் அன்று அவரைத் துரத்திக்கொண்டே படுக்கையறை வரைக்கும் வந்து மறைந்ததாக அவர் கூறியுள்ளார். இந்தச் சம்பவம் நடை பெறுவதற்கும் ஒரு வருடத்திற்கு முன்னால்தான் ஆச்சரியப்படும் வகையில் இங்கிலாந்தில் நெருப்பு உருண்டை ஒன்று திடீரென்று வானில் தோன்றி 8 பேரைக் கொன்றதாகவும் கூறப்படுகிறது.

அந்த விசித்திர மின்னல் பந்து கடவுளின் உருவமாக இருக்கலாம் என்றும், சாத்தானின் அழிவுச் சக்தியாக இருக்கலாம் என்றும் கருதப்பட்டது. இன்றைக்கும் அந்த மின்னல் பந்து பற்றி அறிவியல் பூர்வமான ஆய்வுகள் நடைபெற்றுக்கொண்டு தான் இருக்கிறது. அந்த மின்னல் பந்தை மனிதர்கள் கையாள்வதன் மூலமாக மின்சாரம் தயாரிக்க முடியுமா என்கிற ஆராய்ச்சிகளும் நடைபெற்று வருகிறது.

நெதர்லாந்தில் உள்ள நாட்டர்டேம் பகுதியைச் சேர்ந்த விஞ்ஞானிகள், இதுபோன்ற ஒரு மின்னல் பந்தைச் செயற்கையாக உருவாக்கி அதன் மூலமாக மின்சாரம் எடுக்க முடியுமா என்று ஆழமான ஆராய்ச்சிகளை மேற்கொண்டனர்.

இந்த ஆராய்ச்சிக் குழுவின் தலைவர் கெரார்டு சி ஜூக்குவிஸ் என்பவர் இந்த மின்னல் பந்து இரண்டு அணுத் துகள்கள் உராய்வதால் சக்தியாக உருவெடுப்பதாகக் கூறினார். அதுமட்டும் இல்லாமல் இந்தச் சக்தியை நம்மால் கட்டுப்படுத்த முடிந்தால் இந்த மின்னல் பந்தை வைத்து கணக்கே இல்லாத வகையில் மிகவும் குறைந்த செலவில் சக்தி வாய்ந்த மின்சாரத்தைத் தயாரிக்கலாம் என்றும் கூறினார்.

இதற்காக அவர் செயற்கை மின்னல் பந்து ஒன்றை உருவாக்கும் வேலையிலும் இறங்கினார். மாலுமிகள் நீர்மூழ்கிக் கப்பல்களில் பயணம் செய்துகொண்டிருந்தபோது அந்தக் கப்பலில் உள்ள பேட்டரிகள் ஷார்ட் சர்க்கியூட் ஆகும்போது இதுபோன்ற மின்னல் பந்து உருவானதாகக் கூறினார்கள். இதனை மனதில் வைத்துக் கொண்ட கெரார்ட் பழைய டச்சுக் கப்பல்களில் இருந்து 400 பேட்டரிகளைப் பிரித்து எடுத்துக்கொண்டு, அவற்றை ரோட்டர்டேமில் இருக்கும் ஒரு துறைமுகத்தில் வைத்து எல்லா வற்றையும் ஒன்றாக இணைத்து ஷார்ட் சர்க்கியூட்டை உருவாக்கினார். 1985-ல் செய்யப்பட்ட இந்த சோதனை வெற்றி கரமாக முடிந்தது.

ஆனால் அதில் ஒரு சிக்கலும் இருந்தது. கெரார்டு உருவாக்கிய இந்த மின்னல் பந்து வெறும் 4 இஞ்ச் டயாமீட்டர் அளவில் தான் இருந்தது. அது உருவாகிய ஒரு நொடியிலேயே மறைந்தும் போனது. அதன் பிறகு நடத்தப்பட்ட சோதனைகளில் அந்த மின்னல் பந்தை மறையவிடாத அளவுக்குப் பல முயற்சிகள் செய்தனர். ஆனால் எதுவும் வெற்றியாகவில்லை.

அவர்களுக்கு இருந்த பெரிய பிரச்னையே அந்த மின்சாரப் பந்து எதனால் உருவாகிறது என்ற காரணம் தெரியாததுதான். பேட்டரிகள் மூலம் உருவாக்கப்பட்ட மின்னல் பந்து, வானில் தோன்றிய மின்னல் பந்தைப்போல ஒரு தோற்றத்தைப் பெற்றாலும் முழுமையாக அந்த ஆற்றலைப் பெறவில்லை. சில ஆய்வாளர்கள் அந்த மின்சாரப் பந்தை வெறும் மாயப் பிம்பம் என்றும், ஒரு மின்னல் வந்துபோனபின் நம் நினைவுகளில் தங்கி கண்களில் சில நொடிகள் மட்டுமே தெரியும் ஒரு காட்சி என்றும் கூறினர். ஆனால் பலர் இந்த மின்சாரப் பந்தைப் பார்த்ததாகவும், சிலசமயம் மின்னல் வருவதற்கான வாய்ப்புகளே இல்லாத பகல் வேலைகளிலும்கூட பார்த்ததாகவும், கட்டடங் களுக்கு உள்ளேயும் பார்த்ததாகவும்கூட கூறினர். இதனால் விஞ்ஞானிகள் கூறிய மாயப் பிம்பம் என்ற வாதம் சரியான ஆதாரம் இல்லாமல் தோற்றுப்போனது.

பிரிட்டிஷ் ஆராய்ச்சியாளர்களான மார்க் ஸ்டென்ஹாப் மற்றும் ஈ.ஆர். வுட்லிங் என்ற இரண்டு பேர் இந்த மின்னல் பந்தைப் பார்த்ததாகக் கூறிய வெவ்வேறு இடத்தில் இருக்கும் 50க்கும் மேலான நபர்களைச் சந்தித்துப் பேசினர். அவர்களுடன் பேசி அந்த மின்னல் பந்து எப்படி இருக்கும்? அதன் தன்மைகள் என்ன? போன்ற தகவல்களைத் திரட்டி ஓர் ஆழமான அறிக்கை ஒன்றையும் உருவாக்கினர். அந்த அறிக்கையில் அந்த மின்னல் பந்து குறித்து வெவ்வேறு நபர்கள் கூறிய அனைத்துத் தகவல்களும் ஒன்றோடு ஒன்று பொருந்திப் போயின. இதனால் இந்த மின்னல் பந்து சம்பங்கள் எல்லாமே பொய் என்ற முடிவுக்கும் விஞ்ஞானிகளால் வர முடியவில்லை.

அந்த இரண்டு பிரிட்டிஷ் விஞ்ஞானிகளும் சேகரித்தத் தகவல்களின்படி 69% மக்கள் அந்த மின்னல் பந்தைத் திறந்த வெளியில்தான் பார்த்திருந்தனர். திறந்த வெளியில் உருவான இந்த மின்னல் பந்து பின்னர் மூடியிருக்கும் ஒரு கட்டடத்துக்குள்ளேயும் சென்றிருக்கிறது. இதில் 89% பேர் இந்த மின்னல் பந்து இடி மின்னலுக்குப் பிறகு உள்ள வானத்தில்தான் தோன்றியதாகக் கூறினர். ஆனால் மற்றவர்கள் மின்னல் இல்லாத, பகல் வேளையில்கூட அந்த மின்னல் பந்தைப் பார்த்ததாகத் தெரிவித்தனர்.

அந்த மின்னல் பந்து 10 இன்ச் டயாமீட்டர் அளவில் இருந்ததாகவும், 5 நிமிடங்கள் வரை தோன்றியதாகவும் 40 வாட் மின் விளக்குபோல பிரகாசமான வெளிச்சத்தில் இருந்ததாகவும் அந்த அறிக்கையில் சொல்லப்பட்டது. இதைவிட ஆச்சரியமான விஷயம் இந்த மின்சாரப் பந்தைப் பார்த்தவர்கள் அனைவருமே அந்தப் பந்தில் இருந்து ஒருவித நெடி வீசும் துர்நாற்றம் வந்ததாக அச்சுப் பிசகாமல் கூறினர்.

இந்த அறிக்கையில் கால்வாசி பேர் இந்த மின்னல் பந்து ஜன்னல் கதவுகளை உடைத்ததாகவும், புல்தரையைச் சேதாரப்படுத்திய தாகவும் கூறினர். பாதிக்கும் அதிகமான நபர்கள் அந்த மின்னல் பந்து மறைவதற்கு முன்னால் தனக்குள்ளேயே பெரிதாகி வெடித்துப் பின்பு மறைந்து போனதாகக் கூறினர்.

இன்று வரைக்குமேகூட மின்னல் பந்து குறித்தக் கதைகள் நிலவி வந்தாலும், அந்த மின்னல் பந்து உண்மையில் என்ன என்பதைக் குறித்த பதில் ஒரு நீடிக்கும் மர்மமாகவே உள்ளது. சில விஞ்ஞானிகள் இந்த மின்னல் பந்து இரண்டு துகள் உரசுவதால் ஏற்படுகிற ஒரு வெளிச்சம் என்ற சாதாரண விளக்கத்தையும் தாண்டி வேறு விதமாக விவரிக்கின்றனர்.

இந்த மின்னல் பந்து பூமியில் அரிதாகக் காணப்படுகிற ஒரு பிளாஸ்மா என்றும், சூரியனிலும் நம்முடைய வளிமண்டலத்திற்கு வெளியில் மட்டும் காணப்படுகிற ஒருவித ஆற்றல் என்றும் கருதுகின்றனர். மேலும் இந்த மின்னல் பந்தைக் குறித்து வரும்காலத்தில் நடக்கும் ஆராய்ச்சிகள் இந்தப் பிரபஞ்சத்தைப் பற்றியும் நாம் புரிந்துகொள்வதற்குப் பெரிதும் உதவும் என்றும் நம்புகிறார்கள். ஆனால் இந்த ஆராய்ச்சிகள் நடைபெற வேண்டும் என்றால் அந்த மின்னல் பந்து அடிக்கடி பூமியில் தோன்ற வேண்டுமே!

இன்னும் இந்த அத்தியாயம் முடியவில்லை.

இந்த மின்னல் பந்தை வைத்து ஒரு நகைச்சுவையான, சுவாரசியமான சம்பவம் ஒன்றும்கூட நடைபெற்றுள்ளது. அமெரிக்காவின் ஃப்ளோரிடா மாகாணத்தில் இதுபோன்ற கூடைப்பந்து அளவிலான மின்னல் பந்து ஒன்று தோன்றியதாக ஒரு பெண்மணி தொலைக் காட்சியில் பேட்டி அளித்தார். அந்த மின்னல் பந்து இந்தப் பெண்மணியைத் துரத்திக்கொண்டே வீட்டுக்குள் வரை வந்துவிட்டதாகவும், கடுப்பான அந்தப் பெண்மணி கொசு விரட்டும் பேட்டை வைத்து அந்தப் பந்தை ஓங்கி ஓர் அடி அடிக்க, அந்த மின்னல் பந்து மறைந்து போனதாகவும் கூறினார். என்னதான் இருந்தாலும் அந்த மின்னல் பந்தும் பாவமில்லையா!

•

8

சாகாவரம் பெற்ற நிஜ மனிதன்

நாம் புராணங்களிலும், மாயாஜாலக் கதைகளிலும் சாகா வரம் பற்றிக் கேள்விப்பட்டிருப்போம்? அதுபோல நிஜத்தில் ஒரு மனிதனுக்குச் சாவே இல்லை என்றால் எப்படி இருக்கும்? உலகத்தில் நடக்கும் அனைத்து நன்மை தீமைகளை எல்லாம் பிடித்தவை பிடிக்காதவை அனைத்தையும் காலகாலத்துக்கும் பார்த்துக்கொண்டு கிடக்கவேண்டும். அதைவிடக் கொடுமையான விஷயம் நாம் மட்டும் உயிருடன் இருக்கும்போது நம்முடன் சமகாலத்தில் வாழ்ந்து வந்த மனிதர்கள் ஒவ்வொருவரும் இந்த பூமியை விட்டு மரணமடைந்து பிரியும்போது நம் மனது எவ்வளவு வேதனைப்படும்? அதை விடக் கொடுமை இந்த உலகத்தில் ஏதாவது இருக்க முடியுமா?

இது போன்ற வரம் அல்லது சாபம் பெற்ற மனிதர்கள் உண்மையிலேயே இந்த உலகத்தில் உள்ளார்களா? அல்லது இருந்திருக்கிறார்களா? ஆச்சரியப்படும் விதமாக அப்படி ஒருவர் இருக்கிறார் என்பதைத்தான் வரலாறு கூறுகிறது!

1745-வது வருடம் வரலாற்றிலேயே மிகவும் ஆச்சரியப் படக்கூடிய ஒரு மனிதர் லண்டனுக்கு வருகிறார். அவருடைய பெயர் கவுண்ட் செய்ண்ட் ஜெர்மையின்.

(Count Saint Germaine) பார்க்கவே ஆடம்பரமாக இருந்த அவரின்மீது அனைவரது கவனமும் செல்கிறது. அவரைப்பற்றி ஒவ்வொருவரும் விசாரிக்கின்றனர். 'எங்கிருந்து வருகிறீர்கள்? உங்கள் பெயர் என்ன? என்ன வேலை செய்கிறீர்கள்?' இத்தனை கேள்விகளுக்கும் இடையே அவர் சொன்ன ஒரு விஷயம் அனைவரையும் ஆச்சரியம் கலந்த அதிர்ச்சியிலேயே ஆழ்த்தி விடுகிறது. பார்க்க இளமையாக இருந்த அவருடைய வயது குறித்து மற்றவர்கள் விசாரித்தபோது அவர் தனக்கு 2000 வயதுக்கும் மேல் ஆகிறது என்று கூறினார்!

எப்படி ஒருவரால் இரண்டாயிரம் வருடம் உயிருடன் இருக்க முடியும்? ஆனால் அவரைப் பற்றிய பதிவுகள் அனைத்தும் ஒவ்வொருவிதமாகச் சொல்கிறது.

சிலர் அவர் சாத்தான்களுடன் ஒப்பந்தம் செய்துகொண்டு இத்தனை நூற்றாண்டுகள் உயிர் வாழ வேண்டும் என்று வரம் வாங்கியுள்ளதாகக் கூறினார்கள். இன்னும் சிலர் அவர் இந்தியாவின் இமய மலைத்தொடர்களில் வசித்து வந்த அதி சக்தி வாய்ந்த யோகி என்றும் கூறினர். 2000 வருடங்கள் என்பதை நிச்சயமாக நம்பமுடியாதுதான். ஆனால் ஐரோப்பியக் கண்டத்தில் வாழ்ந்த அரசர்களின் வரலாற்று ஆவணங்களை எடுத்துப் பார்க்கும்போது இந்தக் கவுண்ட் பற்றிய குறிப்புகள் இருக்கின்றன. ஐரோப்பிய வரலாற்றில் 1651 முதல் 1896 வரை பல்வேறு காலக்கட்டங்களில் இந்த கவுண்ட் என்பவர் அரசர்களைச் சந்தித்துள்ளதற்கான ஆதாரப்பூர்வமான பதிவுகள் உள்ளன. 1651 முதல் 1896 வரை. அதாவது 245 வருடங்கள் அவர் ஐரோப்பாவில் மட்டும் இருந்ததற்கான ஆதாரங்கள்!

இவருடைய வாழ்நாளை அறிவியல் பூர்வமாக விளக்கமுடியாத காரணத்தினால் வரலாற்றறிஞர்கள் வேண்டுமென்றே இவர் பற்றிய கதைகளை வரலாற்றுப் பக்கங்களில் இருந்து நீக்கியதாகவும், சிலர் வெவ்வேறு காலக்கட்டங்களில் வாழ்ந்த கவுண்ட் என்கிற வெவ்வேறு நபர்களை ஒரே நபர் என்று சொல்லிக்கொண்டு ஏமாற்றம் செய்து இவரைப்பற்றிய ஒரு மர்மமான வரலாற்றை உருவாக்கி இருப்பதாகவும் கூறுகின்றனர். ஆனால் இத்தகைய குணநலன்கள் உள்ள ஒரு மனிதர் பற்றி அரசர்களின் வரலாற்றிலும் ஏன் குறிப்பிட்டிருக்க வேண்டும்? அதுவும் பல்வேறு காலக்கட்டங்களில் வாழ்ந்த அரசர்களின் வரலாற்றில்?

முதன் முதலில் இவரைப் பற்றிய ஒரு கதை ஐரோப்பியத் தேசத்திற்குள் எப்படி வந்தது என்பதைப்பற்றி வரலாற்று ஆசிரியர்கள் ஒரு விளக்கம் தருகின்றனர்.

1189 ஆண்டில் ஜெருசீலம் நகரத்தில் நடைபெற்றுக்கொண்டிருந்த சிலுவைப் போரில் பங்கேற்ற ஆங்கில வீரர்கள் தங்களுடைய நாட்டிற்குத் திரும்பியபோது மத்தியக் கிழக்கு நாடுகளில் நிலவி வந்த பல நாட்டுப்புறக்கதைகளையும் தங்களுடன் கொண்டு வருகிறார்கள். பல மர்மமான கதைகளுக்கு மத்தியில் அவர்கள் கொண்டு வந்த ஒரு கதைதான் 'அலைந்து திரிந்துகொண்டிருக்கும் யூதன்' (Wandering Jew) என்கிற ஒரு விசித்திரமான மனிதனைப் பற்றிய கதை.

இயேசுவை சிலுவையில் அறையும்படி தீர்ப்பு வழங்கிய கவர்னர் போண்டியஸ் பைல்லேட்டுடைய அவையில் கார்டபிலிஸ் என்கிற அறைக்காவலன் ஒருவனும் இருந்து வந்தான். இயேசுவிற்குக் கடைசித் தீர்ப்பு வழங்கியபோதும் அவன் அந்த அறையில இருந்ததாகச் சொல்லப்படுகிறது. தீர்ப்பு வழங்கப்பட்ட இயேசுவை கைது செய்து சிலுவையில் அறைந்து கொல்கொதா மலையை நோக்கி ரோமானிய வீரர்கள் சாலையில் இழுத்துச் செல்கிறார்கள். இந்த நிகழ்ச்சியை மக்கள் அனைவரும் வழியில் நின்று பார்த்துக் கொண்டிருக்கிறார்கள். இயேசுவை அழைத்துச் செல்லும் வீரர்கள் ஓய்வுக்காக ஓர் இடத்தில் சற்று நின்று இளைப்பாறுகிறார்கள். அப்போது கூட்டத்தில் நின்றுகொண்டிருந்த கார்டபிலஸ் இயேசுவின் பக்கத்தில் சென்று 'ஏன் தாமதிக்கிறீர்கள்? வேகமாக இழுத்துச் செல்லுங்கள்' என்று கூறுகிறான்.

உடனே இயேசு, கார்டபிலிசுடைய கண்களைப் பார்த்து, 'நான் இப்போது செல்கிறேன். ஆனால் நான் திரும்பி வரும்வரை நீ காத்திருக்க வேண்டும்' என்று கூறிவிட்டு அங்கிருந்து நகர்ந்து விடுகிறார்.

இயேசு தன்னைப் பார்த்து ஏன் அப்படிக் கூறினார் என்று கார்டபிலிஸுக்குப் புரியவில்லை. பல வருடங்கள் கடந்து செல்கிறது. கார்டபிலிஸுடைய மனைவி, மகன், மகள், நண்பர்கள், உறவினர்கள் எல்லோரும் வயதாகி ஒவ்வொருவராக இறந்து கொண்டே இருக்கிறார்கள். ஆனால் கார்டபிலிஸுக்கு மட்டும் மரணம் வரவே இல்லை. அப்போதுதான் கார்டபிலிஸுக்குப் புரியவருகிறது. தனக்குச் சாகா வரத்தை (அல்லது சாபமா?) இயேசு தந்துவிட்டுச் சென்றிருக்கிறார். அவர் திரும்பி வரும்வரை, தான் வயதே ஆகாத, சாவும் வராத ஒரு மனிதனாக இந்த உலகத்தில் திரிய வேண்டியதாக இருக்கும் என்று!

அன்று முதல் கார்டபிலிஸ் என்கிற அந்த யூதன் உலகம் முழுக்கவும் சுற்றி வருவதாகவும், தான் மரணிக்க வேண்டி இயேசுவின்

இரண்டாவது வருகையை நோக்கிப் பூமியில் காத்திருப்பதாகவும் சொல்லப்படுகிறது.

ஆனால் இந்தக் கதைகள் உண்மையில்லை என்று யூத மற்றும் கிறிஸ்தவ மத அதிகார மட்டங்களில் மறுக்கப்படுகிறது. வரலாற்று அறிஞர்கள் இந்த அலைந்து திரியும் யூதன் என்கிற இந்தக் கதை, யூத இனம் இயேசு கிறிஸ்துவைத் தங்களது தூதுவனாக ஏற்கத் தவறியதால் தங்கள் நிலத்தை விட்டு வெளியேற்றப்பட்டு பல கஷ்டங்களைச் சந்தித்து உலகம் முழுக்க அலைந்து திரிந்த வரலாற்றை ஒரு குறியீட்டாகக் கூறுவதாகக் கருதுகின்றனர். பின்னர் இந்தக் கதை காலப்போக்கில் ஐரோப்பிய நாட்டுப்புறக்கதைகளிலும் கலந்து மத்திய காலக்கட்டத்தில் இருந்து வந்த பல அமானுஷ்யக் கதைகளில் ஒன்றாக ஆகிவிடுகிறது.

13-வது நூற்றாண்டில் மீண்டும் சாகா வரம் பெற்ற ஒரு மனிதனின் கதை திடீரென்று உயிர்பெறுகிறது. அந்த நூற்றாண்டில் இங்கிலாந்துக்குத் திரும்பிய பல பயணிகள் சொல்லி வைத்ததுபோல ஒரு விசித்திரமான மனிதனை தாங்கள் சந்தித்துப் பேசியதாகவும், அவன், இயேசு இந்த பூமியில் இருந்தபோதே அவரைச் சந்தித்த ஒருவன் என்றும் பதிவில் எழுதுகிறார்கள். இந்த வாதம் 1228-ம் ஆண்டு மேலும் வலுவடைகிறது. ஆர்மேனிய நாட்டைச் சேர்ந்த தலைமை பாதிரியார் ஒருவர் செய்ட் அல்பேன்ஸ் என்கிற நகரத்துக்குச் செல்கிறார். அங்கு நடைபெற்ற ஒரு நிகழ்ச்சியில் கலந்து கொண்ட அவர் அரங்கத்தில் கூடியிருந்த இருந்த மக்களிடம் தான் ஒரு விசித்திரமான மனிதனைப் பார்த்ததாகவும், அவன் தன் பெயர் கார்டபிலிஸ் என்றும், தான்தான் இயேசு கிறிஸ்துவைக் கிண்டல் செய்த மனிதன் என்று தன்னிடம் மன்னிப்புக் கேட்டதாகவும் கூறினார்!

அதைத் தொடர்ந்து வந்த நூற்றாண்டுகளிலும் கார்டபிலிஸ்ஸைப் பலர் பார்த்ததாகக் கூறினார்கள். இந்த அனைத்துச் சந்திப்புகளும் மேற்கு ஐரோப்பாவைச் சுற்றிய இடங்களிலேயே நடைபெறுகிறது.

இதன்பிறகு நடந்த சம்பவம் ஒன்று தான் வரலாற்றில் மிகத் தெளிவாக எழுதப்பட்டிருக்கிறது. சாகா வரம் பெற்ற அந்த மனிதன் குறித்த அடையாளங்கள் மிகவும் நம்பகத்தன்மை வாய்ந்த வகையில் பதிவு செய்யப்பட்டிருக்கிறது.

1740-ம் வருடத்தில் கருப்பு உடை அணிந்த மர்மமான மனிதன் ஒருவன் பாரிஸ் நகரத்துக்கு வருகிறான். அவன் அந்த நகரத்தில் நுழைந்த அடுத்த கணமே அங்கிருந்த மக்கள் எல்லோருடைய

கவனமும் அவன் பக்கம் திரும்புகிறது. காரணம் அவன் கைகளில் ஒவ்வொரு விரல்களிலும் வைர மோதிரங்களை அணிந்திருந்தான்!

அதுமட்டும் இல்லாமல் அவன் அணிந்திருந்த காலணிகளிலும் சிறிய வைரக்கற்கள் பதியப்பட்டிருந்தது. இதுபோன்ற ஆடம்பரமான தோற்றம் கொண்ட அவன் நிச்சயமாக ஒரு பணக்காரனாக இருக்கவேண்டும், அரசனுடன் மிக நெருங்கியவனாகத்தான் இருக்கவேண்டும் என்று எல்லோருக்கும் தோன்றியது. ஆனால் அவன் யார் என்று யாருக்கும் தெரியவில்லை. சிலர் மட்டும் அவனுடைய செல்வத்தையும், யூத இனத்தின் சாயலில் இருப்பதையும் பார்த்து அவன் நிச்சயமாக அலைந்து திரியும் யூதன் கார்டபிலிஸாகத்தான் இருக்க வேண்டும் என்று கருதினர். ஆனால் அவன் மக்களிடம் தன்னுடைய பெயர் கவுண்ட் செயிண்ட் ஜெர்மைன் என்று கூறி தன்னை அடையாளப்படுத்திக்கொண்டான்!

இவனுடைய செல்வம் படைத்த தோற்றத்தைப்பற்றி அந்நகரம் முழுக்கவும் மக்கள் பேசத்தொடங்கினர். இது அரசன் காதிற்கும் சென்றுவிட கவுண்டை அழைத்து வரச் சொல்லி அரசாங்கத்திடம் இருந்து உத்தரவு வந்தது.

ஒரு பிரம்மாண்டமான விருந்து நடைபெற்றுக்கொண்டிருந்தது. அந்த அறை முழுவதும் எழுத்தாளர்கள், தத்துவவாதிகள், அறிவியல் அறிஞர்கள், கட்டடக் கலைஞர்கள், செல்வந்தர்கள் அரச குடும்பத்தினர்கள் அனைவரும் கூடியிருந்தனர். எல்லோரும் அந்த விருந்தில் கலந்துகொண்டு விழாவை சிறப்பித்துக்கொண்டிருந்தனர். அவர்களுடன் கவுண்ட்டும் அந்த விருந்தில் கலந்துகொண்டிருந்தான் இருந்தான். அவனுக்கும் அந்த விருந்தில் கலந்துகொள்வதற்கு அழைப்பு விடுக்கப்பட்டிருந்தது. கவுண்ட் அங்கிருந்தவர்கள் மத்தியில் தன்னுடைய திறமைகளை வெளிப்படுத்தி அனைவரையும் ஆச்சரியப்படுத்திக்கொண்டிருந்தான்.

அவனுடைய பியானோ இசைக்கும், வயலின் வாத்தியத்துக்கும், அவன் பாடிய பாடலுக்கும் அந்த உயர்குடி மக்கள் தங்களையே மறந்து ரசித்துக்கொண்டிருந்தனர். இதுமட்டும் இல்லாமல் கவுண்ட் பல மொழிகள் பேசும் வித்தகனாகவும் இருந்தான். அவனால் ஸ்பேனிஷ், கிரேக்கம், இத்தாலி, ரஷ்ய மொழி, போர்த்துகியூஸ், சீனம், அரபி, சமஸ்கிருதம், ஆங்கிலம், பிரெஞ்ச் மொழி அனைத்தையும் மிக அழகாகவும், சரளமாகவும் பேச முடிந்தது. அதேபோல கவுண்ட் ஒரு சிறந்த ஓவியனாகவும், ரசவாதியாகவும்கூட இருந்தான்.

அங்கே வந்த விருந்தினர்களிடம் கவுண்ட், தான் உலகம் முழுவதும் பயணம் செய்ததாகவும், பல முக்கிய மனிதர்களைச் சந்தித்துள்ள தாகவும் கூறினான். அவனுடைய ஒரு பயணித்தின்போது பெர்சிய ஷா மன்னனைச் சந்தித்ததாகவும், அவரிடம் இருந்து பல அறிவியல் செயல்பாடுகளைக் கற்றுக்கொண்டதாகவும் கூறினான். அதில் ஒரு செயல்பாட்டின் மூலம் தன்னால் ரத்தினக் கற்களைப் பெரிதாக்கவும் முடியும் என்று கூறினான். அதுமட்டும் இல்லாமல் தனக்கு இந்த உலகத்தில் சிலருக்கு மட்டுமே தெரியும் மந்திர வித்தைகளும்கூட அத்துப்படி என்று கூறிக்கொண்டிருந்தான்.

ஆனால் இவை அனைத்தையும்விட அவர்கள் எல்லோரையும் ஆச்சரியப்படுத்திய ஒரு விஷயம், அவன் தனக்கு ஆயிரம் வயதாகிறது என்று கூறியதுதான்!

ஒரு நாள் மாலை வேளையில் அரச சபையில் இருந்த முக்கியமான மனிதர்கள் எல்லோரும் பேசிக்கொண்டிருந்தபோது அவர்களுடைய உரையாடல் மதம் குறித்த விஷயங்களை நோக்கிச் சென்றது. அப்போது அவர்களில் ஒருவர் இயேசுவை சிலுவையில் அறைந்தது தவறு என்று கூறினார். மற்றொருவர் இயேசு செய்த நற்காரியங்களை எடுத்துக்கூறினார். இன்னொருவர் இயேசுவின் பெயரில் மதவாதிகள் செய்யும் தவறுகளையெல்லாம் சுட்டிக்காட்டினார். எல்லோருடைய பேச்சுகளையும் அமைதியாக கேட்டுக்கொண்டிருந்த கவுண்ட் தனக்கு இயேசு கிறிஸ்துவைத் தனிப்பட்ட முறையில் தெரியும் என்று கூறினான்!

அவ்வளவுதான் சபையே அமைதியாகியது. என்னது இவன் இயேசுவை நேரில் பார்த்திருக்கிறானா? அவருடன் பேசியிருக் கிறானா? சும்மா ஏதோ உளறுகிறான் என்று அங்கிருந்தவர்கள் நினைத்தனர். ஆனால் கவுண்ட் இயேசுவின் குணநலன்கள், அவருடைய தோற்றம் எல்லாவற்றையும் மிகத்துல்லியமாக நேரில் இருந்து பார்த்ததுபோலவே விவரித்தான். இயேசு கிறிஸ்து சாதாரணத் தண்ணீரைத் திராட்சை ரசமாக மாற்றிய ஒரு திருமண விருந்தைப்பற்றியும், பல ஆச்சரியமூட்டும் விஷயங்களைப்பற்றியும் கவுண்ட் அங்கிருந்தவர்களுடன் பகிர்ந்துகொண்டான். இதை எல்லாம் பேசிக்கொண்டிருந்த கவுண்ட் திடீரென்று அழத் தொடங்கினான். பின் துக்கம் தொண்டையை அடைக்கப் பேசிய கவுண்ட் 'இயேசு கிறிஸ்து துன்பமான மரணத்தைத்தான் சந்திப்பார் என்று எனக்கு அன்றைக்கே தெரியும், ஆனால் என்னால் எதையும் செய்து அதைத் தடுக்க முடியவில்லை' என்று சொல்லி அழுதான்!

இதேபோல மற்றொரு நாள் கவுண்ட் அவன் வரலாற்றில் சந்தித்த வேறு சில பெரிய மனிதர்களைப்பற்றியும் அவர்களிடம் பகிர்ந்து கொண்டான். பேரரசி கிளியோபாட்ரா, அரசர் எட்டாம் ஹென்றி உள்ளிட்டவர்களை தனக்கு நெருக்கமாகத் தெரியும் என்று அவன் சொன்னதை யாராலும் நம்பமுடியவில்லை. இவன் சொல்லிக் கொண்டிருந்ததை எல்லாம் கேட்டுக்கொண்டிருந்த வரலாற்று அறிஞர் ஒருவர், இவன் சொல்வதெல்லாம் நிஜம் தானா? இல்லை வேறு எங்காவது படித்ததை, கேட்டதை வைத்து, தானே பார்த்தது போல் கதை விடுகிறானா என்று சந்தேகிக்கத்தொடங்கினார். அதனால் அங்கு அரசவையில் இருந்த பல வரலாற்று அறிஞர்களை அழைத்து அவர்களுக்கு மத்தியில் கவுண்டை வைத்துச் சோதிக்க விரும்பினார்.

வரலாற்று அறிஞர்கள் தாங்கள் சில சந்தேகங்களைக் கவுண்ட்டிடம் கேட்க விரும்புவதாகவும், அதற்கு அரசர் முன்னிலையிலேயே வைத்து விளக்கம் அளிக்கும்படியும் கவுண்ட்டிற்கு அழைப்பு விடுத்தனர். கவுண்ட்டும் மகிழ்ச்சியுடன் அந்த நிகழ்ச்சியில் கலந்து கொண்டான். அங்கே இருந்த மிக புத்திசாலி வரலாற்று அறிஞர் ஒருவர் கவுண்ட்டிடம் சென்று, யாருக்குமே தெரியாத சில வரலாற்று நுண்ணிய விவரங்கள் பற்றிக் கேள்வி எழுப்பினார், கொஞ்சம்கூட யோசிக்காத கவுண்ட் அந்த வரலாற்று நிகழ்வுகள் பற்றியும், அதில் பங்கேற்ற மனிதர்கள் பற்றியும் வியப்பூட்டும் வகையில் மிகத் துல்லியமான விளக்கங்களைக் கொடுத்தான். இதனால் அங்கிருந்த அனைவரும் ஆச்சரியத்தில் வாய் அடைத்துபோயினர்.

பின் கவுண்ட் அந்த அவையினரிடம், தான் பார்க்கத்தான் இளைஞன் மாதிரித் தெரிவதாகவும், தனக்கு ஆயிரம் வருடங்களுக்கு மேல் வயதாவதாகவும் இதைத் தன்னால் நிரூபிக்க முடியும் என்றும் கூறினான்.

அதற்கான வாய்ப்பும் வந்தது.

ஒரு நாள் அரசபையில் இருக்கும் மிக வயதான அரச குடும்பத்துப் பெண்ணைச் சந்திக்கும் வாய்ப்பு கவுண்ட்டுக்குக் கிடைத்தது. கவுண்ட் அந்த வயதான அரச குடும்பத்துப் பெண் தங்கியிருந்த அறைக்குள் நுழைந்தவுடனேயே அந்த மூதாட்டிக்குக் கவுண்ட்டை நினைவு வந்துவிடுகிறது. 50 வருடத்திற்கு முன்பு பாரிஸிலிருந்து விருந்தினராகத் தான் வியன்னா நகரத்துக்குச் சென்றதாகவும், அங்கே இந்தக் கவுண்ட்டைச் சந்தித்ததாகவும் கூறி அவர் மகிழ்ச்சியில் கத்தியே விட்டார்.

ஆனால் கவுண்ட்டைப் பார்த்து, 'எனக்கோ வயதாகி விட்டது. ஆனால் நீ அன்று பார்த்த அதே இளமையான தோற்றத்திலேயே இருக்கிறாயே?' என்று கேட்கிறார். அந்த மூதாட்டி அரசிக்கு வேறு ஒரு குழப்பமும் வந்துவிடுகிறது. ஒருவேளை கவுண்ட்டின் தந்தையைத்தான் வியன்னாவில் தான் சந்தித்திருக்கிறோமோ என்று நினைத்து கவுண்ட்டுக்கு யாரும் தந்தை இருக்கிறாரா என்றும் அவர் வியன்னாவில் வசிக்கிறாரா என்றும் கேட்டார்.

'இல்லை' என்று தலையசைத்த கவுண்ட், 'வியன்னாவில் நீங்கள் சந்தித்தது என் தந்தையை இல்லை. அது நான்தான். உங்களை 50 வருடத்திற்கு முன்பு வியன்னாவில் சந்தித்தபோது, நீங்கள் அந்த நகரத்திலேயே மிக அழகிய பெண்மணியைப்போல அன்றைக்கு உடை உடுத்தியிருந்தீர்கள். அதுமட்டும் இல்லாமல் உங்களுக்குப் பிடித்த ஒரு பாடலை வயலினில் வாசித்துக்கொண்டும் இருந்தீர்கள்' என்று கூறினான்.

அவ்வளவுதான். மூதாட்டி ராணி உடைந்தே விட்டாள். தனக்குப் பிடித்த அந்த இசை இவனுக்கு எப்படித் தெரியும் என்றும், தான் அதை வயலினில் இசைத்ததையும் அவன் எப்படி அறிந்தான் என்றும் ஆச்சரியத்தில் குரல்கள் நடுங்க, 'அப்படியானால் உனக்கு நிச்சயம் 100 வயதாவது இருக்க வேண்டும்' எனக் கூறினாள்.

அவன், 'எனக்கு 100 வயதில்லை. அதற்கும் மேல்!' என்று கூறினான்.

'நான் சந்தித்ததிலேயே நீதான் மிக ஆச்சரியமான மனிதன். நீ சாதாரண ஒரு மனிதன் கிடையாது. நீ ஒரு பிசாசு!' என்று அந்த ராணி கத்தினாள்.

தன்னை ஒரு பிசாசுடன் சம்பந்தப்படுத்திக் கூறியது கவுண்ட்டிற்கு பெரும் அதிர்ச்சியாக இருந்தது. எப்போதும் மலர்ந்த முகத்துடனேயே இருந்த கவுண்ட் முதன் முதலாகக் கடும் கோபத்தில் 'அந்தப் பெயரில் என்னை அழைக்காதீர்கள்!' என்று கத்திவிட்டு அந்த அறையைவிட்டு வெளியேறினான்.

இதன் பிறகு கவுண்ட்டைப் பற்றிய ஆச்சரியமூட்டும் கதைகளைக் கேட்டறிந்த பிரான்சின் அரசனாக இருந்த லூயிஸ் 15-க்கு கவுண்டைச் சந்திக்க வேண்டும் என்று தோன்றிற்று. தன்னுடைய அவையில் வந்து சந்திக்கும்படி கவுண்ட்டிற்கு ஓர் அழைப்பை விடுத்தான். கவுண்ட்டும் அந்த அழைப்பை ஏற்று பிரெஞ்சு அரசனின் அரசவைக்குச் சென்றான். அங்குச் சென்று வழக்கம்போல் தான் அறிந்த வித்தைகளையும், சந்தித்த மனிதர்களையும் அவையோரிடம் பகிர்ந்துகொண்டு அனைவரையும் ஆச்சரியப்படுத்தினான்.

இதில் என்ன இருக்கிறது? இதைத்தான் கவுண்ட் எப்போதும் செய்கிறானே என்று யோசிக்கிறீர்களா?

அதன்பிறகு நடந்த விருந்தில் கலந்துகொண்ட கவுண்ட் செய்த சில வித்தியாசமான செய்கைகள்தான் நம்மை இன்னமும் ஆச்சரியப் படுத்தக்கூடியது. அதுபற்றி பிரெஞ்சு அரசன் லூயிஸ் 15-ன் வரலாற்றில் எழுதப்பட்டிருக்கிறது. அந்த விருந்தில் கலந்துகொண்ட கவுண்ட் உணவையோ மதுவையோ தொடவில்லை. அவ்வப்போது கொஞ்சம் தண்ணீர் மட்டும் குடித்துக்கொண்டான். அதுமட்டும் இல்லாமல் அவன் கலந்துகொண்ட விருந்துகள் அனைத்திலுமே, அவன் உணவு அருந்தவே இல்லை என்று கூறப்பட்டிருக்கிறது. அவன் உணவு அருந்தினாலும் தனியாக ஓர் அறைக்கு வர வைத்து யாரும் இல்லாதபோதே உண்டான். அவன் என்ன உணவு உண்கிறான் என்பதை யாருமே பார்க்கவில்லை. அல்லது மற்றவர்கள் பார்ப்பதை அவன் விரும்பவில்லை.

அதன் பிறகு சில வருடங்கள் கழித்து, கவுண்ட் 1743-ம் ஆண்டு லண்டனுக்குச் செல்கிறான். அங்குள்ள செயிண்ட் மார்ட்டின் வீதி என்ற இடத்தில் இரண்டு வருடங்கள் தங்குகிறான். அங்கே அவன் தங்கிய அந்த நாட்களில் ஒரு ரகசியச் சோதனைக்கூடம் ஒன்றை உருவாக்கி பல மர்மமான அறிவியல் பரிசோதனைகளை அவன் மேற்கொண்டதாகத் தெரிகிறது. அந்த சோதனைக்கூடத்தில் அவன் செயற்கை வைரங்களை உருவாக்கியதாகவும் சொல்லப்பட்டது. கவுண்ட் லண்டனில் இருக்கும்போது அங்கிருந்த கிட்-கேட் கிளப் என்ற அமைப்பு ஒன்றுக்கு அடிக்கடி விருந்தினராகச் சென்று வந்தான். அங்கிருக்கும் உயர்குடி மக்களிடம் பழக்கம் வைத்துக் கொண்டான்.

அந்த கிளப்பில் உள்ள உறுப்பினர்களிடம் தான் இரண்டு முக்கியக் கண்டுபிடிப்புகளைச் செய்துவருவதாகக் கூறுகிறான். அந்தக் கண்டுபிடிப்பு அவர்களுக்கு ஆச்சரியம் அளிக்கிறது. அவன் அந்தக் கண்டுபிடிப்புகளைச் செய்து முடித்தானா என்று யாருக்குமே தெரியாது. ஆனால் 20 வருடங்களுக்குப் பிறகு ஜேம்ஸ் வாட் என்கிற ஒரு விஞ்ஞானி தான் கண்டுபிடித்த இயந்திரம் ஒன்றை மக்கள் முன் வைக்கிறார். அந்தக் கண்டுபிடிப்பு வருங்கால உலகையே மாற்றுகிறது. அந்தக் கண்டுபிடிப்புதான் நீராவி இயந்திரம். 84 வருடங்களுக்குப் பிறகு 1829-ல் ஜியார்ஜ் ஸ்டீபன்சன் என்கிற விஞ்ஞானி ஒருவர் ராக்கெட் நீராவி ரயிலைக் கண்டுபிடித்ததாக அறிவிக்கிறார். இவர்கள் கண்டுபிடிப்பை ஏன் இப்போது கூறுகிறேன் என்று யோசிக்கிறீர்களா? இந்த இரண்டு கண்டுபிடிப்புகளைத்தான்

1743-ல் தான் உருவாக்கி வருவதாகக் கவுண்ட் தனது நண்பர்களிடம் கூறியிருந்தான்!

இதில் ஆச்சரியம் தரக்கூடிய இன்னொரு விஷயம் கவுண்ட் தன்னுடைய கண்டுபிடிப்பை ஒரு கற்பனைக் கதையாக அந்த கிட்கேட் சங்க உறுப்பினர்களிடம் பகிர்ந்துகொள்ளவில்லை. தான் எப்படி அந்த இரண்டு கண்டுபிடிப்புகளையும் உருவாக்க இருக்கிறேன் என்று துல்லியமான விவரங்களுடன் கூறியிருக்கிறான் என்பதுதான் நம்மை ஆச்சரியத்தில் ஆழ்த்துகிறது!

1745-ம் ஆண்டு.

பிரிட்டன் நகரில் ஜேகோப் புரட்சி நடைபெற்றது. அப்போது பேட்டர்நோஸ்டர் ரோவில் இருந்த காப்பி ஷாப் ஒன்றில் அரசாங்க ரகசியங்களை உளவு பார்ப்பதாகக் கூறி ஒருவன் கைது செய்யப் பட்டான். அவன் வேறு யாரும் இல்லை, கவுண்ட் தான்.

பிரிட்டனின் அப்போதைய பிரதமர் சர் ராபர்ட் வால்போலின் மகன் ஹோரஸ் வால்போல் அரசாங்கத்திற்கு எழுதிய ஒரு கடிதத்தில் இந்தச் சம்பவம்பற்றி விவரித்திருக்கிறார். 'ஒருநாள் கவுண்ட் செண்ட் ஜெர்மயின் என்கிற பெயருடைய விசித்திரமான மனிதர் ஒருவரைக் கைது செய்திருக்கிறோம். அவன் 2 வருடங்களாக பிரிட்டனில் தங்கியிருக்கிறான். ஆனால் அவன் யார் என்று யாருக்கும் சரியாகத் தெரியவில்லை. அவனுடைய உண்மையான பெயரும் கவுண்ட்தானா என்று சந்தேகமும் இருக்கிறது. அவன் பாடல்களைப் பாடியும், அற்புதமாக வயலின் வசித்தும் பிரிட்டன் நகரின் வீதியில் இருந்ததாக அப்பகுதி மக்கள் கூறுகின்றனர். ஆனால் அவன் ஒரு புத்திசுவாதீனமற்ற மனிதன்போலத்தான் எனக்கு அவன் தோன்றுகிறான்' எனக் கடிதத்தில் குறிப்பிட்டிருந்திருக்கிறார்.

அந்தக் காலக்கட்டத்தில் ஆங்கில தேசிய வெறி பெரும் நோயாக மாறிப்போயிருந்தது. பிற தேசங்களில் இருந்து வரும் மக்களை ஆங்கிலேயர்கள் வெறுத்தனர். அதனால் ஜேக்கோப்பின் புரட்சியில் கலந்துகொண்ட வெளிநாட்டினரைக் குறிப்பாகப் பிரெஞ்சு நாட்டினரைக் கைது செய்து சிறையில் அடைத்துப் பல தண்டனைகளை வழங்கினர். இதனால்தான் கவுண்ட்டும் ஒரு பிரெஞ்ச் தேசத்தவன் எனக் கூறி கைது செய்யப்பட்டான். ஆனால் ஆச்சரியம் தரும் வகையில் கவுண்ட் சிறைப்படுத்தப்பட்ட அடுத்த நாளே விடுவிக்கப்பட்டிருக்கிறான். இந்தச் சம்பவத்திற்கான பதிவு வரலாற்றில் இருந்தாலும் இதற்கான காரணம் யாருக்கும் தெரியாமல் ஒரு மர்மமாகவே இருந்து வருகிறது.

அதைக் குறித்த ஓர் அறிக்கை ஒன்று, 'கவுண்ட் தனக்குத் தெரிந்த மனதை வசியம் செய்யும் வித்தையைச் செய்து தன்னைக் கைது செய்தவர்களின் மனதை மாற்றி, தான் ஓர் அப்பாவி என்று நம்ப வைத்து. அவர்களின் மூலமாகவே விடுவிக்கப்பட்டான்' எனக் கூறுகிறது. இதுதான் உண்மையான காரணமாக இருக்கக்கூடும் என்று ஹிப்னாடிஸம் என்ற வசியக்கலையைக் கண்டுபிடித்த ஆண்டர் மெஸ்மர் என்பவர் கூறினார். 'கவுண்ட்டிற்கு மனித மனம் குறித்த அளப்பறியா புரிதல் இருந்தது. எந்த உணர்வுகளுக்கு, எந்த வார்த்தைகளுக்கு, எந்தக் காரணிகளுக்கு மனித மனம் ஏமாறும் என்று அவன் தெரிந்து வைத்திருந்தான். அது தெரிந்ததால்தான் கவுண்ட்டால் அதுபோன்ற ஒரு சூழலில் ஒருவரை நம்ப வைத்துத் தப்பிக்க முடிந்தது என்று கூறினார். சரி ஹிப்னாடிஸத்தின் தந்தை என்று அழைக்கப்படும் மெஸ்மருக்கும் கவுண்ட்டிற்கும் என்ன சம்பந்தம்? அவருக்கு எப்படி கவுண்ட்டைத் தெரியும்? அது மேலும் ஓர் ஆச்சரியம்!

ஹிப்னாடிஸம் என்ற மனதை வசியம் செய்யும் கலையை கவுண்ட்தான் தனக்கு நேரடியாகக் கற்றுத்தந்ததாக மெஸ்மர் தன்னுடைய புத்தகத்தில் எழுதியிருக்கிறார்!

இத்தகைய ஆச்சரியங்கள் நிரம்பிய மனிதனான கவுண்ட் இந்தியாவிற்கும் வந்திருக்கிறான்! ஆம் அதற்கான ஆதாரங்களும் இருக்கிறது. பெங்காலின் முதல் பிரிட்டிஷ் கவர்னரான ராபர்ட் கிளைவ் 1756-ல் கவுண்ட்டை இந்தியாவில் சந்தித்ததாகக் குறிப்பிட்டிருக்கிறார்!

அதன்பின் 1760-ம் ஆண்டு பிரெஞ்ச் அரசன் பதினைந்தாம் லூயிஸ், கவுண்ட்டை ஹேக் என்ற இடத்திற்கு அனுப்பி புருஷியாவிற்கும், ஆஸ்திரியாவிற்கும் இடையே நடைபெற்ற போரில் அமைதியை ஏற்படுத்தும்படிக் கூறினார்.

அதேபோல 1762-ல் ரஷ்யாவில் மூன்றாம் பீட்டரை அரியணையில் இருந்து அகற்றிக் காத்ரீனை ஆட்சியில் அமரவைக்க கவுண்ட் பெரும் பங்காற்றியதாகவும் சொல்லப்படுகிறது.

1769-ல் கவுண்ட் மிகப்பெரிய தொழிற்சாலை ஒன்றை வெனிஸில் உருவாக்கி சிந்தடிக் பட்டுநூல்களை உற்பத்தி செய்கிறான். இதே காலக்கட்டத்தில் அவன் பல்வேறு செவ்வியல் தன்மை வாய்ந்த கிரேக்கச் சிற்பங்களையும் உருவாக்கியதாகக் கூறப்படுகிறது. அதற்கு பின் வந்த வருடங்களில் அவன் மீண்டும் வெவ்வேறு

தேசத்தின் அரசியலில் தலையிட்டு மாற்றங்களைக் கொண்டு வரும் வேலைகளில் ஈடுபட்டு வந்ததாகவும் சொல்லப்படுகிறது. ஒருமுறை அவன் ரஷ்ய நாட்டு அதிகாரிகளின் உடையில் அலெக்ஸி ஓர்லோப் என்ற ரஷ்ய சிப்பாயுடன் காணப்பட்டதாகவும் தகவல் உண்டு.

15-வது லூயிசின் மறைவிற்குப் பிறகு அதுவரை காணாமல் போயிருந்த கவுண்ட் மீண்டும் பாரிஸ் நகரத்திற்குள் நுழைகிறான். நேராக அரண்மனைக்குச் சென்று 16-வது லூயிசையும், அவனது அரசி மேரி ஆண்டோனையிட்டையும் ஒரு பெரும் ஆபத்து வந்துகொண்டிருப்பதாகச் சொல்லி எச்சரிக்கை செய்கிறான். இதுகுறித்து தெளிவான விவரங்களை அவன் தரவில்லை. 'மிகப்பெரிய சதிவேலை ஒன்று வருகிறது. அந்த நிகழ்ச்சி நடை பெற்றால் இதுவரை நடைமுறையில் இருக்கும் பல விஷயங்கள் தூக்கி எறியப்பட்டுப் புதிதாக எழுதப்படும்' என எச்சரிக்கிறான்.

ஆனால் கவுண்ட்டின் எச்சரிக்கையை யாரும் கேட்கவில்லை. இதன் விளைவாகக் கவுண்ட் எச்சரித்த அந்த 'பெரும் சூழ்ச்சி' வந்தது. பிரான்ஸ் முழுவதும் பிரெஞ்ச் புரட்சி ஏற்பட்டு பழைய அரசு என்ற நிலவுடமைத்துவம் தூக்கி எறியப்பட்டு முதலாளித்துவ ஜனநாயகம் என்ற புதிய அத்தியாயம் பிறந்தது!

16-வது லூயிசின் மனைவியான ராணி மேரி தனது இறுதிநாட்களை ஒரு குறிப்பேட்டில் எழுதி வைத்திருந்தார். அதில் அவர் குறிப்பிட்டிருந்த ஒரு விஷயம், 'அன்று கவுண்ட்டின் ஆலோசனையைக் கேட்காமல் போனதற்கு நான் இன்று துக்கப்படுகிறேன்' என எழுதியிருந்தார்.

மீண்டும் 1784-ல் பிப்ரவரி மாதம் ஜெர்மனியைச் சேர்ந்த இளவரசர் சார்லஸ் ஹெசே கசேல் என்பவர் ஒரு செய்தியை வெளியிடுகிறார். 'கவுண்ட் இறந்துவிட்டான். அவனுடைய உடல் ஏக்கன்போர்டில் உள்ள ஓர் உள்ளூர் தேவாலயத்தில் புதைக்கப்பட்டிருக்கிறது' எனக் கூறினார். கவுண்ட் புதைக்கப்பட்ட இறுதி நிகழ்வில் பல முக்கிய மாயாஜால நிபுணர்களான கவுண்ட் கக்லியோஸ்ட்ரா, ஆண்டன் மெஸ்மர், தத்துவவாதி லூயிஸ் செயிண்ட் மார்டின் ஆகியோர் கலந்துகொண்டதாகவும் அவர் கூறினார்.

கவுண்ட்டின் சவப்பெட்டி சவக்குழிக்குள் இறக்கப்பட்டபோது சுற்றி இருந்த பலர் அழுதனர். நம்பமுடியாத ஒரு விஷயம் நடந்துவிட்டது. சாகா வரம் பெற்றவரான கவுண்ட் இறந்துவிட்டான். வரலாறு மிகப்பெரிய மனிதனை இழந்துவிட்டது எனக் கூறினர்.

கவுண்ட் இறந்ததாக அறிவிக்கப்பட்டு, அவன் உடல் புதைக்கப்பட்ட 65 வருடத்திற்குப் பின் பாரிஸ் நகர வீதியில் மக்கள் பலர் ஓர் ஆச்சரியத்தைக் கண்டனர். பாரீஸ் நகர வீதியில் கவுண்ட் மீண்டும் தோன்றினான். இதனை அப்போதைய கல்வியாளர்களாக இருந்த அத்மார் மற்றும் ஜெனில்ஸ் ஆகியோர் பதிவு செய்துள்ளனர். காணாமல் போய்விட்டு எங்கிருந்தோ வந்த கவுண்ட் அவன் முதன் முதலில் பாரிஸ் நகருக்குள் நுழைந்த 44 வயது வாலிபனைப் போலவே இப்போதும் தோன்றுகிறான் எனக் குறிப்பிட்டனர்.

1784-ல் அவன் இறந்ததாக அறிவிக்கப்பட்ட மறு வருடமே கட்டடக் கலைஞர்களின் கூட்டமைப்பு பாரிஸ் நகரில் நடைபெற்றது. அப்போது அந்தக் கூட்டத்தில் பங்கேற்ற ரொசிக்ரூஷியன்ஸ் (ஆன்மீக மற்றும் கலாச்சார கூட்டமைப்பு), கபாலிஸ்ட் (பழைய யூத மதம் சார்ந்த கூட்டமைப்பு), இல்லுமினாட்டிகள் மத்தியில் இறந்ததாகக் கருதப்பட்டு வந்த கவுண்ட் இருந்தான் என்றும் கூறப்படுகிறது.

இதற்கும் நூறு வருடங்கள் கழித்து 1870-ல் 3-ம் நெப்போலியன் கவுண்ட்டின் ஆச்சரியங்களைத் தெரிந்துகொண்டு அதிசயித்துப் போகிறார். அவனது சாகா வரத்தைப்பற்றி அறிந்துகொள்ள ஒரு சிறப்புக் கமிஷன் ஒன்றை நிறுவி அவனைப் பற்றி விசாரணை நடத்தச் சொல்கிறார். மிகத் தீவிரமாக நடைபெற்றுக்கொண்டிருந்த அந்த விசாரணை இறுதி முடிவை எட்டவில்லை. திடீரென்று ஏற்பட்ட தீ விபத்து ஒன்று அந்தக் கமிஷன் இடம்பெற்றிருந்த ஹோட்டல் டி வில்லேவை எரித்து, கவுண்ட் குறித்துச் சேகரிக்கப்பட்டிருந்த அனைத்து ஆவணங்களையும் சாம்பலாக்கியது!

இது எதேச்சையாக நடைபெற்ற விபத்தா அல்லது வேண்டுமென்று திட்டமிட்டுச் செய்யப்பட்ட சதிச்செயலா, இல்லை இதில் வேறு ஏதும் சக்திகளுக்குப் பங்கிருக்கிறதா என்ற கேள்வி இன்றுவரை தொடர்கிறது.

இதன் பிறகும் கவுண்ட்டின் மர்மமும், பயணமும் குறைந்த பாடில்லை.

1877-ல் மிலன் நகரத்தில் கட்டடக் கலைஞர்களால் நடத்தப்பட்ட கூட்டம் ஒன்றில் கவுண்ட் கலந்துகொண்டு உரையாற்றியுள்ளான்.

1896-ல் பிரம்மஞானசபையைத் தொடங்கிய அன்னி பெசண்ட்டை கவுண்ட் சந்தித்ததாகவும், ரஷிய பிரம்மஞான சபை உறுப்பினர் மேடம் பிலவாட்ஸ்கியையும் கவுண்ட் பலமுறை சந்தித்துப்

பேசியதாகவும் கூறப்படுகிறது. இதுகுறித்து பிலவாட்ஸ்கி தனது புத்தகம் ஒன்றில் கவுண்ட் சாகாவரம் பெற்ற மனிதர்கள் வாழும் இனம் ஒன்றிலிருந்து வந்தவன் என்றும், அந்த இனம் இமயமலைத்தொடருக்கு மேற்கில் உள்ள ஷம்பாலா என்ற ஓர் இடத்தில் அமைந்திருப்பதாகவும் கூறினார்.

இதன்பிறகு 1897-ல் பிரெஞ்ச் பாடகி எம்மா கால்வே என்பவரை கவுண்ட் சந்தித்தாக அவர் கூறியுள்ளார். மேலும் அவர் கவுண்ட்டை 'மிகப் பெரிய கை ஜோதிடக்காரர்' என்று குறிப்பிட்டு, அவன் நடக்க இருக்கும் பல உண்மைகளை தன்னிடம் கூறியதாகத் தெரிவித்தார்.

சாகாவரம் பெற்ற கவுண்ட்டின் கதை 20-ம் நூற்றாண்டிலும் தொடர்கிறது. 1914-ம் வருடம் முதல் உலகப்போரின் ஆரம்ப நாட்களில் 2 பாவேரிய போர்வீரர்கள் அலஸ்கே என்ற இடத்தில் யூதனைப்போலத் தோற்றமுடைய பிரெஞ்ச் வாலிபன் ஒருவனைக் கைது செய்கின்றனர். இரவு முழுவதும் அவனிடம் நடத்திய விசாரணையில் அந்தப் போர்க்கைதி தன்னுடைய பெயரைச் சொல்லாமல் மறுத்துவருகிறான்.

மறுநாள் விடியற்காலையில் திடீரென்று ஆத்திரமடைந்த அந்த பிரெஞ்ச் போர்க்கைதி போரில் நடக்க இருக்கும் விஷயங்களை உரக்கக் கத்திக் கூறத்தொடங்குகிறான். அவன் அந்தப் பாவேரிய போர்வீரர்களிடம், 'உங்கள் துப்பாக்கிகளைத் தூக்கியெறியுங்கள். இன்னும் 4 வருடத்தில் (1918-ல்) இந்தப் போர் முடிவுக்கு வரப்போகிறது. இந்தப் போரில் ஜெர்மனியும் அதனுடன் சேர்ந்த நட்பு நாடுகளும் பெரும் தோல்வியைச் சந்திக்கப் போகின்றன' எனக் கத்துகிறான்.

இதைக் கேட்டுக்கொண்டிருந்த போர்வீரர்களில் ஒருவன், ஆன்ரியஸ் ரில் இந்தப் போர்க்கைதியின் வார்த்தைகளைக் கேட்டு உரக்கச் சிரிக்கிறான். இந்த மனிதன் பிரெஞ்ச் வீரர்களுக்கு இருக்கக்கூடிய ஏதோ வெற்று நம்பிக்கையில் இப்படி உளறுகிறான் என்று கூறி அலட்சியப்படுத்துகிறான். ஆனால் இதற்குப் பின் அந்த பிரெஞ்ச் கைதி கூறிய எதிர்காலத்தைக் குறித்த ஒரு வார்த்தை அந்தப் பாவேரியன் வீரர்களை ஆச்சரியப்படுத்தியது.

'இந்தப் போருக்குப் பின் அனைவரும் லட்சாதிபதிகள் ஆகப்போகின்றனர். நினைத்தே பார்க்க முடியாத அளவுக்குக் கணக்கில் அடங்காத பணம் புழக்கத்தில் இருக்கும். மக்கள் தங்கள் வீட்டு ஜன்னல்களில் இருந்து பணத்தைத் தூக்கி வீதியில் எறிவார்கள்.

ஆனால் அதை எடுத்துச் செல்ல யாரும் விரும்ப மாட்டார்கள். ஒரு துண்டு ரொட்டி வாங்குவதற்குக் கூட நீங்கள் வண்டி நிறையப் பணத்தை எடுத்துச் சென்றாலும் பத்தாது' என அந்தப் போர்க்கைதி கூறினான்.

அவன் கூறியதுபோலவே ஒரு நிலைமை முதல் உலகப்போருக்கான பின்னான ஜெர்மனியில் ஏற்பட்டது. ஜெர்மனியில் ஏற்பட்ட பெரும் பொருளாதார பண வீக்கத்தைத்தான் அந்தப் போர் வீரன் அன்று குறிப்பிட்டானோ என்க் கருதப்படுகிறது.

ஆனால் அந்தப் பிரெஞ்சு போர்வீரன் இதைச் சொல்லும்போது கேட்ட இரண்டு போர்வீரர்களும் எள்ளி நகையாடினார்கள். இதன்பின் எதிர்காலத்தில் நடக்கும் என அவன் கூறிய இன்னொரு விஷயம் இன்றும் நம்மை ஆச்சரியத்தில் ஆழ்த்தக் கூடியது.

'பணத்தைச் சாலையில் கொட்டும் ஒரு நிலைக்குப் பின் ஆண்டி கிறிஸ்து என அழைக்கப்படும் சாத்தான் ஒருவன் இந்த உலகத்திற்கு வரப்போகிறான். தாழ்த்தப்பட்ட வர்க்கத்தில் இருந்து உதித்தெழும் அந்தச் சாத்தான் உலகின் பழமையான குறியீடு ஒன்றைத் தன் ஆடைகளில் அணிந்திருப்பான். அவன் இந்த ஜெர்மன் நாட்டை, அடுத்து நடக்க இருக்கும் மாபெரும் போருக்குள் அழைத்துச் செல்வான். ஆனால் மனிதத்தன்மையற்றக் காரியங்களைச் செய்யக்கூடிய பேசக்கூடிய அவன் 6 வருடங்களுக்குப் பிறகு தோற்று அழிந்துபோவான்' எனக் கூறுகிறான். அவன் சொன்ன அந்த மனிதன் யார் என்று நீங்கள் யூகித்திருப்பீர்கள். ஆம். ஜெர்மனியின் நாஜிப்படையைத் தலைமை தாங்கி நடத்திய இரண்டாம் போருக்குக் காரணமான ஹிட்லர் தான்!

இந்த உண்மையைக் கூறிய பின் அந்தப் போர்வீரன் மனம் பிறழ்ந்த வனைப்போல நடந்துகொள்ளத் தொடங்கினான். திடீரென்று சத்தமாகப் பாட்டுப் பாடினான். கத்தி அழுதான். பெரும் சிரிப்பு சிரித்தான். இதைப் பார்த்த அந்த ஜெர்மன் போர்வீரர்கள் இவன் ஒரு பைத்தியம் என நினைத்து அவனை விடுவித்தனர். அந்த இடத்தில் இருந்து சென்ற அவன் எங்கு சென்றான் என்று யாருக்குமே தெரியவில்லை. அவனுடைய அடையாளங்களும் யாருக்கும் தெரியவில்லை. அந்த பிரெஞ்சுக் கைதி ஒருவேளை கவுண்ட்டாக இருக்குமோ என்று இன்றும் பலர் சந்தேகித்து வருகின்றனர்.

அதன் பின் கவுண்ட் செயிண்ட் ஜெர்மைன் யார் கண்ணிலும் படவில்லை. அல்லது அவனைக் குறித்து எந்த வரலாற்று ஆவணங்களிலும் பதிவாகவில்லை.

இன்று வரலாற்றறிஞர்கள் பலர் கவுண்ட் செயின்ட் ஜெர்மையினை ஒரு பேச்சாற்றல் மிக்க ஏமாற்றுக்காரன் என்றே கருதுகின்றனர். ஆனாலும் சில விடையறிய முடியாத கேள்விகளும் அவனைச் சுற்றி இருக்கிறது. முதலில் கவுண்ட்டிற்கு பணம் எங்கேயிருந்து வருகிறது? அவனுடைய செல்வத்திற்குக் காரணம் என்ன? அவனுடைய நீண்ட கால ஆயுளை நாம் எப்படிப் புரிந்துகொள்வது? அவன் உண்மையில் எந்த நாட்டைச் சேர்ந்தவன்? எங்கிருந்து வந்தான்? அவன் உண்மையிலேயே ஓர் ஏமாற்றுக்காரனாக இருந்திருந்தால் யாராவது ஒருவர் அவனைக் கண்டுபிடித்திருக்கவேண்டும். ஆனால் அவனை யாருக்குமே தெரியவில்லை என்பதுதான் ஆச்சரியம்.

இன்றுவரை கவுண்ட் அவன் கைப்பட எழுதிய ஒரே ஒரு நூல் மட்டுமே அழியாமல் பாதுகாக்கப்பட்டு வருகிறது. 'லா ட்ரெஸ் செயிட் ட்ரின்சோப்பி' என்ற அந்த நூல் பிரான்ஸில் உள்ள ட்ராய்ஸ் நகர் நூலகத்தில் இன்றும் பாதுகாக்கப்பட்டு வருகிறது. ஆனால் அதில் உள்ள வார்த்தைகள் அனைத்தும் நேரடியாக இல்லாமல் ஏதோ சங்கேத, குறியீடுகளைக் கொண்ட வார்த்தைகளாகவே இருக்கிறது. இந்த வார்த்தைகளை இன்னும் வல்லுநர்களால் முழுதாக விளக்கவும் முடியவில்லை. இதனை மொழிபெயர்க்கும் முயற்சிகள் அனைத்தும் தோல்வியிலேயே முடிந்தது.

ஒரு மொழிபெயர்ப்பு மட்டும் அதில் உள்ள சில வாக்கியங்களை ஒப்பீட்டளவில் தெளிவுடன் கூறுகிறது - 'நாம் எதனுடனும் ஒப்பிடவே முடியாத ஒரு வேகத்தில் வெளியிடத்தில் பயணித்துக் கொண்டிருக்கிறோம். ஒரு நொடியில் நமக்குக் கீழே இருக்கும் சமவெளி ஒன்று கண்ணுக்குத் தெரியாத தொலைவுக்குச் சென்று, நினைவில் இருந்தும் மறைந்துவிடுகிறது. நமது பூமி மங்கிக் கொண்டிருக்கும் ஒரு நட்சத்திரமாக மறைந்துகொண்டிருக்கிறது'.

இந்த வார்த்தைகள் எதைக் குறிக்கிறது என்று பெரும் கேள்வியாக இருக்கிறது. கவுண்ட் செயிண்ட் ஜெர்மைன் காலத்திற்கும், வெளிக்கும் இடையில் பயணிக்கும் ஆற்றல் படைத்த ஒரு பயணியா? வரலாற்றை மாற்றி அமைக்கக் காலப்பயணத்தில் எதிர்காலத்தில் இருந்து வந்திருந்த ஒருவனா? அல்லது வேற்று கிரகவாசியா? இப்படி இருக்கும்பட்சத்தில் அவன் இயேசு கிறிஸ்துவுடன் பேசியதும், மறைந்த பேரரசர்களைச் சந்தித்ததும் உண்மையாக இருக்கலாம்.

•

9

மழை தயாரிக்கும் அதிசய மனிதன்

பாட்டுப்பாடி மழை வர வைப்பது, மந்திரம் ஓதி மழை வர வைப்பது, ஹோமம் வளர்த்து மழை வர வைப்பது என்றெல்லாம் கேள்விப்பட்டிருப்போம். அதேபோல் அறிவியல் முறைப்படி செயற்கை மழை (கிளவுட் சீடிங்) வரவழைப்பதும் சாத்தியம்தான். மிஞ்சி மிஞ்சிப்போனால் அதன் மூலம் ஒரு மணி நேரம் மழை பெய்வதற்கு உத்தரவாதம் அளிக்கலாம். ஆனால் உண்மையில் ஒரு தனிமனிதரால் ஓர் அணையே நிரம்பும் அளவிற்கு மழை பெய்ய வைக்க முடியுமா? ஓர் ஊரே வெள்ளக்காடாக மூழ்கி அதன் ஒரு பகுதியே பெரும் பேரிடர் பாதிப்பு ஏற்படும் அளவிற்கு மழை பொழியச் செய்ய முடியுமா? ஆம்! இது நடந்தது!

இது புராணக்கதையோ இதிகாசச் சம்பவமோ இல்லை. நவீன உலகில் 20-ஆம் நூற்றாண்டில் வாழ்ந்த ஹாட்ஃபீல்ட் என்கிற மழை மனிதன் பற்றிய உண்மைக் கதை இது.

சார்லஸ் ஹாட்ஃபீல்டை அவர்கள் இயற்கைக்குக் கட்டளையிடுபவர் என்றே அழைத்தனர். நவீன உலகில் மழை வரவைப்பதில் இந்த ரெயின் மேக்கர் ஒரு கில்லாடி என்றும் கூறினர். 30 ஆண்டுகளுக்கும் மேலாக அவர் இந்த மழை பெய்ய வைக்கும் கலையைப்

சார்லஸ் ஹாட்ஃபீல்ட்

பயிற்சி செய்து, பல ஏரிகளை நிரம்ப வைத்தவர், வாடிய பயிர்களுக்குத் தன் திறமையால் மழைநீர் அளித்து உயிர் கொடுத்தவர், வறட்சியைப் போக்கி நிலங்களைச் செழிப்பாக்கியவர். கனடாவின் யுகானில் இருந்து மத்திய அமெரிக்காவின் கவுதமாலா வரை தன்னுடைய மழை வரவைக்கும் சக்தியால் பூமிக்கு நீர் அளித்தவர். லண்டன் நகர மூடு பனியை விலக்கவும், சஹாராப் பாலைவனத்தில் மழைபெய்ய வைக்கவும்கூட தன்னால் முடியும் என்று உறுதியாகக் கூறியவர்.

இவர் தன்னைப் பற்றிக் கூறும்போது 'நான் மழையை வரவைப்ப தில்லை. அப்படிச் சொல்வது முட்டாள்தனமானது. நான் மேகங்களை என்னிடம் வருமாறு ஈர்க்கிறேன். மழை வரவைக்கும் வேலையை அவைகள் பார்த்துக்கொள்கின்றன' எனக் கூறினார்.

ஹாட்ஃபீல்டின் பிரமிக்கவைக்கக்கூடிய ஒரு சாதனை என்றால் கலிபோர்னியா மாகாணத்தில் சான் டியாகோவில் நடந்த ஒரு நிகழ்ச்சிதான்.

1915-ம் ஆண்டு சான் டியாகோ நகரம் நீர் இன்றி வறட்சிப் பூமியாக இருந்தது. ஹாட்ஃபீல்டு என்ற அப்போது யாரும் அறியாத மனிதர் ஒருவர் அந்த நகரத்திற்குள் வருகிறார். நேராக நகர கவுன்சிலிடம் சென்று ஒரு சிறிய விண்ணப்பம் ஒன்றை வைக்கிறார்.

உங்கள் நகரம் மழையில்லாமல் வறண்டு இருக்கிறது. உங்களுடைய நீர் ஆதாரத்திற்கு மூலமான மொரினா அணையோ துளிநீர் இல்லாமல் காய்ந்து கிடக்கிறது. உங்கள் நகரத்தையும், மொரினா அணையையும் வெள்ளம் பெருக்கெடுத்து ஓடும்படியாக நீரினால் என்னால் நிரப்ப முடியும். செய்துகாட்டவா? என்று கேட்கிறார்.

அனைவருக்கும் ஆச்சரியம். யார் இந்த மனிதன்? எங்கேயோ இருந்து நம் நகரத்திற்குள் வந்து காய்ந்து கிடக்கும் பூமியை நீரால் நிரம்பச் செய்வேன் என்று கூறுகிறாரே. ஒருவேளை மூளை பிசகியவரா? என்று எண்ணினார்கள்.

அவர்களிடம் ஹேட்பீல்டு மேலும் கூறினார், 'அப்படி மழை வரவைத்து உங்கள் அணையை நான் நிரப்பி விட்டால் எனக்கு 10,000 டாலர்கள் ஊதியமாக நீங்கள் வழங்க வேண்டும். அப்படி என்னால் முடியவில்லை என்றால் நீங்கள் எனக்கு ஒரு பைசா கூட தரவேண்டாம். நான் பாட்டுக்கு வந்த வழியாகப் போய்விடுவேன்' என்று கூறினார்.

கவுன்சில் அதிகாரிகளுக்கு இந்த ஒப்பந்தம் மிகவும் பிடித்துப் போனது. அணையை நிரப்பினால் பணம் தாருங்கள். இல்லை என்றால் எதுவும் வேண்டாம் என்று கூறுகிறார். இதனால் நமக்கு ஒரு பாதிப்பும் இல்லை. நீர் வந்தால் மக்களுக்கு நல்லது. வரவில்லை என்றாலும் யாருக்கும் எந்தப் பாதகமும் இல்லை. ஹாட்ஃபீல்டின் ஒப்பந்தத்துக்கு நகர கவுன்சில் தரப்பினர் ஒப்புக்கொண்டனர்.

அவர்கள் ஒப்புக்கொண்டதற்கு இன்னொரு முக்கிய காரணமும் இருந்தது. அந்த அணை 15 பில்லியன் கேலன் நீரை தாங்கக்கூடிய அளவிற்குக் கட்டப்பட்ட ஓர் அணை. மேலும் அந்த அணை கட்டப்பட்டதிலிருந்து இதுவரை மூன்றில் ஒரு பங்குகூட அந்த அணை நிரம்பும் அளவிற்கு நீர் இருந்ததில்லை. இப்போது ஒரு மனிதன் வந்து தன்னால் இந்த அணையை நிரப்ப முடியும் என்று கூறுகிறார். அது சாத்தியமா என்று தெரியவில்லை. அப்படியே அவர் சொன்னபடி அணையை நிரப்பி விட்டாலும் நாம் அவருக்குக் கொடுக்கக்கூடிய தொகை என்பது மிகவும் சொற்பம்தான். 10 பில்லியன் கேலன் நீருக்கு அவன் தொகையாக 1000 கேலனுக்கு 1 சென்டிலும் பத்தில் ஒரு பங்கு மட்டுமே கேட்கிறான். (இந்திய மதிப்பில் நீங்களே கணக்குப் பார்த்துக்கொள்ளுங்கள்) அவன் இந்தத் திட்டத்தில் தோற்றால் நாம் பணமும் தர வேண்டியதில்லை!

அந்த ஒப்பந்தம் சுமுகமாக முடிந்தது.

1916-ஜனவரி 1-ஆம் தேதி உலகமே புதுவருடத்தை வரவேற்றுக் கொண்டாடிக்கொண்டிருந்தபோது, ஹாட்ஃபீல்டு அமைதியாக மொரினா அணைக்கு வருகிறார். சான் டியாகோ நகரத்தின் கிழக்குப்பகுதியிலிருந்து 60 மைல் தொலைவில் தனது வேலையைத் தொடங்கினார்.

முதலில் அவர் 20 அடி உயரத்துக்கு மரத்தால் ஆன ஒரு கோபுரத்தை எழுப்பினார்.ர். அதன்மீது ஏறி அந்தக் கோபுரத்தின் உச்சியில் துத்தநாகப் பூச்சு பூசிய மிகப்பெரிய தட்டு ஒன்றைப் பொருத்தினார். அந்தத் தட்டில் அவருக்கு மட்டுமே தெரிந்த ஈரப்பதத்தை இழுக்கக்கூடிய ஒரு பொடியைத் தூவினார். அந்தப் பொடிக் கலவை ஆவியாக ஆரம்பித்தவுடன், அண்ணாந்து வானத்தை நோக்கி இயற்கையை இணங்க வைக்கும் சில வார்த்தைகளைக் கூறினார். இதை வேடிக்கை பார்த்த அனைவருக்கும் அவர் செய்வது ஒன்றுமே புரியவில்லை. ஆனால் இயற்கைக்குப் புரிந்தது.

ஜனவரி 5-ம் தேதி மழை பெய்யத் தொடங்கியது. ஜனவரி 10-ஆம் தேதி அது பேய் மழையாக உருமாறியது. அந்த நகரம் முழுவதும் இதுவரை கண்டிராத அளவிற்குத் தொடர்ச்சியாக மழை கொட்டியது. அடுத்த 10 நாட்களில் பேய் மழை ராட்சச மழையாக மாறியது. அந்த நகரம் முழுவதுமே ஒரு பெரும் ஏரியில் மிதப்பதுபோல சாலையெங்கும் வெள்ளக்காடு பெருக்கெடுத்து ஓடியது.

அந்த நகரத்தில் வாழ்ந்த மக்களுக்கு இந்த ராட்சச மழை நிற்குமா என்று தெரியவில்லை. வீட்டை விட்டு யாருமே வெளியே வர முடியவில்லை. வேலை, தொழில், வியாபாரம் எல்லாம் முடங்கிப் போனது. பெரும் வெள்ள நீர் சாலையெங்கும் பெருக்கெடுத்து ஓடிக் கொண்டிருந்தது. மற்ற நகரங்களில் இருந்து சாண்டியோவிற்குள் நுழையும் நெடுஞ்சாலைகள் எல்லாம் துண்டிக்கப்பட்டுவிட்டன. ரயில் பாதைகள் அனைத்தும் வெள்ளத்தில் மூழ்கிக் கிடந்தன. தொலைபேசி, தந்தி என அனைத்துவிதமான தொலைத்தொடர்பு களும்கூட செயலற்றுப் போயின. ஆற்று நீர் நகரத்திற்குள் நுழைந்து வீடுகளையும், களஞ்சியங்களையும்கூட அடித்துச் சென்றது.

ராட்சச மழையால் சான் டியாகோ நகரமே வெள்ளக்காடாக மாறியது

உலகத்தின் அழிவு ஆரம்பித்துவிட்டதோ என அப்பகுதி மக்கள் அஞ்சி நடுங்கினர். மழை வரவைக்கிறேன் என்று பிரளயத்தை உண்டாக்கி அழிவைக் கொண்டு வந்து விட்டானே இந்த ஹாட்ஃபீல்டு என்கிற சூனியக்காரன் என்று மக்கள் அவனைத் திட்டித் தீர்த்தனர்.

பல நாட்கள் பெய்து தீர்த்தபிறகு மழை மெல்ல நின்று சூரிய வெளிச்சம் முதன் முதலில் மேகங்களிடையில் இருந்து சிறுகீற்றாக வெளிப்பட்டது. மக்கள் மத்தியில் புன்னகை பூத்தது. ஆனால் அந்தப் புன்னகை நீடிக்கவில்லை. மீண்டும் ஜன.26-ம் தேதி மிகப்பெரிய புயல் ஒன்று அந்தப் பகுதியில் உருவானது. புயலால் ஏற்பட்ட மழைக்காற்று மீண்டும் அந்த நகரத்தையே ஆட்டம் காண வைத்தது.

அணை முழுவதும் பெரும் மழை பொழிந்து நிரம்பியது. அன்று இரவே அந்த அணையின் நீர்மட்டம் ஒரு மணிநேரத்தில் 2 அடி என்ற விகிதத்தில் நிரம்பிக்கொண்டிருந்தது. இந்த வேகத்தில் நீர் நிரம்பினால் நிச்சயம் அணை உடைவதற்கான சாத்தியம் இருக்கிறது. அணை உடைந்தால் அனைத்தும் முடிந்துவிடும். அணைக்குப் பக்கத்தில் இருக்கும் பகுதி மட்டுமல்ல அந்த நகரமே நீரில் மூழ்கிவிடும். பல்லாயிரம் மக்கள் இறந்துவிடுவர். மக்கள் பயத்தில் நடுநடுங்கித் துடித்து நின்றனர். நகரத்தை விட்டு வெளியே செல்வதற்கும் வேறு வழியில்லை. எல்லாம் முடிந்தது. மொத்தமாகக் கூண்டோடு காலி என்று நினைத்த நேரத்தில்தான் அது நடந்தது. அணை முழுவதும் நிரம்ப வெறும் 5 இன்ச் மட்டுமே இருக்கும் நேரத்தில் அதிசயமாக மழை நின்றது. மக்கள் நிம்மதிப் பெருமூச்சு விட்டனர்.

ஆனால் பிற மாவட்டங்களுக்கு அந்த அதிர்ஷ்டம் வாய்க்கவில்லை. மொரினா அணைக்குக் கொஞ்சம் பக்கத்தில் இருந்த மற்றொரு அணையான ஓடாய் அணை உடைந்துவிட்டது. 40 அடி உயரத்தில் நீர் வெளியேறியது. கடலுக்குச் செல்லும் பாதையில் உள்ள 12 மைல் தூரத்தையும் வெள்ளத்தால் மூழ்கடித்தபடி இடையில் இருந்த கிராமங்கள், அதில் இருந்த கட்டங்கள் அனைத்தையும் இடித்து நாசப்படுத்திச் சென்றது.

இந்த விபத்தால் 50 மனித உயிர்கள் பலி ஆகின. சுமார் இருநூறுக்கும் மேற்பட்ட பாலங்கள் முழுமையாக உடைந்து அடித்துச் சென்ற தாகவும், பல கிலோமீட்டர்களுக்குச் சாலைகளும், ரயில் தண்ட வாளங்களும் முழுமையாக நீரினால் சேதமடைந்ததாகவும் சொல்லப் பட்டது. 32 நாட்கள்வரை ரயில்கள் நிறுத்தப்பட்டிருந்தன. அப்பகுதியில் இருந்த மலைகளிலும், குன்றுகளிலும் மழை நீர்

பெரும் மாற்றத்தைச் செய்தது. சில நிலப்பரப்புகள் நிரந்தரமாக மாறிவிட்டதாகவும் கூறப்பட்டது.

ஆனால் ஹாட்ஃபீல்டு தான் சொல்லிய சொல்லைக் காப்பாற்றி விட்டதில் மட்டும் யாருக்கும் சந்தேகமில்லை. மொரினா அணை நீர் பெருக்கெடுத்து ஓடியது. தனது ஒப்பந்தப்படி மழை வரவைத்து விட்ட சந்தோஷத்தில் தொகையைப் பெற்றுக்கொள்ள ஹாட்ஃபீல்டு நகர கவுன்சிலிடம் சென்றார். ஆனால் நகர கவுன்சில் ஹாட்ஃபீல்டுக்குப் பணம் தர மறுத்துவிட்டது!

காரணம் இதுதான். ஹாட்ஃபீல்டு மழை வரும் விஷயத்தில் கெட்டிக்காரராக இருந்தாலும். மற்ற விஷயங்களில் வெகுளி. அவர் நகர கவுன்சிலுக்குக் கொடுத்த வாக்குறுதியை சட்டப்படி எழுதிப் பதிவு செய்யவில்லை. இதனால் அவர் பணம் கேட்டுச் சென்றபோது தாங்கள் அப்படி ஒரு வாக்குறுதியைத் தரவேயில்லை என்று கவுன்சில் மறுத்துவிட்டது. மேலும் இந்த மழை அனைத்தும் கடவுளின் செயல் என்றும், நீங்கள்தான் மழையை வர வைத்தீர்கள் என்பதற்கு உங்களிடம் எதுவும் ஆதாரம் இருக்கிறதா என்றும் அவர்கள் ஹெட்ஃபீல்டிடம் கேட்டார்கள். ஹெட்பீல்டு தனது அறிவியல் கருவிகளைக் காட்டினார். வேதியல் விளக்கங்களை எடுத்துரைத்தார். ஆனால் எவ்வளவு முயன்றும் ஹாட்ஃபீல்டால் தான் தான் அந்த மழையை வர வைத்தேன் என்பதற்கான வலுவான ஆதாரத்தை நிறுவ முடியவில்லை. ஹாட்ஃபீல்டு சோகத்துடன் அந்நகரை விட்டு வெளியேறினார்.

பிறகு சில நாட்கள் கழித்து ஹாட்ஃபீல்டு அந்த நகர கவுன்சிலுக்கு எதிராக நீதிமன்றத்தில் வழக்குத் தொடர்ந்தார். ஆனால் அவரால் வழக்கில் தொடர்ந்து போராட முடியவில்லை. போதுமான ஆதாரம் இல்லாத காரணத்தினால் அந்த வழக்கு 1938-ல் தள்ளுபடி செய்யப்பட்டது. அப்பகுதி மக்களே ஹாட்ஃபீல்டுக்கு நகர கவுன்சில் துரோகம் இழைத்துவிட்டதாக பேசத்தொடங்கினர். பேசி என்ன பயன்? ஹாட்ஃபீல்டுக்குக் கிடைக்க வேண்டிய அந்தச் சொற்பத் தொகை, கடைசிவரையிலும் கிடைக்காமலேயே போய்விட்டது.

வழக்கில் தோற்றிருந்தாலும், மக்கள் மத்தியிலும் பிற அறிவியலாளர்கள் மத்தியிலும் ஹாட்ஃபீல்ட் இயற்கையின் அரசன் என்ற அசைக்கமுடியாத பெயரைப் பெற்றார். சான் டியாகோ நகரமும் அதன் மக்களும் காலம் முழுவதிலும் ஹாட்ஃபீல்டை மறக்கப் போவதில்லை என்பதுதான் நிஜம்!

•

10

இறந்தவர்களின் இதயம் துடிக்கிறது

இங்கிலாந்தில் இருக்கும் லிவர்பூல் நகரம் கால்பந்துக்கு மட்டும் பெயர்பெற்றது அல்ல; உலகில் பல அமானுஷ்யச் சம்பவங்கள் நடைபெற்ற இடங்களில் முக்கியமான ஒரு நகரமும் ஆகும். இதுவரை உலகம் முழுவதும் நடைபெற்ற, நடை பெற்றுக்கொண்டிருக்கும் அமானுஷ்ய விஷயங்கள் குறித்த தரவுகளை நாம் ஆராய்ந்தால் அவற்றில் 20%-ஆவது லிவர் பூல் நகரத்தில்தான் நடந்திருக்கும். இப்போது நாம் பார்க்கப்போகும் கொடூரச் சம்பவமும் லிவர் பூலில் நடந்த ஒன்று தான்.

18-வது நூற்றாண்டில் இங்கிலாந்து லிவர் பூல் நகரத்தில் நடந்த ஒரு கொடூர உண்மைச் சம்பவம் பற்றித்தான் நாம் இப்போது பார்க்கப்போகிறோம். அது தெரிய வந்தது 20ம் நூற்றாண்டில்!

1972-ம் ஆண்டு.

பனி பெய்துகொண்டிருக்கும் அழகிய இரவு அது. லிவர்பூல் நகரத்தின் ஓல்டு ஸ்வான் பகுதியில் அந்த 4 பேர் கொண்ட குடும்பத்திற்குத்தான் முதலில் அந்தச் சத்தம் கேட்டது. சற்று மங்கிய இதயம் துடிக்கும் 'லப் டப்' சத்தம். நிசப்தமான அந்த இரவில் அந்தச் சத்தம்

ஒரு ரிதத்துடன் துல்லியமாகக் கேட்டது. அந்தக் குடும்பத் தலைவர் ஜோன்ஸுக்குத் தனக்கு மட்டும்தான் அந்தச் சத்தம் கேட்கிறதா என்ற சந்தேகம். ஆனால் அப்படியில்லை. அந்த வீட்டில் இருந்த அனைவருக்குமே அந்தச் சத்தம் கேட்டுக்கொண்டிருந்தது. நள்ளிரவு ஆக ஆக அந்த மனித இதயத் துடிப்பின் சத்தம் மேலும் அதிகரித்தது. அவர்கள் வளர்த்து வந்த கிளி, கூண்டுக்குள் பதற்றமாகி இறக்கையை அடித்துக்கொண்டே பறந்தது. அவர்கள் வளர்த்து வந்த செல்ல நாயும் பயத்தில் ஊளையிடத் தொடங்கியது. அந்தக் குடும்பத்தினருக்கு அச்சம் எழுந்தது. என்ன நடக்கிறது? எங்கிருந்து வருகிறது இந்தச் சத்தம்? ஏன் இந்தப் பறவையும் விலங்கும் இப்படிச் சத்தம் எழுப்புகின்றன? ஒருவேளை வீட்டுக்குள் ஏதும் அமானுஷ்யச் சக்தியாக இருக்குமோ? தேடிப் பார்த்தார். வீட்டுக்குள் கண்டுபிடிக்க முடியவில்லை. அவர்கள் இவ்வாறு தேடிக்கொண்டிருந்தபோதே சத்தம் வேறுவிதமாக மாறத்தொடங்கியது. முதலில் இதயம் துடிக்கும் லப் டப் சத்தம் மட்டுமே கேட்டுக்கொண்டிருந்தது, இப்போது அந்தத் துடிப்புக்கு ஏற்றாற்போல வீட்டுக்குள் சிறிய நில அதிர்வும் ஏற்படத் தொடங்கியது.

பயந்துபோன ஜோன்ஸ் குடும்பத்தார் நேராக வீட்டை விட்டு வீதிக்கு ஓடிவந்தனர். லப் டப் சத்தம் வரும் திசையை நோக்கி தெருவில் அங்குமிங்கும் தேடினர். அப்போது அவரது பக்கத்து வீட்டில் இருந்த கிளாடிஸ் என்ற பெண்மணியும் வீட்டை விட்டு வெளியே வந்து, ஜோன்சிடம் 'அது என்ன சத்தம்?' என்று வினவினார். அப்போதுதான் ஜோன்ஸுக்குப் புரிந்தது. இந்தச் சத்தம் தனக்கும் தன் குடும்பத்தினருக்கும் மட்டும் கேட்கவில்லை; இந்தப் பகுதியில் வசிக்கும் அனைவருக்கும் கேட்டுக்கொண்டிருக்கிறது!

ஐந்து நிமிடங்கள் சென்றிருக்கும், திடீரென்று அதிர்வு நின்றது. லப் டப் சத்தமும் நின்றது. மீண்டும் நள்ளிரவின் நிசப்தம். இந்த நிசப்தம் சத்தத்தைவிடப் பயங்கரமானதாக இருந்தது. அடுத்து என்ன நடக்கப் போகிறதோ?

மறுநாள் ஜோன்ஸின் குடும்பம் இரவு உணவு அருந்திக் கொண்டிருந்தபோது மீண்டும் அதே இதயம் துடிக்கும் சத்தம், சிறிய அதிர்வுடன் தொடங்கியது. அதற்குப் பின் வந்த வாரங்களில் பல்வேறு நாட்களில் அந்தச் சத்தமும், அதிர்வும் நள்ளிரவில் தொடர்ந்தபடியே இருந்தன. அப்பகுதி மக்களுக்குப் பயம் தொற்றியது. பேசாமல் நகர கவுன்சிலிடம் சென்று இதுபோல நடக்கிறது என்று சொல்லிவிடுவோம். ஆனால் அவர்கள் நம்புவார்களா? கற்பனை என்பார்களா? நல்லவேளை இந்தச் சத்தம்

குறித்து புகார் அளிக்கப்பட்டதுமே நகர கவுன்சில் விசாரணை செய்ய அப்பகுதிக்கு அதிகாரிகளை அனுப்பியது. வந்தவர்களுக்கும் ஆச்சரியம். அவர்களுக்கும் அந்த லப் டப் சத்தம் கேட்டது. ஆனால் அந்தச் சத்தம் எங்கிருந்து வருகிறது என்றுதான் அவர்களால் கண்டுபிடிக்க முடியவில்லை.

அந்த விசாரணை தொடர்ந்து நடைபெற்றுக்கொண்டிருந்த வேளையில், ஒரு நாள் இரவு அப்பகுதியில் பிராட்வே கிரீன் சந்து, ஆஸ்வேல்டு தெரு, மற்றும் எட்ஜி லேன் ட்ரை ஆகிய மூன்று சாலையையும் இணையும் நடுப்பகுதியில் அந்த இதயத் துடிப்பின் சத்தமும், அதிர்வும் அதிகப்படியாக இருந்ததாக அதிகாரிகள் கண்டுபிடித்தனர். அந்தத் தெருவில் இருந்த ஒரு பெண் அந்தச் சத்தத்தினால் தீவிரமான ஒற்றைத்தலைவலி ஏற்பட்டு அந்தப் பகுதியை காலி செய்துவிட்டுச் சென்றார்.

இது தொடர்கதையாக இருக்க அதன் பிறகு ஜோன்ஸ் குடும்பம் தங்கியிருக்கும் வீட்டில் வேறு பல பயங்கரமான அமானுஷ்ய விஷயங்களும் நடைபெறத் தொடங்கின.

செப்டெம்பர் 1972 - இரவு படுக்கப்போகும் முன் கொஞ்சம் காற்றாட நடக்கலாம் என நினைத்து ஜோன்ஸ் வாசற் கதவைத் திறந்தார். அப்போது அந்த இதயத்துடிப்பு மீண்டும் சத்தமாக ஆழமாக ஒலிக்கத்தொடங்கியது. இந்தமுறை அதன் சத்தம் கடுமையாகவும், மிகவும் பக்கத்திலும் கேட்டது. ஜோன்ஸின் மனைவி மாடியில் உள்ள குளியலறையில் நீர்த்தொட்டியில் குளித்துக்கொண்டிருந்தவர் திடீரென்று பெரும் அலறலுடன் கத்தினார். பதறியடித்த ஜோன்ஸ் மாடிக்கு ஓடோடிச் சென்று பார்த்தபோது, குளியலறையில் சாத்தப்பட்டிருந்த கண்ணாடிக் கதவு ஒன்றில் 5 விசித்திரமான உருவங்கள் தோன்றின. அந்த முகங்கள் பார்ப்பதற்கு இறந்த மனிதர்களின் எலும்புக்கூடுகளைப்போலப் பயங்கரமாக இருந்தன. ஜோன்ஸூம் அவரது மனைவியும் அந்த எலும்புக்கூடுகளைப் பார்த்துக்கொண்டிருக்கும்போதே அந்த உருவங்கள் மறைந்து போயின. அதுவரை கேட்டுக்கொண்டிருந்த சத்தமும் திடீரென்று நின்று அப்பகுதி முழுவதும் பேரமைதி நிலவியது.

இந்தச் சம்பவம் நடந்த மறுநாளே பக்கத்து வீட்டுப் பெண்மணி கிளேடிஸ் வீட்டில் ஒரே இரைச்சல். பலர் அவரின் வீட்டின் வெளியே நின்றுகொண்டிருந்தனர். ஜோன்ஸூம் அவரது மனைவியும் என்னவென்று பார்ப்பதற்காக அவரது வீட்டிற்கு விரைந்தனர். அப்போதுதான் அவர்கள் கிளேடிஸின் வீட்டு வாசலுக்கு ஓர்

ஆம்புலன்ஸ் வந்து நிற்பதையே கவனித்தனர். அதிலிருந்து இறங்கிய மருத்துவப் பணியாளர்கள் வீட்டிற்குள் சென்று மாரடைப்பு ஏற்பட்டு உயிருக்குப் போராடிக்கொண்டிருந்த கிளாடிஸை ஆம்புலன்ஸில் ஏற்றி மருத்துவமனைக்குக் கொண்டு சென்றனர்.

அன்று மாலை ஜோன்ஸும், அவரது மனைவியும் மருத்துவ மனைக்குச் சென்று கிளாடிஸைப் பார்த்தனர். கடவுள் அருளால் தப்பிப் பிழைத்த அந்த வயதான பெண்மணி தனது வீட்டில் நடைபெற்ற அந்த மர்மமான விஷயங்களை ஜோன்ஸிடம் விவரித்தாள்.

வீட்டில் படுக்கையில் தூங்கிக் கொண்டிருந்த கிளாடிஸ் எதனாலோ தூக்கம் கலைந்துபோனவராகக் கண் விழித்திருக்கிறார். அப்படி அவர் கண்விழித்துப் பார்த்தபோது அவரைச் சுற்றி இறந்து போன பிணங்களைப்போல மண்டையோட்டு முகங்களைக் கொண்ட சில எலும்புக்கூடு உருவங்கள் அவருக்கு முன் நின்று கொண்டிருந்தனவாம். அவ்வளவுதான் உடல் தூக்கிவாரிப் போட கிளாடிஸ் என்ன செய்வதென்று தெரியாமல் பதறியடித்துப்போய் வீட்டை விட்டு வெளியே ஓடிவிடலாம் என்று எழுந்திருக்கிறார். அந்த உருவங்கள் மேலும் அவரை நோக்கி நகர்ந்து வர, அச்சத்தில் அலறித் துடித்த கிளாடிஸ் அப்படியே மாரடைப்பில் விழுந்து விட்டார். கிளாடிஸின் சத்தம் கேட்டு வந்து பார்த்த அவரது குடும்பத்தார் ஆம்புலன்ஸை வரவழைத்துக் காப்பாற்றிவிட்டார்கள்.

ஆனாலும் இந்தச் சம்பவம் நடந்த அடுத்த ஒரு வாரத்தில் கிளாடிஸ் இறந்துவிட்டார். அன்று அவரது வீட்டில் நடைபெற்ற இறுதிச் சடங்கில் ஜோன்ஸும் அவரது மனைவியும் கலந்துகொண்டனர்.

அதற்கு அடுத்த வாரம். ஒரு மாலை வேளையில் ஜோன்ஸின் 18 வயது மகள் தேநீர் அருந்திக்கொண்டிருந்தாள். அப்போது அவளது கோப்பை தவறிக் கீழே விழுந்து உடைந்தது. சிந்திய தேநீரைத் துடைக்கலாம் என்று துணியை எடுத்துவந்து அப்பெண் மேஜையை நோக்கிக் குனிந்தவள், எதையோ பார்த்துப் பயந்துபோய் அலறியபடி கீழே விழுந்தாள். ஜோன்ஸின் குடும்பத்தினர் பதறி ஓடோடி வந்து பார்த்தபோது சிந்திய தேநீரில் ஒரு சிரித்துக்கொண்டிருக்கும் எலும்புக்கூட்டின் உருவம் தோன்றியது. பின் சிறிது நேரத்திலேயே ஆவியாகி மறைந்தது.

அதே நாள் இரவு. ஜோன்ஸின் வீட்டு வாசலில் ஒரு மனிதர் வந்து கதவைத் தட்டினார். அவர் அப்பகுதியின் இரவு நேரக் காவல் பணியாளர். ஜோன்ஸ் கதவைத் திறந்து பார்த்து, ‘என்ன இந்த

நேரத்தில் வந்து கூப்பிடுகிறீர்கள்?' என்று அவரை ஆச்சரியத்துடன் விசாரித்தார்.

அப்போது காவலர் அங்கு நடந்தவற்றை ஜோன்ஸிடம் கூறினார். அந்தக் காவலர் இரவு 11.30 மணி அளவில் சாலையில் ஒரு கருப்பு நிற உருவம் ஒன்றைப் பார்த்திருக்கிறார். யாரோ புதியவர்தான் அந்தப் பகுதிக்கு வந்திருப்பதாக நினைத்து அந்த உருவத்தைக் கூப்பிட்டபடியே பின் தொடர்ந்து ஓடியிருக்கிறார். அந்த உருவம் திடீரென்று காவலரைத் திரும்பிப் பார்த்துள்ளது. கருப்பு நிற அங்கி அணிந்திருந்த அந்த உருவம் பார்ப்பதற்கு ஒரு மதகுருவைப்போல இருந்திருக்கிறது. காவலர், 'நீங்கள் யார்?' என்று கேட்டபோது, அந்த உருவம் பதிலேதும் சொல்லாமல் மீண்டும் வேகமாக நடக்கத்தொடங்கி 3 தெருக்களும் சந்திக்கும் இடத்தில் சென்று வெட்ட வெளியில் மறைந்துவிட்டது.

இதைக் கேட்டுக்கொண்டிருந்த ஜோன்ஸ், 'சரி, இதை ஏன் என்னிடம் வந்து இரவு 12 மணிக்குக் கூறிக்கொண்டிருக்கிறீர்கள்?' என்று சற்றுக் கடுப்புடன் கேட்டிருக்கிறார். அதற்கு அந்த முதியவர், 'அந்த உருவம் உங்கள் வீட்டில் இருந்துதான் வெளியே வந்தது. அதனால் தான் உங்களிடம் சொல்ல வந்தேன்' என்று கூறினார்!

அதன்பின் நடைபெற்ற தொடர்ச்சியான அமானுஷ்யச் சம்பவங்கள் ஜோன்ஸையும் அவரது குடும்பத்தையும் மிகவும் பாதித்தது. அவர்கள் அந்த இடத்தைவிட்டு வேறு எங்காவது சென்றுவிடலாம் என முடிவு செய்து அங்கிருந்து வெளியேறினர். அவர்களைத் தொடர்ந்து அப்பகுதியைச் சேர்ந்த மற்றவர்களும் சில நாள்களில் வீட்டைக் காலி செய்துவிட்டுச் சென்றனர். அதன் பின் புதியவர்கள் யாருமே அந்தப் பகுதிக்கு வசிக்க வரவில்லை. இதனால் அங்கிருக்கும் வீடுகளையெல்லாம் இடித்துவிட்டு புதிய அபார்ட்மெண்டுகளாகக் கட்டி வாடகைக்கு விடலாம் என்று அந்த நகர கவுன்சில் முடிவெடுத்தது.

1973-ஆம் ஆண்டு டிசம்பர் மாதம். முதற்கட்டமாக ஜோன்ஸ் குடும்பத்தினர் வசித்து வந்த தெருக்களில் இருந்த அனைத்து வீடுகளையும் இடிக்கும் பணி தொடங்கியது. அந்த வீடுகளை இடிக்கப் பயன்படுத்தப்பட்ட ஜேசிபி வாகனத்தை இயக்கிய பணியாளர் உணவு இடைவெளிக்காக அந்த வாகனத்தில் இருந்து இறங்கி தெரு ஓரத்தில் இருந்த மரத்தின் நிழலில் அமர்ந்து உணவு அருந்திக்கொண்டிருந்தார். அப்போது அவர் நிறுத்தி வந்த ஜேசிபி இயந்திரம் திடீரென்று காற்றில் தூக்கியெறியப்பட்டது!

அத்தனை எடையுள்ள ஒரு ஜேசிபி இயந்திரம் ஒரு பேப்பரைப்போல காற்றில் தூக்கியெறிப்படுவதைப் பார்த்த அந்தப் பணியாளர் பதறியே விட்டார். மேலும் அந்த ஜேசிபி இயந்திரம் நின்றுகொண்டிருந்த பகுதியில் பெரும் காற்று ஒன்று சுழலாக வீசி அந்தப் பகுதி இடிபாடுகள் அனைத்தையும் சுழற்றியடித்தது. கண்ணுக்குத் தெரியாத பெரும் அமானுஷ்யச் சக்தி ஒன்று இதைச் செய்து கொண்டிருப்பதாக அங்கிருந்த பணியாளருக்குத் தோன்றியது. இந்தச் சம்பவம் குறித்து விசாரித்தபோது அந்தப் பணியாளர், 'ஏதோ ஒரு சக்தி அந்த ஜேசிபி இயந்திரத்தைத் தூக்கி அந்தரத்தில் நிறுத்திவைத்து, பின் போதும் என்று கீழே விட்டதுபோல இருந்தது' எனக் கூறினார்.

அதைத் தொடர்ந்து வேறு ஒரு பணியாளரும் இவருடன் துணைக்கு அனுப்பப்பட்டார். இருவரும் சேர்ந்து கட்டிட இடிபாடுகளைச் சுத்தம் செய்துகொண்டிருக்கும்போது மண்ணில் புதைக்கப்பட்டிருந்த மரத்தால் செய்யப்பட்ட பெட்டி ஒன்று தரையில் பாதிப் பகுதி வெளிப்பட்டுத் தெரிந்தது.

பணியாளர் இருவரும் பூமியைத் தோண்டி அந்தப் பெட்டியை வெளியே எடுத்து ஆராய்ந்தபோது, மண்ணில் புதைக்கப்பட்டிருந்த அந்தப் பெட்டி ஒரு சவப்பெட்டி என்று தெரியவந்தது. அந்தப் பெட்டியில் பெயரோ, அடையாளமோ எதுவும் பொறிக்கப் பட்டிருக்கவில்லை. அதன் பின் அவர்கள் மேலும் அப்பகுதியைத் தோண்டியபோதுதான் மேலும் திகிலூட்டும் சம்பவங்கள் நடந்தன!

பூமிக்கு அடியிலிருந்து ஒரு சவப்பெட்டி கிடைத்த பிறகு மேலும் அப்பகுதியைத் தோண்டும்படி நகர கவுன்சில் உத்தரவிட்டது. அதன் பிறகு என்ன நடந்ததோ தெரியாது, திடீரென்று அப்பகுதியில் கட்டட இடிபாட்டுப் பணிகளில் இருந்தவர்கள் அனைவரையும் அந்தப் பகுதியை விட்டுப் போகும்படியாக நகர கவுன்சில் உத்தரவு வந்தது. யாருக்கும் எதுவும் புரியவில்லை. வேலை செய்துகொண்டிருந்த வர்களை ஏன் பாதியில் அனுப்ப வேண்டும்? மேலும் இந்த விஷயத்தை யாரிடமும் சொல்லாமல் ரகசியமாக வைத்துக் கொள்ளும்படி அனைவரிடமும் வலியுறுத்தப்பட்டது. அதன்படி பணியாள்கள் வெளியேறிச் சென்ற சில நாட்களில் அரசாங்கமே வேறு புதிய ஆட்களைக் கொண்டுவந்து, அப்பகுதியைத் தோண்டும் வேலையை மீண்டும் துரித வேகத்தில் ஆரம்பித்தது.

இந்த விஷயங்கள் ரகசியமாக வைக்கப்பட்டிருந்தபோதிலும், எப்படியோ கழுகு மூக்குடைய சில பத்திரிக்கையாளர்களுக்கு அங்கு சவப்பெட்டி எடுக்கப்பட்ட விஷயம் தெரிந்துவிட்டது. அவர்கள்

தோண்டுதல் பணி நடைபெற்றுக்கொண்டிருந்த இடத்திற்குப் பரபரப்புடன் விரைந்தனர். அப்படி அவர்கள் அங்குச் சென்றபோது அங்கே அவர்கள் கண்ட காட்சி எல்லோரையும் அச்சத்தில் ஆழ்த்தக்கூடியதாக இருந்தது. அந்தப் பகுதியில் மட்டும் ஏற்கெனவே கிடைத்தது போல அடையாளமற்ற மேலும் 3,561 சவப்பெட்டிகள் பூமியிலிருந்து கண்டெடுக்கப்பட்டிருந்தன! அந்த அனைத்துப் பெட்டிகளையும் திறந்து பார்த்தபோது உள்ளே மக்கிப்போயிருந்த பிணத்தின் எலும்புக்கூடுகள் இருந்தன.

அனைத்துச் சவப்பெட்டிகளும் 16 அடி ஆளத்தில் புதைக்கப் பட்டிருந்தன. அந்தப் பகுதி இதற்கு முன் சுடுகாடாகவோ அல்லது கல்லறையாகவோ இருந்திருக்குமோ என்றவகையில் விசாரணைகள் தொடங்கின. ஆனால் அப்படி ஏதும் இருந்ததற்கான எந்த ஆதாரமும் இல்லை. பின்னர் எப்படி எதற்காக இத்தனை ஆயிரம் மனிதர்கள் இந்த இடத்தில் புதைக்கப்பட்டிருக்கிறார்கள் என்ற காரணம் யாருக்கும் புரியவில்லை.

இதில் ஆச்சரியமூட்டக்கூடிய விஷயம் என்னவென்றால் எல்லா சவப்பெட்டிகளிலும் அதனுள் இருந்த உடல்களின் வயதுக்கு ஏற்றார்போல அவை வரிசையாகப் புதைக்கப்பட்டிருந்தன. கண்டெடுக்கப்பட்ட 3,561 உடல்களில் 10 வயதுச் சிறுவர்கள் முதல் 30 வயது மதிக்கத்தக்கவர்களின் உடல்கள்வரை அதில் இருந்தது. முதிய வயதானவர்களின் உடல்கள் இதில் இல்லை! அப்படி என்றால் இது நிச்சயம் இயற்கை மரணம் அடைந்தவர்களின் உடல்களாக இருக்காது. வேறு ஏதோ ஒரு துர்சம்பவம் இப்பகுதியில் நடந்திருக்க வேண்டும். ஆனால் அப்படி என்ன நடந்திருக்கும்? அதன்பின் அவர்களுக்குத் தெரிய வந்த விஷயம் தான் இன்னும் கொடியது.

அந்தப் பகுதி முழுவதும் மக்களோ, பத்திரிக்கையாளர்களோ செல்ல முடியாத அளவுக்கு மூடப்பட்டிருந்தது. ஆனால் அதையும் தாண்டி சிலர் அமைப்பாக இணைந்து அரசாங்கம் தங்களிடம் ஏதோ உண்மைகளை மறைப்பதாகக் கூறி தடங்கல்களை எல்லாம் மீறி உள்ளே சென்றனர். பின் அவர்கள் வலுக்கட்டாயமாக அங்கிருந்து திரும்பி அனுப்பப்பட்டனர். ஆனால் அங்கு நுழைந்து பார்த்தவர்கள் அங்கே கண்டதாகக் கூறிய காட்சிதான் அனைவரின் இதயத்தையும் பதைபதைக்க வைத்தது. ஆம்! அங்கு அப்பகுதியில் கண்டெடுக்கப் பட்ட எந்த எலும்புக்கூடுகளிலும் நெஞ்செலும்பு இல்லை! அல்லது உடைக்கப்பட்டிருந்தது. யாரோ சிலர் அவர்கள் உயிருடன் இருந்தபோதோ அல்லது இறந்த பின்போ அவர்களின் நெஞ்சுக் கூட்டை உடைத்து இதயத்தை எடுத்திருந்தனர்!

இங்கிலாந்தில் இந்த விஷயம் வேகமாகப் பரவ ஆரம்பித்தது. லண்டனில் இருந்த தொல்லியல் நிபுணர்கள் லிவர்பூல் பகுதியில் கண்டெடுக்கப்பட்ட மிகப்பெரிய கல்லறையைப்பற்றித் தெரிந்து கொண்டு விசாரணைக்கு வந்தனர். ஆனால் அதற்குள் லிவர்பூல் நகர கவுன்சில் அந்த 3000 பிணங்களையும் தகனம் செய்துவிட்டது. தொல்லியல் நிபுணர்கள் லிவர்பூலை அடைந்தபோது அந்தத் தகனம் செய்யப்பட்ட பிணங்களின் சாம்பல்கள் மட்டுமே இருந்தது. அந்தச் சாம்பல்களும் ஒரு குடுவையில் அடைக்கப்பட்டு ரகசியமான இடத்தில் வைக்கப்பட்டிருப்பதாகத் தெரிவிக்கப்பட்டது.

இதனால் தொல்லியல் அறிஞர்கள் திடுக்கிட்டுப் போனார்கள். அவர்களுக்கு மிகப்பெரிய கோபம் எழுந்தது. அவர்கள் நகர கவுன்சில் அதிகாரிகளைத் திட்டித் தீர்த்தனர். 'உங்களுக்குக் கொஞ்சமேனும் அறிவில்லையா? எவ்வளவு பெரிய சம்பவம் நடந்திருக்கிறது. இத்தனை பிணங்கள் கண்டெடுக்கப்பட்டிருக்கின்றன. இவை இயற்கையாக மரணம் அடைந்த மனிதர்களின் பிணங்களும் அல்ல. அதற்கான வரலாற்றுக் காரணம் என்னவென்று தெரிந்து கொள்வதற்கு முன்னரே இப்படி அறிவில்லாமல் எரித்து விட்டீர்களே. முழு உண்மையையும் தெரியவிடாமல் அரசாங்கமே கெடுத்துவிடுவதா?' எனக் கூச்சலிட்டனர். பிரச்னை வலுப்பதை அறிந்த அரசாங்கம் அந்தப் பகுதியைச் சோதனை செய்வதற்கு மட்டும் அனுமதி வழங்கியது. அவர்களும் விசாரணையைத் தொடங்கினர்.

அந்தப் பகுதி முழுவதும் தொல்லியல் ஆராய்ச்சிக்கு உட்படுத்தப் பட்டது. இவையெல்லாம் முதலில் 15-வது நூற்றாண்டில் வந்த பிளேக் நோயால் இறந்தவர்களின் உடலாக இருக்குமோ என்று சந்தேகப்பட்டனர். ஆனால் அதற்கான எந்த ஆதாரங்களும் அங்குக் கிடைக்கவில்லை. பிரிட்டிஷ் அருங்காட்சியகத்தைச் சேர்ந்த ஓர் ஆய்வாளர் இந்தப் பிணங்கள் 1700-களில் புதைக்கப்பட்டிருக்க வேண்டும் எனக் கூறினார். ஆனால் போதுமான ஆதாரங்கள் கிடைக்காததால் அந்த ஆய்வு அப்படியே நிறுத்தப்பட்டது. அந்தப் பிணங்களுக்கான காரணம் என்னவென்று கடைசிவரை தெரியாமலேயே போய்விட்டது. ஆனால் அந்தப் பகுதியில் நடைபெற்று வந்த அமானுஷ்ய விஷயங்கள் மட்டும் நின்றபாடில்லை.

பிணங்கள் அனைத்தும் எரிக்கப்பட்ட பின்னரும் அப்பகுதியில் வேலை பார்த்துக்கொண்டிருந்த பணியாட்கள் கருப்பு உடை அணிந்த மதகுருவைக் கண்டதாகக் கூறினர். இதனால் ஆர்வமடைந்த ஆவிகளைத் தொடர்புகொள்ளக்கூடிய 'மீடியம்' என்கிற சிலர் அந்த

இடத்திற்குச் சென்றனர். அவர்கள் அங்கு போனதுமே அப்பகுதியில் தீய சக்தியின் இருப்புக்கான அதிபயங்கர உணர்வு தோன்றியதாகக் கூறினர். அந்த மீடியம்களில் ஒருவர், 'சில நூற்றாண்டுக்கு முன்னர் சாத்தானை வழிபடும் மதகுருக்கள் சிலர், சாத்தானுக்குக் காணிக்கையாக மனிதர்களைக் கொன்று அவர்களின் இதயங்களைப் பலியிட்டிருக்க வேண்டும். அதன் பின் அந்த உடல்களைப் புதைத்திருக்க வேண்டும்!' எனக் கூறினர். மேலும் அவர்கள் ஆவிகளிடம் தொடர்புகொள்ள முயற்சித்தபோது தெரிந்துகொண்ட விஷயம் இந்த மர்மத்தை மேலும் நீட்டித்தது. அவர்களிடம் பேசிய ஆவிகள் அந்தப் பகுதியின் சுற்றுவட்டாரத்தில் மேலும் சில கல்லறைகள் இருப்பதாகவும், அவை அனைத்தும் மேற்கு நோக்கி இருப்பதாகவும் கூறின.

பாரம்பரியமான கிறிஸ்தவத் தேவாலயங்கள் கிழக்கு நோக்கி இருக்கும் என்றும், சாத்தானை வழிபடும் மக்களின் தேவாலயங்கள்தான் மேற்கு நோக்கி இருக்கும் என்றும், இதனால் இது ஒரு சாத்தான் தேவாலயம் இருந்த இடமாக இருந்திருக்கலாம் என அந்த மீடியம்கள் கூறினர்.

அதன்பின் அப்பகுதி முழுவதும் மீண்டும் தோண்டுதல் பணி தொடங்கியது. அதிர்ச்சியளிக்கும் விதமாக அவர்கள் கூறியது போலவே அப்பகுதியில் மேலும் சில கல்லறைகள் மேற்குப் பகுதியில் கண்டெடுக்கப்பட்டன.

இதில் ஒரு கல்லறை 1960-களில் எவெர்டென் மாவட்டத்தில் உள்ள காப்டென் தெருவில் கண்டுபிடிக்கப்பட்டது. அந்தக் கல்லறையில் 300 உடல்கள் மட்டுமே புதைக்கப்பட்டிருந்தன. அந்தப் பிணங்களும் வயதுவாரியாகவே வரிசைப்படுத்தப்பட்டிருந்தது.

இன்றுவரை இந்த இரு கல்லறைகள் குறித்த ஆராய்ச்சிகளையும் வெவ்வேறு நபர்கள் நடத்திவருகின்றனர். ஆனால் எதற்காக இங்கு மனிதர்கள் புதைக்கப்பட்டிருந்தார்கள் என்பதை மட்டும் யாராலும் கண்டுபிடிக்கமுடியவில்லை. அந்த இதயத்துடிப்பு சத்தமும் அதிர்வும் கண்டெடுக்கப்பட்ட பிணங்களின் இதயத்திலிருந்துதான் கேட்டதாக மக்கள் இன்றுவரை நம்புகின்றனர். ஆனால் அந்தப் பிணங்கள் குறித்த தகவல்கள் எதையும் அரசாங்கம் கடைசிவரை வெளியிடவே இல்லை.

•

11

கணினியை மிஞ்சும் மனித கால்குலேட்டர்கள்

உங்கள் வயது எத்தனை என்று கேட்டால் என்ன கூறுவீர்கள்? 27, 28, அல்லது 80 வயது என்றுகூடக் கூறலாம். சிலருக்கு அவர்களது வயதே மறந்து போயிருக்கலாம். நல்லது. ஆனால் தாமஸ் ஃபுல்லர் என்கிற மனிதரிடம் உங்கள் வயது என்ன என்று கேட்கப்பட்டது. வயது மட்டும் இல்லை, நீங்கள் பிறந்ததிலிருந்து எத்தனை மணி நேரம் இந்த உலகத்தில் வாழ்ந்திருக்கிறீர்கள் என்று கேட்கப் பட்டது. தாமஸ் கொஞ்சமும் தாமதிக்காமல் சற்றும் யோசிக்காமல் 70 வருடம், 17 நாட்கள், 12 மணி நேரம் ஆகிறது என்று சொன்னார். இந்தக் கேள்வி அவர்களிடம் ஒரு நிகழ்ச்சியின்போது மேடையில் கேட்கப்பட்டது. இந்தக் கேள்வியைக் கேட்டவர் தாமஸிடம் நீங்கள் கூறியது தவறு எனக்கூறினார். உங்கள் வயது 69 தான் என்று கூறினார்.

தாமஸ் ஒத்துக்கொள்ளவில்லை.

‘இல்லை. நீங்கள் கூறுவதுதான் தவறு. நீங்கள் லீஃப் ஆண்டைக் கணக்கில் எடுத்துக்கொள்ளவில்லை. நாம் இந்தக் கேள்வி பதிலை முடிக்கும் நேரத்தில் எனது வயது 70 வருடம், 17 நாட்கள் 13 மணி நேரமாக இருக்கும்’ எனக் கூறினார். அனைவரையும்

ஆச்சரியத்தில் திளைக்க வைத்த பதில் அது. மனிதக் கால்குலேட்டர் என அழைக்கப்படும் அந்த தாமஸ் ஃபுல்லர் அமெரிக்காவின் விர்ஜினியா மாநிலத்தைச் சேர்ந்தவர். அவரிடம் நீங்கள் என்ன கணக்கைக் கொடுத்தாலும் விநாடிகளில் பதில் கூறிவிடுவார்.

இதில் என்ன ஆச்சரியம்? தாமஸ்ஸைப் போல நன்கு படித்தவர்கள் யாரைக்கேட்டாலும் இந்தப் பதில் கிடைக்கும்தானே என்கிறீர்களா? இல்லை. தாமஸ் பள்ளிக்கூடம் பக்கம் மழைக்குக்கூட ஒதுங்கிய தில்லை! தாமஸ் முதலில் அமெரிக்கரே இல்லை. 1710-ஆம் ஆண்டு மேற்கு ஆப்ரிக்காவில் பிறந்த தாமஸ் ஃபுல்லர் அமெரிக்காவிற்குக் கப்பலில் அடிமையாக அழைத்து வரப்பட்டார். தன் வாழ்நாள் முழுவதும் படிப்பறிவே இல்லாமல் கழித்தவருக்கு இப்படி ஓர் அபாரத் திறமை!

தாமஸை 'மின்னல் கால்குலேட்டர்' என்றே அழைத்தனர். அதாவது மின்னல் வேகத்தில் கணக்கு போடும் புலி!

தாமஸைப் போலவே வேறு பல மின்னல் கால்குலேட்டர்களும் இந்த உலகத்தில் இருக்கின்றனர். அவர்களில் பலருக்கு முறையான படிப்பு கிடையாது என்பது மட்டும் அல்ல, பலர் சமூகத்தால் மூளை பிறழ்ந்தவன், முட்டாள் என்று அழைக்கப்பட்டவர்களும்கூட. ஆனால் அவர்கள் அனைவருக்கும் ஏதாவது ஒரு துறையில் மட்டும் அதீதத் திறமை இருந்தது. மற்ற விஷயங்களில் அவர்கள் புத்தி சுவாதீனம் இல்லாதவர்கள் போலத்தான் நடந்துகொள்வார்கள். அவர்களை ஆங்கிலத்தில் 'சாவண்ட்ஸ்' (Savants) என்று அழைப்பார்கள்.

உதாரணமாக அவர்களால் 27 வருடங்களுக்கு முன்னால் ஆகஸ்டு 25-ஆம் தேதி காலை 5 மணிக்கு என்ன நடந்தது என அவர்களது நினைவிலிருந்து சொல்லமுடியும். ஆனால் அவர்களுக்குப் பல் துலக்குவது எப்படி என்று சுத்தமாகத் தெரியாது! அப்படிப் பட்டவர்களைத்தான் சாவண்ட்ஸ் என்று அழைப்பார்கள். அவர்கள் இந்தப் பூமியின் சிறப்புக் குழந்தைகள்.

ஜெட்டியாக் பக்ஸ்டன் என்ற ஒருவர் 18-ஆம் நூற்றாண்டில் வாழ்ந்தவர். அவரது தந்தை ஒரு பள்ளிக்கூட வாத்தியார். வாத்தியார் பையன் மக்கு என்பதைப்போல ஜெடியாவும் மக்குதான். ஆனால் வேறு விதமான மக்கு. அவரால் ஒரு மாதம் முழுவதும் தான் போட்ட அனைத்துக் கணக்குகளையும் நினைவு வைத்துக்கொள்ளமுடியும், கணிதத்தில் தீர்க்க முடியாத கடினமான கணக்குகளையும் தீர்க்க

முடியும். ஆனால் மற்ற விஷயங்களில் மக்கு. அவரும் தன் வாழ்நாள் முழுவதும் படிப்பறிவு இல்லாமலேதான் இருந்தார்.

ஜெட்டியாவுக்கு சிறு வயதில் இருந்தே எண்கள் மீது அளப்பரியாக் காதல் இருந்தது. அது அவரை அந்தத் துறையில் மட்டும் மேதையாக்கியது. ஜெடியாவுக்கு எண்கள் என்றால் அவ்வளவு பிடிக்கும். எங்கு சென்றாலும் அவருக்கு எண்கள் மட்டுமே கண்களுக்குத் தெரியும்.

ஒருமுறை ஜெட்டியாக் ஷேக்ஸ்பியர் நாடகம் ஒன்றுக்குச் சென்றிருந்தார். ஆனால் அங்கு அவரால் நாடகத்தில் கவனம் செலுத்தவே முடியவில்லை. அவருக்கு ஆர்வமாக இருந்த ஒரே விஷயம் நடிகர்கள் வசனத்தில் பேசிய எண்களும், அந்த அறையில் எழுதப்பட்டிருந்த எண்கள் மட்டும்தான். எண்கள்... எண்கள்... எண்கள்.

அதேபோல 19-வது நூற்றாண்டில் இத்தாலியின் சிசிலி பகுதியில் ஆடுமேய்க்கும் ஒருவரின் மகன்தான் விட்டோ மங்கிமேலே. அவருக்கும் படிப்பு கிடையாது. ஆனால் விட்டோவால் ஒரு நொடிக்குள் 3,796,416 என்ற எண்ணின் கனமூலம் அதாவது கியூபிக் ரூட் என்னவென்று சொல்லிவிடமுடியும். நீங்களும் பதிலைக் கண்டுபிடிக்க முயற்சி செய்து பாருங்கள். அதன் விடை 156. (156 x 156 x 156 = 3,796,416). இந்தக் கேள்வி பிரெஞ்ச் அகாடமி ஆஃப் சயின்ஸ் அமைப்பால் விட்டோ 10 வயதாக இருக்கும்போது அவரிடம் கேட்கப்பட்டது. விட்டோ யோசிக்கவே இல்லை. பதில் உடனே வந்தது. அதேபோல அடுத்த கேள்வியும் கேட்கப்பட்டது.

282,475,249 எண்ணின் 10வது கன மூலம் என்ன? அதாவது 282,475,249 எண்ணின் 10வது ரூட் என்ன? விட்டோ அலட்டிக்கொள்ளவே இல்லை. 7 என்று பதில் சொல்லிவிட்டு அமர்ந்தார்.

இதுபோன்று அசாத்தியத் திறமையிருப்பவர்களுக்கு, அவர்கள் பிறக்கும்போதே அறிவாளியாகப் பிறக்கிறார்கள் என மருத்துவர்கள் கூறுகின்றனர். காரல் ப்ரெட்ரிக் காஸ் கேள்விப்பட்டிருக்கிறீர்களா? 1777-ல் வாழ்ந்த மனிதர். கணித மேதாவிகளில் ஒருவர். அவருக்குக் கணிதம் மீதான காதல் அவர் பள்ளிக்குச் சென்ற முதல் நாளே தெரிய வந்தது.

காரல் சிறுவனாக பள்ளிக்கு முதல் நாள் செல்கிறார். அங்கு அவருடைய ஆசிரியர் 1, 2, 3 என்று குழந்தைகளுக்கு சொல்லித் தந்துகொண்டிருக்கும்போதே இவர், மிகக் கடினமான கணக்குகளை

அசால்டாக எழுதி அவரது ஆசிரியரிடம் காட்டிவிடுகிறார். ஆசிரியர் மயக்கம் போட்டாரா எனத் தெரியவில்லை.

காரல் மேல்நிலைப் பள்ளி படித்துக்கொண்டிருந்தபோது ஆசிரியர் போர்டில் கேள்வியை எழுதியவுடனேயே இவர் விடை எழுதி விடுவாராம். அத்தனையும் கடினமான கேள்விகள். இந்தத் திறமையின் காரணமாக அவர் 1801-ஆம் ஆண்டு தியரி ஆஃப் நம்பர்ஸ் என்ற ஆராய்ச்சிக் கட்டுரை ஒன்றைச் சமர்ப்பிக்கிறார். அதுமட்டும் அல்லாமல் அந்தக் காலக்கட்டத்தில் வாழ்ந்த மிகப்பெரிய கணித மேதை என்கிற பெயரையும் பெறுகிறார்.

இத்தனை கணித மேதைகளைப் பற்றிச் சொல்லிவிட்டு நமது ஊரில் பிறந்த கணித மேதையைச் சொல்லாமல் விட்டால் தப்பாகாதா? ஆம். நமது தமிழ்நாட்டில் கும்பகோணத்தில் பிறந்த ராமானுஜர் எண்களைக் கையாள்வதில் பெரும் திறமைசாலி. ஒருமுறை ராமானுஜருக்கு உடல்நிலை சரியில்லாமல் போய் மருத்துவ மனையில் அனுமதிக்கப்படுகிறார். அவருடைய நண்பர் ஜி.ஹெச் ஹார்டி ராமானுஜரைச் சந்திக்க மருத்துவமனைக்குச் செல்கிறார். அங்கு சென்றது உடல்நலம் விசாரிக்கத்தான் என்றுதானே நினைத்தீர்கள்? அதுதான் இல்லை. இருவரும் கணித மேதைகள் அல்லவா; அதனால் மருத்துவமனையிலும் எண்களைப்பற்றித்தான் பேசிக்கொள்கிறார்கள். ஹார்டி தான் வந்த டாக்சி எண் 1729-ஐக் குறிப்பிட்டு இந்த எண் மிகவும் மந்தமான எண் என்று கூறினார்.

ஆனால் ராமானுஜருக்கு இதில் உடன்பாடு இல்லை. ‘இல்லை. நீங்கள் சொல்வது தவறு. அந்த எண் மிகவும் சுவாரசியமான ஓர் எண். இரண்டு கியூப் எண்களைக் கூட்டினால் வரும் சிறிய எண் இது!’ என்று கூறினார்! புரியவில்லையா? இதோ சொல்கிறேன்.

12 என்ற எண்ணை கியூப் (மூன்று முறை பெருக்குதல்) செய்தால் என்ன வரும். 12 x 12 x 12 = 1728. 1 என்ற எண்ணை க்யூப் செய்தால் என்ன வரும் 1 x 1 x 1 = 1. பிறகு இந்த இரு க்யூப் செய்யப்பட்ட எண்களையும் கூட்டினால்? 1278 +1 =1279!

அதேபோல 10 என்ற எண்ணை க்யூப் செய்யுங்கள். 10 x 10 x 10= 1000, 9 என்ற எண்ணையும் க்யூப் செய்யுங்கள் 9 x 9 x 9 = 729. இரண்டையும் கூட்டினால்? 1279!

இதைத்தான் ராமானுஜரும் சொல்லியிருக்கிறார்! இம்மாதிரியான ஆற்றல் படைத்த மனிதர்களைத்தான் கணிதவியலாளர்கள் மனிதக் கணினி என்று அழைக்கின்றனர்.

19-ம் நூற்றாண்டில் வாழ்ந்த ஜாக்கரியா டேஸுக்கு ஒரு திறமை இருந்தது. அவரால் 100 இலக்கம் கொண்ட எண்களின் (100 டிஜிட் எண்களை), பெருக்கல் கணக்குகளை எளிமையாகச் சொல்ல முடியும். ஆனால் அவரால் பள்ளிக்கூடத்தில் சொல்லித்தரப்படும் சிறிய கணக்கு ஃபார்முலாக்களை எப்படிப் போடுவது என்று தெரியாது! $(a+b)^2$ நினைவு இருக்கிறதா?

ஹாம்பெர்க் அறிவியல் கழகம் அவருக்குப் பொருளாதார உதவி செய்தது. அவர் செய்ய வேண்டியதெல்லாம் 100 இலக்குக்கும் மேலான எண்களைப் பெருக்கல் செய்து ஒரு நோட்டில் எழுதித் தர வேண்டும். இதனால் கணிதவியலர்களுக்கும், விஞ்ஞானிகளுக்கும் கணக்கு போடும் நேரம் குறையும். தேவை என்றால் அந்த நோட்டை எடுத்துப் பார்த்துக்கொள்ளலாம் என்பதால் தான் இந்த ஏற்பாடு.

இந்த மின்னல் கால்குலேட்டர் மனிதர்களுக்குத் தங்களுக்கு வழங்கப்பட்டுள்ள ஆற்றல் குறித்து விளக்கம் தர முடியவில்லை. ஆனால் அவர்கள் எல்லோருக்கும் பொதுவான சில பண்புகள் இருந்தன. அவர்கள் அனைவரும் ஒரு கணக்கை எழுதினால் அந்தக் கணக்கு குறித்து 50 வருடத்திற்குப் பிறகு கேட்டாலும் அதனை ஞாபகம் வைத்து, நினைவுக்குக் கொண்டுவரக்கூடிய திறமையைப் பெற்றிருந்தனர். இவர்கள் அனைவரும் தங்களுக்குக் கொடுக்கப்படும் கணக்குப் புதிரைக் காகிதமோ, பேனாவோ இல்லாமல் மனதிற்குள்ளேயே கணக்குப் போட்டு நொடியில் பதிலளித்தனர். மேலும் அதில் கிடைக்கப்பட்ட விடையுடன் சம்பந்தப்பட்ட ஒரு கணக்கை 20 வருடத்திற்குப் பின் கொடுத்தாலும் நினைவு வைத்துச் செய்து முடித்தனர்!

இதனை எல்லாம் தாண்டி அவர்கள் அனைவரும் இடது கை பழக்கம் உடையவர்களாக இருந்தனர். பொதுவாகவே இடது கை பழக்கம் உடையவர்களுக்கு வலது பக்கம் உள்ள மூளையின் பகுதியே அதிகம் செயல்படும். வலது மூளை பொதுவாக இடஞ்சார்ந்த தீர்ப்பு, கருத்தியல், உள்ளுணர்வு, கலைத்திறன் சார்ந்தே இயங்கக்கூடியது. ஒருவேளை இந்த மின்னல் கால்குலேட்டர் மனிதர்களின் ஆற்றலுக்கான ரகசியம் அந்த வலது பக்கத்து மூளையில்தான் புதைந்திருக்கக்கூடும் என விஞ்ஞானிகள் நம்புகின்றனர்!

•

12

லிங்கன், கென்னடி மர்மங்கள்

நூறு ஆண்டுகளுக்கு முன் வாழ்ந்த ஒரு மனிதரின் வாழ்வில் நடந்த நிகழ்வுகள் போலவே, இன்று இப்போது வாழ்ந்துகொண்டிருக்கும் உங்களின் வாழ்விலும் அனைத்து முக்கிய நிகழ்வுகளும் ஒன்று போலவே நடந்தால் அதற்கு என்ன பெயர் சொல்வீர்கள்? வெறும் தற்செயல் நிகழ்வுகள் என்றா? அல்லது எழுதப்பட்ட விதி என்பீர்களா?

இங்கு விதி இருக்கிறதா இல்லையா என்பதைப்பற்றி நாம் பேசப்போவதில்லை. இப்போது நான் கூறப் போகும் அனைத்தும் நிகழ்வுகளையும் தற்செயல்கள் என்றே நிபுணர்கள் கூறுகின்றனர். அதுவும் சாதாரண ஒரு நபருக்கு நடந்த சில தற்செயல்கள் சம்பவங்கள் அல்ல. உலகிலேயே மிகச் சக்தி வாய்ந்த நபர்கள் என்று கருதப்படக்கூடிய இரண்டு முன்னாள் அமெரிக்க அதிபர்களுக்கு இடையே நடைபெற்ற தற்செயல் நிகழ்வுகள்தான் இவை. வாருங்கள் பார்ப்போம்.

அமெரிக்காவின் அதிபர்களான ஆப்ரஹாம் லிங்கனையும், ஜான் கென்னடியையும் தெரியாதவர்கள் இருக்கவே முடியாது. இருவருமே மக்கள் மத்தியில் மிகுந்த புகழ் பெற்ற பிரபலங்கள். ஒருவர் கறுப்பினத்தவர்களை அடிமைகளாக

நடத்தியவர்களுக்கு எதிராகப் போராடியவர். மற்றொருவர் கியூபாவின் ஏவுகணை விவகாரம், பெர்லின் சுவர் கட்டப்பட்ட பிரச்னை, சோவியத்துடன் விண்வெளிப் போட்டி, அமெரிக்கக் குடியுரிமை விவகாரம், வியட்நாம் போரின் ஆரம்பம் போன்ற நிகழ்வுகளுக்குப் பிரபலமானவர். இவர்கள் இருவருக்கும் இடையில் அமெரிக்க அதிபர்கள் என்பதையும் தாண்டிய பல தற்செயல் ஒற்றுமைகளும் இருக்கிறது. அதைத்தான் நாம் இங்கே பார்க்கப் போகிறோம்.

இருவருக்குமான ஒற்றுமையை இவர்களுடைய மரணத்தில் இருந்தே நாம் தொடங்கலாம். இரு அமெரிக்க அதிபர்களும் சுட்டுக் கொல்லப் பட்டவர்கள். இதெல்லாம் தற்செயலா? தினமும் ஆயிரம் பேராவது சுட்டுக்கொல்லப்படுகிறார்கள்தானே? என்று யோசிக்கிறீர்களா? இன்னமும் இருக்கிறது.

லிங்கன் அமெரிக்கக் காங்கிரஸில் தேர்ந்தெடுக்கப்பட்ட ஆண்டு 1846. அதன் பின் சரியாக 100 வருடம் கழித்து கென்னடி 1946-ல் தேர்ந்தெடுக்கப்படுகிறார். இருவரும் சுட்டுக்கொல்லப்பட்ட பிறகு இவர்களுக்கு அடுத்து அமெரிக்காவின் அதிபர்களாக தேர்ந்தெடுக்கப் பட்ட இரு அதிபர்களின் பெயரும் ஜான்சன் என்றே முடிகிறது!

லிங்கனுக்குப் பிறகு அதிபரானவர் ஆண்ட்ரூ ஜான்சன், இவர் பிறந்த ஆண்டு 1808. கென்னடிக்குப் பிறகு அதிபரானவர் லிண்டன் ஜான்சன், அவர் பிறந்த ஆண்டு 1908! அதே நூறு ஆண்டு இடைவெளி. இரண்டு ஜான்சன்களுக்கும் பெயரில் மொத்தம் 13 எழுத்துக்கள். (ஆங்கில எழுத்துகளில்) இருவரும் அமெரிக்க செனட்டில் உறுப்பினர்களாக இருந்தவர்கள்.

லிங்கனின் மனைவி மேரிக்கும், கென்னடியின் மனைவி ஜேக்குக்கும் கூட ஒற்றுமை இருக்கிறது. இருவருடைய குழந்தைகளும் அவரது கணவர் வெள்ளை மாளிகையில் அதிபராக இருக்கும்போது இறந்துவிடுகிறார்கள்.

லிங்கன், கென்னடி இருவரும் சட்டம் பயின்றவர்கள்.

லிங்கனைச் சுட்டுக்கொன்ற ஜான் வில்கிஸ் பூத்துக்கும், கென்னடியைச் சுட்டுக்கொன்ற லீ ஹார்வே ஆஸ்வேல்டுக்கும் கூட ஒற்றுமை இருக்கிறது. இருவருடைய பெயரின் மொத்த எழுத்துக்களும் 15. (இதுவும் ஆங்கில எழுத்தே) இருவரும் அமெரிக்காவின் தெற்குப் பகுதியைச் சேர்ந்தவர்கள். இருவருக்கும் அதிபர்களை சுட்டுக் கொன்றபோது வயது 20களில் தான் இருந்தது.

இருவரும் கைது செய்யப்பட்டு சட்டத்திற்கு முன்பு நிறுத்தப்படும் முன்பே கொலை செய்யப்பட்டார்கள்.

இதைத் தவிர வேறு சில தற்செயல் ஒற்றுமைகளும் இருக்கிறது. கென்னடியின் அலுவலகத்தில் செக்ரட்டரியாக இருந்தவர் பெயர் லிங்கன். லிங்கனின் அலுவலகத்தில் செக்ரட்டரியாக இருந்தவர் பெயர் ஜான் கென்னடி!

நாடகம் பார்க்க வந்த லிங்கனை தியேட்டரில் சுட்டுக்கொன்ற பின்,கொலையாளி ஜான் வில்கிஸ் பூத் ஒரு கிடங்கிற்குள் ஓடி ஒளிந்தான். கென்னடியை ஒரு கிடங்கிற்கு வெளியே சுட்டுக்கொன்ற ஆஸ்வெல்டு, ஒரு தியேட்டரில் சென்று ஒளிந்தான்! இதையும் தாண்டி கென்னடி சுட்டுக்கொலை செய்யப்பட்டபோது அவர் பயணித்த காரின் பெயர் போர்டு. லிங்கன், சுட்டுக்கொல்லப்பட்டபோது அவர் இருந்த தியேட்டரின் பெயர் போர்டு!

இரண்டு அதிபர்களின் கொலைகளும் நடந்த நாள் வெள்ளிக்கிழமை. இரு அதிபர்களும் அவர்கள் மனைவி பக்கத்தில் இருக்கும்போதே, தலையின் பின் பக்கம் சுடப்பட்டுக் கொல்லப்பட்டனர். இருவரும் அமெரிக்க வரலாற்றில் குடியுரிமைக்காகப் போராடியவர்கள். அதிபராக இருந்தபோது உள்கட்சியினரால் பெரிதும் விமர்சிக்கப் பட்டவர்கள். ஆனால் இறந்தபின் கொண்டாடப்பட்டவர்கள்!

இதைவிட மர்மமான வியப்பூட்டக்கூடிய ஒரு விஷயம் இருக்கிறது. இருவரும் கொலை செய்யப்பட்ட நாள் அன்று, அலுவலகத்தில் இருந்து புறப்படும் முன்பு, தங்கள் எதிர்காலத்தைக் கணித்ததுபோல ஒரு வாக்கியத்தை உதவியாளர்களிடம் சொல்லியதாகக் கூறப் படுகிறது. லிங்கன் சுடப்படுவதற்கு ஒரு மணி நேரத்திற்கு முன்பு, தன்னுடைய காவலாளியிடம், 'என் உயிரை யாராவது எடுக்க வேண்டும் என்று விரும்பினால். என்னால் எதைச் செய்தாலும் அதைத் தடுக்க முடியாது' எனக் கூறியுள்ளார். அதேபோல கென்னடியும் 1963-ஆம் ஆண்டு டல்லஸில் தான் கொல்லப்படுவதற்கு ஒரு மணி நேரத்திற்கு முன்பு தன் மனைவியிடம், 'என்னை யாராவது அந்த ஜன்னலின் வழியாக துப்பாக்கியைக் கொண்டு சுட விரும்பினால், அதை யாராலும் தடுக்க முடியாது. ஏன் அதை நினைத்துக் கவலைப் படுகிறாய்?' எனக் கேட்டிருக்கிறார்!

மேலும் இருவரின் கொலைக்குப் பின்னும் ஒரு சதித்திட்டம் இருப்பதாகவும் கூறப்படுகிறது. லிங்கன் சுடப்பட்ட அன்று வாஷிங்டன் மாகாணத்தில் அனைத்துத் தந்தி தொடர்புக் கருவிகளும் 3 மணி நேரத்திற்குச் செயல்படாமல் இருந்தன. அதுவும் பெயர்

தெரியாத சில உயர் அதிகாரிகளின் உத்தரவின் பெயரில். இந்த ஏற்பாடு லிங்கனை சுட்டுக்கொன்றுவிட்டு ஜான் வில்கிஸ் பூத் தப்பிச் செல்வதற்கான அவகாசத்தை அளிப்பதற்காக வழங்கப்பட்டிருந்தது எனக் கூறப்படுகிறது!

இந்தத் தற்செயல் நிகழ்வுகள் முதன்முதலில் சிறு கட்டுரைகளாக 'சயிண்டபிக்' அமெரிக்கன் பத்திரிக்கையில் வெளியானது. அவ்வளவுதான் படித்துவிட்டு மக்கள் மிரண்டு போயினர். இந்தக் கதை வாய் வழியாக பரவத் தொடங்கியது. அதன்பின் வந்த சில எழுத்தாளர்கள் கென்னடி, லிங்கனின் வரலாற்றை நோண்டி எடுத்து இவர்கள் இருவருக்கும் எதுவெல்லாம் பொருந்திப்போகிறது என்று எழுதி எழுதி தற்போது அமெரிக்க நாட்டுப்புறக் கதைகளில் ஒன்றாகவே இந்தச் சம்பவங்கள் இடம்பெற்றுவிட்டன.

இதில் சுவாரஸ்யமான ஒரு சம்பவமும் இருக்கிறது. 1192-ஆம் ஆண்டு 'ஸ்கெப்திகள் இன்குயிரர்' என்ற பத்திரிக்கை 'திகிலூட்டும் அதிபர்களின் தற்செயல் நிகழ்வுகள்' என்ற ஒரு போட்டியையே அறிவித்தது. அதாவது உலகம் முழுவதும் உள்ள அதிபர்களின் வரலாற்றை ஒப்பிட்டு தற்செயல் நிகழ்வுகளை சுட்டிக்காட்ட வேண்டும். அதிகம் சுட்டிக் காட்டுவோருக்கு மில்லியனில் பரிசு! அந்தப் போட்டியில் பங்கேற்ற ஒருவர் அமெரிக்க அதிபர் கென்னடிக்கும், மெக்சிகோவின் முன்னாள் அதிபர் அல்வரோ ஒப்ரெகாக்னுக்கும் 16 தற்செயல் ஒற்றுமைகளைக் கண்டுபிடித்தார். இந்த போட்டி அன்றைக்கே முடிந்து விட்டது. ஆனால் ஆர்வமுள்ள மக்கள் இன்னமும் பிரபலங்களின் வாழ்க்கையில் பல ஒற்றுமைகளைத் தேடி வருகின்றனர்.

•

13

உங்கள் காதலுக்காக உயிரையே கொடுப்பீர்களா?

காதலுக்காக உயிரையே கொடுப்பேன் என்பது காதலர்களின் உன்னத வாக்கியம்! மனிதர்கள் காதலிக்கத் தொடங்கியபோதிலிருந்து சொல்லப்பட்டு வரும் இந்த வாக்கியம், லைலா மஜ்னு, அம்பிகாபதி, அமராவதி, தேவதாஸ் பார்வதி, ரோமியோ ஜூலியட் என்று நிஜத்திலும் கதையிலும் நடந்ததும் உண்டு.

காதலி அல்லது காதலன் பிரிந்த சோகத்தில் மற்றொருவர் தற்கொலை செய்துகொள்வது. அல்லது காதலில் ஒன்று சேர முடியாத காரணத்தினால், வீட்டில் எழும் எதிர்ப்பினால் இருவரும் சேர்ந்து தற்கொலை செய்துகொண்ட செய்திகளையும் படித்திருப்போம். ஆனால் தன்னுடைய காதலனோ, காதலியோ உயிர் வாழ வேண்டும் என்ற ஒற்றைக் காரணத்திற்காக (அல்லது தேவைக்காக) மற்றொருவர் உயிரைக் கொடுத்த கதைகளைப் படித்திருக்கிறீர்களா?

14 வயது டோனா ஆஷ்லாக் கண்விழித்தபோது அவள் சான்பிரான்ஸிஸ்கோ பசிபிக் மெடிக்கல் செண்டரில் உள்ள மருத்துவமனையில் இருந்தாள். அவளுக்கு அப்போதுதான் இதய மாற்று அறுவை சிகிச்சை வெற்றிகரமாக நடந்து முடிந்திருந்தது. டோனா

ஆஷ்லாக் மயக்கத்திலிருந்து மீண்டு சுயநினைவுக்கு வந்தவுடனேயே கண்ணெதிரே டோனாவின் தந்தைதான் எதிரில் தெரிந்தார். அவர் பதற்றத்துடன் இருப்பதுபோல் பட்டது.

டோனாவால் பேச முடியவில்லை, என்ன என்பது போல் பார்த்தாள்.

'டோனா நீ இன்று உயிருடன் இருக்கிறாய் என்றால் அதற்கு ஒரே ஒரு காரணம் உனது காதலன் ஃபெலிப்பே கார்சாதான்.' என்று சொல்லி கண்ணீர் சிந்தினார் அவளது தந்தை. டோனாவுக்கு எதுவுமே புரியவில்லை. அவன்தான் தனக்குப் பக்கத்தில் இருந்து உதவி செய்தானா? சிகிச்சைக்குப் பணம் அளித்தானா? எங்கே அவன்?' என்று பார்வையால் காதலனைத் தேடத்தொடங்கினாள்.

'டோனா, நீ உன் வாழ்நாள் முழுவதும் உன் காதலனுக்கும், அவனது காதலுக்கும் கடமைப்பட்டிருப்பாய். மரணிக்க இருந்த உனக்கு, தனது இதயத்தைக் கொடுத்துக் காப்பாற்றியவன் அந்த ஃபிலிப்பேதான். நீ விரும்பிய அந்த 15 வயது ஃபெலிப்பே தான் உனக்கு மறுபிறவி அளித்துள்ளான்!' என அவளது தந்தை கலக்கத்துடன் விளக்கினார்!

டோனாவுக்குக் கண்கள் கலங்கிவிட்டன.

1985 - கிறிஸ்துமஸுக்கு சில தினங்களுக்கு முன் டோனா மயங்கி விழுந்தாள். அவளது தந்தை உடனே அவளை மருத்துவமனையில் சேர்ந்தார். டோனாவைப் பரிசோதித்த மருத்துவர்கள் டோனா இன்னும் 4 மாதங்கள்தான் உயிர் வாழ்வாள். அவளது இதயம் மிகவும் பாதிப்படைந்துவிட்டது. உடனடியாக இதய மாற்று அறுவை சிகிச்சை செய்யாவிட்டால் அவள் உயிர் பிழைப்பது கஷ்டம்தான். இனி கடவுள்தான் அவளைக் காப்பாற்ற வேண்டும்!' எனக் கூறிக் கைவிட்டனர். ஆனால் டோனாவைக் காப்பாற்ற வேண்டிய பொறுப்பு கடவுளுக்கு வழங்கப்படவில்லை; கடவுளை விட உயர்ந்த அவளது காதலன் கையில்தான் விழுந்தது.

இந்தச் செய்தியைக் கேட்ட ஃபெலிப்பே உடனடியாக டோனாவைக் காப்பாற்ற வேண்டும் என்று நினைத்தான். உடனே தனது குடும்பத்தினரிடம் சென்று, 'டோனாவை எப்படியாவது காப்பாற்றுவேன். அவளுக்காக என் உயிரையும் கொடுத்துக் காப்பாற்றுவேன்' என அழுதான்.

பெலிப் மிகவும் ஆரோக்கியமான 15 வயது பள்ளி மாணவன். பள்ளிப்பருவத்தில் வரும் வெறும் ஈர்ப்புக் காதல்தான் இது என்று

அவனது பெற்றோர்கள் இதைப் பெரிதாக எடுத்துக்கொள்ளவில்லை. அந்தப் பருவ காதலர்களுக்கே வரும் ஒரு வித காதல் மயக்கம் என நினைத்து, ஃபெலிப்பை ஆறுதல் படுத்தினர். வயதுக் கோளாறு, சிறிது நாட்கள் சென்றால் துக்கத்தில் இருக்கும் ஃபெலிப்பே சரியாகிவிடுவான் என்று நினைத்தனர். ஆனால் ஃபெலிப்புக்குத் தூக்கம் வரவில்லை. அவன் நினைவு முழுவதும் அவளது காதலி டோனாவை எப்படியாவது காப்பாற்ற வேண்டும் என ஒரே சிந்தனையில் மட்டுமே இருந்தது.

கிறிஸ்துமஸ் முடிந்து, புத்தாண்டு முடிந்து ஜனவரி 4-ம் தேதி 1986-ஆம் ஆண்டு.

தனது அறையிலிருந்து எழுந்து வந்த ஃபெலிப் நடுவீட்டில் மயக்கம்போட்டு விழுந்தான். அவனது பெற்றோர்கள் பதறி விட்டனர். நேராகக் கலிபோர்னியாவில் உள்ள மோடெஸ்டோ மருத்துவமனைக்குக் கொண்டு சென்று அனுமதித்தனர். ஃபெலிப்பை பரிசோதித்த மருத்துவர்கள் அவனுக்கு மூளையில் கட்டி இருப்பதாகத் தெரிவித்தனர். அடுத்து சில மணி நேரங்களில் ஃபெலிப்புக்கு சுயநினைவு போனது. ஃபெலிப் மூளைச் சாவு அடைந்துவிட்டதாகவும், இனி அவனுக்குச் செயற்கை சுவாசம் அளித்து உயிரோடு வைத்திருக்க முடியுமே தவிர, இனி அவன் சுயநினைவுக்கு வரவே முடியாது என்று மருத்துவர்கள் கூறினர். 'ஆனால் மூளைச் சாவு அடைந்த ஃபெலிப்புடைய உடலின் பிற பாகங்கள் அனைத்தும் ஆரோக்கியத்துடன் உள்ளது. அவனது உடல் உறுப்புகளை வேண்டுமானால் உதவி வேண்டியவர்களுக்குத் தானம் செய்துவிடுங்கள்' என மருத்துவர்கள் பரிந்துரைத்தனர்.

இப்போதுதான் ஃபெலிப்பின் பெற்றோருக்குத் தனது மகன் கூறியது நினைவுக்கு வந்தது. தனது உயிரைக்கொடுத்தாவது அவனது காதலி டோனாவை காப்பாற்றுவேன் என ஃபெலிப் கூறியது விளையாட்டுக்கு அல்ல. தனது இதயத்திலேயே அந்த வார்த்தைகளை எழுதிவைத்துவிட்டு, அந்த இதயத்தை தனது காதலிக்குக் கொடுப்பதற்காக அவன் இந்த உலகை விட்டுச் சென்றிருக்கிறான் என உணர்ந்தனர்.

இத்தனைக்கும் ஃபெலிப்பின் பெற்றோர்கள் டோனாவைப் பார்த்ததுகூட இல்லை. ஆனால் தனது மகன் இறக்கும் முன் சொன்ன அவனது வார்த்தைகள் அவர்களுக்கு உறுதியளித்தது. ஃபெலிப்பின் பெற்றோர்கள் டோனாவின் குடும்பத்தினரைத் தொடர்பு கொண்டனர். அன்று இரவே ஃபெலிப்பின் உடல் சான்

பிரான்சிஸ்கோவில் டோனா சேர்க்கப்பட்டிருந்த மருத்துவமனைக்கு விமானம் மூலம் பறந்தது. 5 மணி நேரம் நடைபெற்ற அறுவை சிகிச்சைக்குப் பின் ஃபெலிப்பின் ஆரோக்கியமான இதயம் அவனது காதலி டோனாவுக்குப் பொருத்தப்பட்டது. ஃபெலிப் டோனாவுக்காக தனது இதயத்தில் சேர்த்துவைத்திருந்த காதல் முழுவதும் இப்போது டோனாவுக்கு முழுமையாகச் சென்றடைந்தது. ஈருயிர் ஈருடல் என்று இருந்த காதல் இப்போது ஓருடல் ஓருயிர் என்று கலந்தனர்.

இதய அறுவைச் சிகிச்சை வெற்றிகரமாக முடிவடைந்து அவள் கண் திறந்தவுடன்தான் டோனாவுக்கு இந்த விஷயம் அனைத்தும் சொல்லப்பட்டது. அவள் கண்ணீர் விட்டு அழுதாள். ஆனால் அவள் விரும்பிய ஃபெலிப்பே வேறு எங்கும் செல்லவில்லை. தனக்குள்ளேயே தனது இதயமாக இருக்கிறான் என்று உணர்ந்தாள். அவள் குணமடைந்து வீட்டிற்குச் சென்றாள். ஃபெலிப்பைத் தனது இதயத்தில் சுமந்துகொண்டு வாழத் தொடங்கினாள்.

கடைசிவரை ஃபெலிப்பின் தியாகம் ஒரு தற்செயல் நிகழ்வா? அல்லது வேண்டுமென்றே அவன் தன் உயிரைத் துறந்தானா? அல்லது அவளைக் காப்பாற்ற வேண்டும் என்பதற்காகவே அவன் இந்த உலகத்தில் படைக்கப்பட்டானா? யாருக்கும் தெரியவில்லை.

ஃபெலிப்பின் இறந்த பிறகு சில நாட்களுக்குப் பிறகு கலிபோர்னியாவின் பேட்டர்சன் நகர கவுன்சில் அவனது நினைவாக பூங்கா ஒன்றை அமைத்தது.

ஃபெலிப், டோனா கதையைக் கேட்டு அந்தப் பூங்காவில் பலர் கூடினர். அமெரிக்கா முழுவதுமே இருவரும் பிரபலமாகிப் போயினர். அவர்களது கதையைப் படமாக எடுப்பதற்கு உரிமை கேட்டு பல சினிமா கம்பெனிகள் டோனாவின் வீட்டுக் கதவை தட்டின. ஃபெலிப் அவளுக்கு உயிரை மட்டும் தந்துவிட்டுப் போகவில்லை. பெயர், புகழ், பணம் அனைத்தையும் தந்துவிட்டுச் சென்றான். ஆனால் டோனா இது எதையும் விரும்பவில்லை. தன்னை முதன் முதலில் சந்தித்த நிமிடத்தில் மகிழ்ச்சியுற்றுத் துடித்த ஃபெலிப்பின் இதயத்தின் சத்தத்தைத் தினமும் அவள் கேட்டுக்கொண்டே இருந்தாள்.

•

14

காதலுடன் காத்திருக்கும் ஆவி

காதலுக்காக உயிரைக் கொடுத்த கதையை இதற்கு முன்னால் பார்த்தோம். இறந்த பின்னும் காதலித்த ஒரு பெண்ணின் கதையைத்தான் இப்போது பார்க்கப் போகிறோம்.

1867-ஆம் ஆண்டு பிப்ரவரி 14. காதலர் தினம். உலகமே காதலில் திளைத்துக் கொண்டிருந்தது. காதலர்கள் அனைவரும் அந்த இரவில் இசை, மது, சிரிப்பு கலந்த மகிழ்ச்சியுடனும் கொண்டாடிக் கொண்டிருந்தனர். ஆனால் ராபர்ட் டி ஆன்ஸ்டன், அலைஸ் ஹார்வுட் ஜோடிக்கு மட்டும் அந்த இரவு உலகின் துயரமிகு இரவாக இருந்தது. மனது முழுவதும் துக்கம். கண்கள் முழுவதும் கண்ணீரில் நிரம்பியிருந்தது. தங்களுடைய காதல் பிரியப்போகிறது. ஏழு ஜென்மத்திற்கும் பிரியமாட்டோம் என்றெல்லாம் உருகியல்லவா காதலித்தோம், அனைத்தும் பொய்யா? வெறும் வார்த்தைகள்தானா? நம்மால் ஒரு வாழ்நாளில்கூட சேர்ந்து வாழ முடியவில்லையே? அவர்கள் இருவரும் பிரியும் அந்தத் தருணத்திற்காகக் காத்திருந்தனர். இருவருக்கும் காதலில் பிரச்னைகள் எதுவும் இல்லை. ராபர்ட்டும், ஆலிஸை முழுதாகக் காதலிக்கிறார். ஆலிசுக்கும் ராபர்ட் என்றால் உயிர். பிறகு ஏன் இருவரும் பிரியவேண்டும்?

வழக்கம் போலத்தான். வீட்டில் பிரச்னை. பொருளாதாரம். ராபர்ட் ஒரு மிடில் கிளாஸ் பெற்றோருக்குப் பிறந்தவன். அவன் ஆலிஸை பல வருடங்களாகக் காதலித்து வந்தான். ஆலிஸின் குடும்பமும் பெரும் செல்வந்தர்கள் எல்லாம் இல்லை. அதனால் அவர்கள் சேர்வதற்கு அவளுடைய பெற்றோர்கள் தடை சொல்லவில்லை. இங்கே பிரச்னையெல்லாம் ராபர்ட்டின் பெற்றோர்கள் தான்.

ராபர்ட்டின் பெற்றோருக்கு ஏதோ ஒரு வழியில் பெரிய இடத்துச் சம்பந்தம் ஒன்று வந்தது. அந்த ஊரிலேயே பெரிய செல்வந்தர் வீட்டின் மகள். குடும்ப நண்பர்களோ என்னவோ. அவர்கள் ராபர்ட்டிற்குத் தனது மகளைக் கொடுக்க நினைத்தார்கள். அவனது பெற்றோருக்கும் வரும் இந்த வசதியான வாய்ப்பை விட்டுவிட மனசில்லை. எப்படியாவது ராபர்ட்டை அந்தப் பெண்ணிற்குக் கட்டிவைத்துவிட்டால் அவன் வாழ்க்கை நிறைவு பெற்றுவிடும். தாங்களும் நிம்மதி அடைந்துவிடலாம் என்ற எண்ணம் தான்.

ராபர்ட் எவ்வளவோ மறுத்தான். ஆனால் அவனுடைய பெற்றோர்கள் விடுவதாக இல்லை. இனி எங்களிடம் பேசாதே என்று அவனை ஒதுக்கினர். நீ அந்தப் பெண்ணைத் திருமணம் செய்து கொள்ளாவிட்டால் நாங்கள் இறந்துவிடுவோம் என்று மிரட்டினர். இறுதியில் வேறு வழி இல்லாமல் ராபர்ட்டும் பெற்றோருக்காகத் தனது காதலைத் தியாகம் செய்ய ஒத்துக்கொண்டான். இதை ஆலிஸிடம் சொல்லியபோது அவளால் தாங்கிக்கொள்ள முடிய வில்லை. துடிதுடித்துப் போனாள். ராபர்ட் என்னை விட்டுப் போகாதே எனக் கெஞ்சினாள். ராபர்ட்டிற்கு எதுவும் சொல்ல முடியவில்லை. ஆலிஸ் புரிந்துகொண்டாள். நாம் இருவரும் பிரியும் நேரம் வந்துவிட்டது. ஆனால் நமது காதல் பிரியாது. இருவரும் கடைசியாக ஒருமுறை காதலர் தினத்தன்று காதலித்துவிட்டுப் பிரிய முடிவெடுத்தனர்.

தங்கள் கடைசித் தருணத்தைக் காதலர் தினத்தின் நள்ளிரவு நேரத்தில் லிவர்பூலில் உள்ள ஓர் அழகிய பாலத்தில் கழிக்க நினைத்தனர். அந்த அழகிய இரவில், குளிரில், பாலத்தில் இருவரும் அமர்ந்திருந்தனர். கீழே ஆற்றின் நீர் அவர்களின் துக்கத்தைச் சுமந்தபடி ஓடிக் கொண்டிருந்தது.

விடியும் நேரம் வந்துவிட்டது. வானம் வெளிறத் தொடங்கியது. ராபர்ட், ஆலிஸின் கையைப் பிடித்துக்கொண்டு சொன்னான். 'நாம் பிரியும் தருணம் வந்துவிட்டது. நமது காதல் முடிவு பெறப்போகிறது. உலகின் உன்னதக் காதல்கள் அனைத்தும் பிரிவில்தான் முடிகின்றன.

எனது குடும்பத்தின் வற்புறுத்தலால் நான் இந்தத் தவறான முடிவை எடுக்கிறேன். என்னை மன்னித்துவிடு.'

ஆலிஸ் எதுவும் சொல்லவில்லை. ராபர்ட்டின் கைகளைப் பிடித்துக்கொண்டு கீழே ஓடும் நீரில் தாங்கள் இருவரும் சேர்ந்திருக்கும் அந்த இறுதிக்காட்சியை ரசித்துக்கொண்டிருந்தாள். பின் ஏதோ ஒரு நினைவுடன் திரும்பியவள் ராபர்ட்டை முத்தமிட்டாள். அவளது கண்களில் இருந்து நீர் வழிந்து ஆற்றில் அவர்கள் பிம்பத்துடன் கலந்தது. அவளுக்குப் புரிந்துவிட்டது. இனி ராபர்ட்டுடன் சேர்ந்து வாழ முடியாது. ஆனால் அவர்கள் காதல் வாழும். இருவரும் பிரியப்போவது உடலால்தான். மனதால் அல்ல.

விடிந்துவிட்டது. இருவரும் எழுந்தனர். பிரியா விடைகொடுக்கும் தருணம் அது. ஆலிஸ், ராபர்ட்டின் கைகளைப் பிடித்துக்கொண்டு நடுங்கும் குரலில் கேட்டாள்.

'எனக்காகக் கடைசியாக ஒரே ஓர் உதவி மட்டும் செய் ராபர்ட். நான் இந்த உலகத்தில் உன்னிடம் கேட்கப்போகும் கடைசி ஆசையும் இது தான்!'

ராபர்ட்டிற்குத் துக்கம் தொண்டையை அடைத்தது. அவன் கண்களும் கலங்கிவிட்டன. அவள் ஆசை என்னவென்று கேட்டான்.

'எனக்கு ஒரே ஒரு சத்தியம் செய்துகொடு. இன்னும் 12 மாதங்கள் கழித்துச் சரியாக இதே நாளில், இதே இடத்தில் நாம் மீண்டும் சந்திக்க வேண்டும். எனக்காக இந்த ஓர் உதவியை மட்டும் செய்' என்று கேட்டாள்.

ராபர்ட்டும் அதே ஏக்கத்தில்தான் இருந்தான். அவனுடைய மனதும் அவளைச் சந்திக்க வேண்டும் என்றுதான் ஏங்கிக்கொண்டிருந்தது. 'நான் உயிரோடு இருந்தால் நிச்சயம் வருவேன்' எனக் கூறினான்.

ஆலிஸிற்கு இந்தப் பதிலில் திருப்தி இல்லை. அவள் மீண்டும் கேட்டாள். 'உயிரோடு இருந்தாலும், இறந்தாலும் நாம் சந்திக்க வேண்டும் என எனக்குச் சத்தியம் செய்துகொடு' எனக் கேட்டாள்.

ராபர்ட்டிற்கு இந்த வார்த்தை அபத்தமாகத் தோன்றியது. இருந்தாலும் காட்டிக்கொள்ளவில்லை. அவளது கையைப் பற்றியபடி, 'நிச்சயமாக நான் உயிரோடு இருந்தாலும், இல்லையென்றாலும் அடுத்த வருடம், இதே நாள், இதே இடத்தில் உன்னைச் சந்திப்பேன்' எனக் கூறினான். அவ்வளவுதான். அந்த நொடி வந்தது. இருவரும் பிரிந்து அவரவர் பாதையில் சென்றனர்.

ஒரு வருடம் கடந்தது.

காதலர் தினம். ஆலிஸும், ராபர்ட்டும் மீண்டும் சந்தித்துக் கொண்டனர். ஆலிஸ், ராபர்ட்டின் மேல் தாங்கள் பிரிந்தபோது இருந்த அதே காதலுடன் வந்து காத்திருந்தாள். ஆனால் ராபர்ட்டிற்கு அந்தக் காதல் வெறும் நினைவாக மட்டுமே இருந்தது. மனதில் இல்லை. காலத்தின் நகர்வு ராபர்ட்டின் மனதிலிருந்து ஆலிஸின் மேல் இருந்த காதலையும் அகற்றிச் சென்றது. இதை அவன் மறைக்க விரும்பவில்லை. ஆலிஸிடமே சொல்லிவிட்டான்.

'ஆலிஸ் நாம் பிரிந்து ஒருவருடம் ஆகிவிட்டது. நீ அதே காதலுடன் இருக்கிறாய். ஆனால் நான் அப்படி உணரவில்லை. எனக்கு இப்போது திருமணம் ஆகிவிட்டது. என் மனைவி கர்ப்பமாக இருக்கிறாள். எனக்கு இப்போது மனதில் உன்மீது பழைய காதல் இல்லை.'

இதைக் கேட்டவுடன் ஆலிஸ் எதுவும் கூறவில்லை. அவளுக்குத் தெரிந்திருந்தது. ராபர்ட் மாறிவிடுவான். ஆனாலும் ஆலிஸ் அதே காதலுடன்தான் அன்றும் இருந்தாள். இனியும் இருப்பாள். அவள் அந்த இரவு முழுவதும் எதுவும் பேசாமல் மீண்டும் அவனுடைய கையைப்பிடித்தபடியே இருந்தாள். நேரம் ஆகிவிட்டது. ராபர்ட் தான் போகவேண்டும் எனக் கூறினான். ஆலிஸ் இப்போதுதான் மீண்டும் பேசினாள். அவள் கேட்டது ஒரே ஓர் உதவிதான். அடுத்த வருடம் இதே நாளில் இதே இடத்தில் மீண்டும் சந்திக்க வேண்டும்.

இந்த முறை ராபர்ட்டிற்கு சுத்தமாக விருப்பமில்லை. அவனால் முடியாது எனக் கூறினான். அவனது மனைவியுடன் இப்போது சந்தோஷமாக இருக்கிறான். அதை அவன் கெடுத்துக்கொள்ள விரும்பவில்லை. மேலும் அடுத்தமுறை சந்திப்பது அவன் மனைவிக்குத் துரோகம் இழைப்பதுபோல ஆகும். எந்த ஒரு பெண்ணுக்கும் தான் துரோகம் இழைக்க விரும்பவில்லை எனக்கூறினான்.

ஆனால் ஆலிஸ் விடுவதாக இல்லை. 'அப்போது எனக்குத் துரோகம் இழைத்துவிட்டாயே.' அவளது உள்ளம் இன்னமும் ராபர்ட்டின் காதலால் நிரம்பியிருந்தது. அவள் அழத்தொடங்கினாள். இருவரும் காதலித்த நாட்களில் இருவரும் சேர்ந்து இருந்ததை நினைவு படுத்தினாள். இறுதியாகப் பிரியும்போதுகூட இருவரும் மனதால் சேர்ந்தே வாழ்வோம் என்று அவன் கூறிய காதல் வார்த்தைகளை நினைவுபடுத்தினாள். ராபர்ட்டிற்கு என்ன பதில் சொல்வது என்று தெரியவில்லை.

அவளை அப்படியே விட்டுவிட்டுச் செல்லவும் மனதில்லை. இப்போது அவனது மனதில் காதல் இல்லையென்றாலும் அவள் மீது அன்பும், இரக்கமும் இருக்கிறது. அதுமட்டும் இல்லாமல் தன்னால்தானே ஆலிஸுக்கு இப்படி ஆனது என்ற குற்றவுணர்வு வேறு இருந்தது. விருப்பமில்லை என்றாலும் ஒத்துக்கொண்டான். ஆனால் மனதிற்குள் உறுதியாக இருந்தான். இதுதான் ஆலிஸைச் சந்திக்கும் கடைசி இரவு. இதற்குப்பின் நான் அவளைச் சந்திக்க மாட்டேன். நாம் முடிந்து போனவற்றைப் பிடித்துக்கொண்டு எதுவும் ஆகப்போவதில்லை. வாழ்க்கைப் பயணத்தில் நாம் சில மனிதர்களைப் பிரிந்து சென்றுதான் ஆகவேண்டும். நகரும் நேரம் வந்துவிட்டது.

இருவரும் கடந்த முறை சொன்ன அதே வார்த்தைகளைக் கூறினர். உயிருடன் இருந்தாலோ அல்லது இறந்தாலோகூட அடுத்த வருடம் நாம் இருவரும் சந்திப்போம்.

அடுத்த வருடமும் வந்தது. பிப்ரவரி 1869.

ராபர்ட்டிற்கு ஒரு விபத்து. உயிருக்கு ஏதும் பெரிய ஆபத்து இல்லை. ஆனால் இடது காலில் பலத்த அடி. அவனால் ஊன்றுகோல் இல்லாமல் நடக்க முடியாத நிலை. இந்த நேரத்தில் எப்படி ஆலிஸைப் போய்ச் சந்திப்பது? அது எப்படிச் சாத்தியம்? தன் மனைவி கேள்வி எழுப்புவாளே? இந்தமுறை சந்திக்கவேண்டாம் என்று அவனுக்குத் தோன்றியது. ஆலிஸை வேறு ஒரு நாள் வீட்டிலேயே போய் சந்தித்து நடந்ததைக் கூறி விடலாம். இன்று செல்ல வேண்டாம் என்று நினைத்தான். ஆனாலும் அவனுக்குத் தான் கொடுத்த வாக்கை மீற முடியவில்லை. இந்தமுறைதான் கடைசி சந்திப்பு. பார்த்துவிட்டு வந்துவிடுவோம். இனி இருவரும் மீண்டும் சந்திக்கப்போவதில்லை.

ராபர்ட்டிற்கு நெருங்கிய நண்பன் ஒருவன் இருந்தான். அவன் பெயர் பாப். அவனுக்கு ராபர்ட், ஆலிஸின் காதல் விஷயங்கள் தெரியும். ராபர்ட் பாப்பை அழைத்து விஷயத்தைக் கூறினான். பாப்புக்கு இதில் விருப்பமில்லை. ஆனால் ராபர்ட் மீது அவனுக்கு இருந்த நட்பு அதிகம். தன்னுடைய வீட்டிற்கு அழைத்துச் செல்வதாக ராபர்ட்டின் மனைவியிடம் கூறிவிட்டு ராபர்ட்டை அழைத்துக்கொண்டு காரில் அந்தப் பாலத்திற்குச் சென்றான்.

ராபர்ட் அப்போது சக்கர நாற்காலியில் இருந்தான். காரில் இருந்து இறங்க அவனுக்குப் பாப் தான் உதவி செய்தான். பின் காரை பாலத்தின் தொடக்கத்திலேயே நிறுத்திவிட்டு தான் மட்டும்

செல்வதாகக் கூறி சக்கர நாற்காலியிலேயே ராபர்ட் ஆலிஸைச் சந்திக்க வழக்கமான இடத்துக்கு விரைந்தான். வானத்தில் நிலவு முழு பிரகாசத்துடன் ஒளிர்ந்துகொண்டிருந்தது.

சக்கர நாற்காலியில் இருந்து இறங்கிய ராபர்ட் அவர்கள் சந்திக்கும் இடத்தில் போய் அமர்ந்தான். நேரம் 12 மணி ஆனது. ஆலிஸ் வரவில்லை. மேலும் சிறிது நேரம் காத்திருந்தான். மணித்துளிகள் கடந்து சென்றது. ஆனாலும் ஆலிஸ் வரவில்லை.

ஆலிஸ் ஏன் வரவில்லை. ஒருவேளை அவளும் தன்னை மறந்திருப்பாளோ? இல்லை அவளுக்குத் திருமணம் ஆகியிருக்குமோ? அல்லது அவளுக்கு இந்தமுறை என்னைச் சந்திக்க விருப்பமில்லையோ? பிறகு ஏன் அவள் என்னை வரச் சொல்ல வேண்டும்?

ராபர்ட்டிற்கு கோபம் வந்தது.

அவன் திரும்பி பாப்பைப் பார்த்துக் கத்தினான். 'இந்தக் குளிர்நேர இரவில் எனக்கு விருப்பமில்லாத ஒரு பெண்ணிற்காக நான் ஏன் இங்குத் தனியாகக் காத்துக்கொண்டிருக்க வேண்டும்?'

பாப் எதுவும் சொல்லவில்லை. காதல் என்றாலே அபத்தம்தான். இதில் அவன் காரணம் வேறு கேட்கிறான். ஒழுங்காக சந்தித்துவிட்டு வீட்டுக்குத் திரும்பு என்று மனதில் நினைத்துக்கொண்டான்.

தூரத்தில் ஓர் உயர்ந்த கட்டடத்தில் இருந்த கடிகாரம் இரவு ஒரு மணியைக் காட்டியது. ராபர்ட் அதைப் பார்த்துக்கொண்டே திரும்பியபோது பாலத்தின் மற்றொரு பக்கத்தில் இருந்து ஒரு பெண் வந்துகொண்டிருந்தாள்.

இப்போதாவது வந்தாளே என ராபர்ட் நினைத்துக்கொண்டான்.

இறுதிச் சந்திப்பு. அனைத்திற்கும் நிரந்தர முடிவு. சொல்லிவிட்டு முதலில் நகர்ந்துவிட வேண்டும். வரட்டும் எனக் காத்திருந்தான். ஆலிஸ் பக்கத்தில் வேகமாக வந்தாள். ராபர்ட்டிற்குச் சந்தேகம். ஒருவேளை நான் கத்தியதை அவள் கேட்டிருப்பாளோ? அவள் அருகில் வந்தவுடன் அவள் கையைப் பற்றுவதற்காகத் தன் கையை நீட்டினான். அவள் நிற்கவில்லை. ஆனால் அவர்கள் கண்கள் சந்தித்துக்கொண்டன. ஆலிஸின் கண்கள் இருண்டுபோய் இருந்தது. சோகமும் கண்களில் குடிகொண்டிருந்தது. அவளது குரல் மட்டும் ஒலித்தது. 'இறந்தாலும் உன்னைச் சந்திப்பேன்' ராபர்ட்டின் கைகளுக்கு அவள் கைகள் அகப்படவில்லை. அவள் கைகள் ராபர்ட்டின் கைகளுக்குள் புகுந்து சென்றது.

ராபர்ட்டின் கைகள் நடுங்கத்தொடங்கின. அவன் ஊன்றுக்கோலைப் பிடித்தபடி ஆலிஸைப் பின் தொடர்ந்தான். ஆனால் ஆலிஸ் வேகமாக நடந்தாள். சிறிது தூரத்தில் சென்று மறைந்தாள். ஊன்றியபடியே வேகமாக வந்த ராபர்ட், பாப்பிடம் கேட்டான்.

'பாப், ஆலிஸ் உன்னைக் கடந்து போனாளே. ஏன் அவளை நிற்கச் சொல்ல வில்லை?'

பாப்பிற்கு ஒன்றும் புரியவில்லை. யாரும் என்னைக் கடக்க வில்லையே. பின் ஏன் இவன் உளறுகிறான். ஆனால் காலடிச் சத்தம் மட்டும் பாப்பிற்குக் கேட்டது.

'என்ன உளறுகிறாய்? யாரும் இல்லாத இந்தப் பாலத்தில் நீயும் நானும் மட்டும்தான் நின்றுகொண்டிருக்கிறோம் ராபர்ட். வா போகலாம்' என்றான் பாப்.

ராபர்ட்டிற்கு புரியவில்லை. 'இல்லை பாப். ஆலிஸ் வந்தாள்.'

மறுநாள் ராபர்ட் மீண்டும் பாப்பை அழைத்துக்கொண்டு ஆலிஸைப் பார்க்க அவளது வீட்டிற்கே சென்றான். ஆலிஸின் வீட்டிற்குச் சென்று பார்த்தபோது கதவு பூட்டியிருந்தது. வீட்டில் யாரும் இல்லை. அக்கம்பக்கத்தில் விசாரித்தபோது அவர்கள் வீட்டில் யாருக்கோ உடல் நிலை சரியில்லை. மருத்துவமனைக்குச் சென்றுள்ளனர் என கூறினர். பாபும், ராபர்ட்டும் மருத்துவமனைக்குச் சென்றனர்.

ஆலிஸின் பெற்றோர்கள் வெளியே நின்றிருந்தனர். ராபர்ட் அவர்களிடம் சென்று இரவு ஆலிஸைக் கண்டதாகக் கூறினான். அவ்வளவு தான் ஆலிஸின் தாய் கதறி அழத்தொடங்கினார்.

ராபர்ட்டிற்கும் பாப்புக்கும் ஏதும் புரியவில்லை.

ஆலிஸின் தந்தை கலங்கிய கண்களுடன் ராபர்ட்டிடம் கூறினார். 'நேற்று இரவு ஆலிஸ் கடும் காய்ச்சலால் இறந்துவிட்டாள்!'

இந்தத் துக்கமான செய்தியைக் கேட்டவுடன் ராபர்ட்டிற்கு மயக்கமே வந்துவிட்டது. உள்ளே சென்று பார்த்தபோது ஆலிஸ் பிணமாக இருந்தாள். அவள் முகத்தில் அமைதி இல்லை. ஆலிஸை கடைசி நேரத்தில் பாரமரித்து வந்த நர்ஸ், ஆலிஸ் இறப்பதற்கு முன்னால் ஒரு சில வார்த்தைகளை முனங்கியதாகக் கூறினாள்.

என்ன வார்த்தைகள்? 'நான் இறந்தாலும் ராபர்ட்டைச் சந்தித்தாக வேண்டும்' என்ற வார்த்தைகள் தான் அவை!

பிப்.14-ஆம் தேதி இரவு ராபர்ட் பாலத்தில் கண்டது ஆலிஸின் ஆவியைத்தான் என்று சொல்லப்படுகிறது. இதுவெறும் கற்பனையா அல்லது நிஜமாகவே ராபர்ட் கண்டானா? அல்லது அவனது கண்களுக்கு மட்டும் ஆலிஸ் தெரிந்தாளா? யாரிடமும் பதிலில்லை.

இன்றும் ஒவ்வொரு வருடமும் பிப்ரவரி 14-ஆம் தேதி நள்ளிரவில் லிவர் பூல் நகர செஃப்டன் பூங்கா பக்கத்தில் அமைந்திருக்கும் பாலத்தில், தனிமை நிறைந்த ஆலிஸின் ஆவி தனது காதலன் ராபர்ட்டைத் தேடி அலைவதாக மக்கள் கூறுகின்றனர். கடைசியாக அந்தப் பூங்காவில் வேலைபார்க்கும் காவலர் ஒருவர், தன் காதலியைச் சந்திக்க பிப்.14 இரவு கிளம்பிக்கொண்டிருந்தபோது பழைய உடை அணிந்து அழகிய பெண் ஒருவர் பூங்காவிற்குள் நுழைந்ததை பார்த்திருக்கிறார். இந்த நேரத்தில் யார் அந்தப் பெண் அனுமதி இல்லாமல் போகிறாளே என பின் தொடர்ந்திருக்கிறார். பூங்காவில் நடந்து சென்ற பெண் பாலத்தின் மீது சென்று மறைந்துவிட்டாள்! ஆலிஸ் இன்னமும் அந்தப் பகுதியில் காணப்படுவதாகத்தான் கூறப்படுகிறது.

ராபர்ட் இறந்தே பல ஆண்டுகள் ஆகியிருக்கும். இன்னும் அவன் மரணத்திற்குப் பின்னும் ஆலிஸை அவன் சென்று சந்திக்கவில்லை போலும்!

•

15

மரணக் கிணறும் மர்மச் சாவியும்

இந்த மர்மச் சம்பவம் உலகில் வேறு எங்கோ ஒரு மூலையில் நடந்ததெல்லாம் இல்லை. நம் தேசத்தில் பஞ்சாப் மாநிலத்தில் தான் நடந்தது. சாது அல்லது துறவி என்று அழைக்கப்படும் சுந்தர் சிங் என்பவருக்கு நடந்த ஆச்சரியமான சம்பவம் இது.

சுந்தர் சிங் தனது மரணத்தை எதிர்நோக்கிக் காத்திருந்தார். அவரது உடல் முழுவதும் பயங்கரக் காயம். அவரை ஒரேயடியாக அடித்துக் கொன்று விடாமல் கொஞ்சம் கொஞ்சமாகத் துடிதுடித்து உயிர் பிரிய வேண்டும் என்று விட்டு விட்டுச் சென்றனர்.. இரும்பு ராடைக் கொண்டு ஒருவன் அடித்த அடியில் அவரது கை எலும்பு நொறுங்கி விட்டது. வலியில் துடித்துக்கொண்டிருந்தார் சுந்தர் சிங். அவரது உடலில் இருந்து ஒட்டுமொத்தத் துணிகளையும் உருவி அம்மணமாக்கி ஒரு கிணற்றில் தள்ளி மூடி விட்டுச் சென்றிருந்தனர். இதையும்விடக் கொடூரம் அவருக்குக் கீழே இருந்த பிணங்கள்! நாற்றமடித்து அழுகிக் கொண்டிருக்கும் பிணங்கள். அந்தப் பிணங்களும் சுந்தர் சிங்கைப்போல அடித்துத் துன்புறுத்தப்பட்டு அந்தக் கிணற்றில் தூக்கிப் போடப்பட்டு இறந்து போனவர்கள்தான். அந்த வரிசையில் தானும்

சேரக்கூடாது என்பதற்காக சுந்தர் சிங் உடலெங்கும் வலியுடன் தன் உயிரை இழுத்துப் பிடித்துக்கொண்டு காத்திருக்கிறார்.

சாது என்று அழைக்கப்பட்ட சுந்தர் சிங் இவ்வாறு தாக்கப்படும் அளவிற்கு என்ன செய்தார்? கொலை செய்தாரா? கொள்ளையடித் தாரா? அல்லது சொத்துப் பிரச்னையா? அதெல்லாம் எதுவும் இல்லை! அவர் செய்ததெல்லாம் இயேசுவின் வார்த்தைகளை மக்களிடம் கூறியது தான்.

சுந்தர் சிங்குக்கு அமானுஷ்யச் சக்தியோ அல்லது மந்திரமோ தெரியாது. 1889-ஆம் ஆண்டு பஞ்சாப்பில் உள்ள ஒரு சாதாரணச் சீக்கியக் குடும்பத்தில் பிறந்தவர். வளரும் பருவத்தில் கொஞ்சம் முரடர். அவருக்கு 15 வயது இருக்கும்போது ஒரு சம்பவம் நடைபெற்றது. தன்னுடைய இந்திய மண்ணில் பிற மதத்தினர் இருப்பது அவருக்குப் பிடிக்கவில்லை. அவர்கள் ஊரில் இயங்கி வந்த உள்ளூர் கிறிஸ்தவ மிஷனரிகளைப் பற்றிக் கடும் சொற்களில் தூற்றினார். அங்கே வேலை செய்பவர்களை வழியில் பார்த்து வம்பிழுப்பது, அவர்களைத் தாக்குவது என வெறுப்பை உமிழ்ந்தார். ஒருநாள் அவரது சொந்தக் கிராமத்தில் அனைவருக்கும் மத்தியில் பைபிளை எடுத்து வந்து பொதுவெளியில் வைத்து எரித்தார். இந்தச் சம்பவம் நடந்து 3 நாட்கள் இருக்கும், அவருக்கு ஒரு கனவு. கனவில் தோன்றியது இயேசு கிறிஸ்து!

பின் அந்தக் கனவு அவர் விழித்திருக்கும்போதும் வரத்தொடங்கியது. அதன்பின் அவர் தனது மூர்க்கத்தனத்தைக் குறைத்துக்கொண்டார். பொருள்கள்மீது ஆசைப்படுவதையே நிறுத்திக்கொண்டார். ஒரு துறவியைப்போல ஆனார். கிறிஸ்துவின் வார்த்தைகளை மக்களிடம் சேர்க்கும் ஒரு கிறிஸ்தவத் துறவியாகவேண்டும் என்று முடிவு செய்தார். அதேபோலவே ஒரு சாதுவாக ஆகி வட இந்தியா முழுவதும் பயணம் செய்தார். பசித்தபோது பிச்சையெடுத்துச் சாப்பிட்டார். நிழல் காணும் இடங்களில் உறங்கினார். இவ்வாறாகச் சென்றுகொண்டிருந்தவர் ஒரு நாள் திபெத்தை நோக்கிப் பயணப்பட்டார்.

பல நூற்றாண்டுகளாக இமயமலைகளுக்கு நடுவில் அமைதியான ஒரு ராஜ்ஜியமாக திபெத் இருந்தது. அதை தலாய் லாமாக்கள்தான் வழிவழியாக அரசியல் அதிகாரம் பெற்றவர்களாக, மதம் மற்றும் நிர்வாகப் பணிகளைச் செய்து வந்தார்கள். கிட்டத்தட்ட தலாய் லாமாதான் அங்கு அரசர், தலைமைத் துறவி, புத்தரின் மறுபிறப்பு எல்லாமுமே! திபெத்தில் மதம் அப்போது மிகவும் வலுவடைந்ததாக

இருந்தது. வேற்று மதத்தவர்கள் உள்ளே நுழைவதே கஷ்டம். அதுவும் மதமாற்றுவதற்காக ஒரு வேற்று மதத்தினர் உள்ளே வருகிறார் என்றால் அவ்வளவு தான்.

அங்கு தான் சுந்தர் சிங் சாது, இயேசுவின் வார்த்தைகளைப் பரப்புவதற்காகச் சென்றார்!

1912 முதல் 1918-ஆம் ஆண்டுக்கு இடையில் சுந்தர்சிங் அங்குச் சென்றதாகக் கூறப்படுகிறது. திபெத்தின் ரசார் நகரத்திற்குச் சென்றவர் அங்குள்ள மக்களிடம் கிறிஸ்துவின் பெருமைகளைப்பற்றிப் பேசினார். இந்தச் செய்தி நகரம் முழுவதும் பரவத்தொடங்கியது.

விஷயம் தலாய் லாமாவின் காதுகளுக்குச் சென்றது. இது தலாய் லாமாவிற்குப் பிடிக்கவில்லை. யார் இவன்? எங்கிருந்தோ வந்து நம் மக்களையே மதம் மாற்றம் செய்யப்பார்க்கிறானே. இவனுக்கு மன்னிப்பே கிடையாது. உடனே அவனுக்கு மரணத் தண்டனை விதிக்கும்படி உத்தரவு பிறப்பித்தார். சாதாரண மரணத் தண்டனை இல்லை. மதம் மாற்றம் செய்ய வந்தவரை இரும்புக் கம்பியால் அடித்து, கிணற்றில் தள்ளி, பட்டினி போட்டுக் கொல்ல வேண்டும். மத மாற்றம் செய்ய வந்தவன், தான் செய்த காரியத்தை எண்ணித் துடிதுடித்துச் சாக வேண்டும்!

இப்படித்தான் சுந்தர் சிங் சாது அந்த மரணக் கிணற்றில் மாட்டிக் கொண்டார். தற்போது அவர் வேதனையில் துடித்துக் கொண்டிருந்தார். சாவு நெருங்கும் தறுவாயில் அவர் கிறிஸ்துவின் வார்த்தைகளையே தனக்காகக் கூறினார். 'ஆண்டவரே ஏன் என்னைக் கைவிட்டீர்?'

பதில் ஏதும் இல்லை. ஆனாலும் அவருக்குக் கிறிஸ்துவின்மீது நம்பிக்கை சற்றும் குறையவில்லை. தன்னை வேகமாக வந்து அழைத்துச் சென்றுவிடும்படி இயேசுவிடம் மட்டும் வேண்டிக் கொண்டார். அவர் கிணற்றில் இருந்த மூன்றாவது நாள் இரவு, மயக்கத்திலிருந்து அவருக்குத் திடீரென்று விழிப்புத் தட்டியது. ஏதோ ஒரு சத்தம். மேலிருந்து கிணற்றின் அடியாழத்தில் கேட்டது. உடலில் வலுவின்றி, தன்னால் முடிந்த சக்தியைப் பயன்படுத்தி கண்களை விழித்து நோக்கினார். யாரோ மூடப்பட்டிருந்த கிணற்றின் கதவைத் திறக்கும் சத்தம் கேட்டது. பின் கிணற்றின் கதவில் பூட்டப்பட்டிருந்த பூட்டைத் திறக்கும் சத்தம். கிணற்றின் மூடியை அடைத்திருக்கும் இரும்பு தகட்டை நகர்த்தும் சத்தம். கடைசியாக அவருக்கு ஒரு குரல் கேட்டது.

‘உன்னை நோக்கி நான் கயிறு ஒன்றை அனுப்புகிறேன். அவற்றைப் பிடித்து மேலே வா!’

சுந்தர் சிங்கிற்கு அந்த அளவுக்கெல்லாம் உடலில் வலுவில்லை. ஆனால் அந்தக் கயிற்றை எப்படியாவது பற்றிவிட வேண்டும் என்று எண்ணினார். அந்தக் குரல் கூறியபடியே சிறிது நேரத்தில் கயிறு ஒன்று வந்து விழுந்தது. தன் முழு ஆற்றலையும் திரட்டி அந்தக் கயிற்றைப் பிடித்ததுதான் மிச்சம். அதுவரைதான் அவருக்கு நினைவிருந்தது. பின் மீண்டும் மயக்கத்தில் ஆழ்ந்தார்.

அவர் மறுபடியும் கண் விழித்தபோது வெறும் தரையில் கிடந்தார். அவரைச் சுற்றி அழுகிய பிணங்கள் இல்லை. அவரது உடலில் வலி காணாமல் போயிருந்தது. காயங்களும் இல்லை. அவர் எழுந்து நின்று திரும்பிப் பார்த்தபோது அவரது பக்கத்தில்தான் அந்தக் கிணறு இருந்தது. அதன் கதவுகள் நன்றாக மூடப்பட்டிருந்தது. அவரைக் காப்பாற்றியவருக்கு நன்றி சொல்லலாம் என்று சுற்றுமுற்றும் தேடியபோது யாரும் பக்கத்தில் இல்லை. சுந்தர் சிங்கால் ஆச்சரியத்திலிருந்து விடுபடமுடியவில்லை.

அவர் தன்னைக் காப்பாற்றியதற்காகக் கடவுளுக்கு நன்றி சொன்னார். தன்னை ஆண்டவர் கைவிடவில்லை என உரக்கக் கூறினார். இயேசுவின் வார்த்தைகளை முன்னைவிடத் தீவிரமாக மக்களிடம் எடுத்துச் சொல்லும் தீர்மானத்தோடு அந்த இடத்தை விட்டு வெளியேறினார்.

சுந்தர் சிங் மரணக் கிணற்றிலிருந்து உயிருடன் வந்துவிட்ட செய்தி அந்நகரம் முழுவதும் பரவத்தொடங்கியது. இறந்தவர் உயிருடன் வந்துவிட்டதாக மக்கள் வியப்புடன் பேசத்தொடங்கினர். உடனே அவரை மீண்டும் கைது செய்ய தலாய் லாமா உத்தரவிட்டார். அவர் கைது செய்யப்பட்டு தலாய் லாமாவிடம் அழைத்துச் செல்லப் பட்டார்.

அவர் எப்படித் தப்பித்தார் என்பதற்கான காரணங்கள் கேட்கப்பட்டது. ஆனால் சுந்தர் சிங்கின் பதில்கள் லாமாவிற்கு நம்பும்படி இல்லை. யாரோ ஒருவர் கிணற்றின் சாவியைத் திருடி சுந்தர் சிங்கைக் காப்பாற்றியிருக்க வேண்டும் என தலாய்லாமா நம்பினார்.

அந்தக் கிணற்றின் சாவி தலாய் லாமாவின் தனியறையில்தான் இருந்தது. அங்குச் செல்ல தலாய் லாமாவைத் தவிர யாருக்கும் அனுமதி இல்லை. வேறு யாராவது அந்த அறைக்குள் சென்றது

தெரிந்தால் அவ்வளவு தான். எனவே யாருக்கும் தைரியம் வராது. பின் யார் அந்தச் சாவியை எடுத்திருப்பார்கள் என்ற ஆத்திரத்தில் தன் அறைக்குச் சென்றார் தலாய் லாமா. ஆனால் அந்தச் சாவி அங்கேயேதான் இருந்தது. அதை யாரும் எடுத்ததற்கான தடயங்களும் இல்லை. இதைக் கண்ட தலாய் லாமாவிற்குப் பேச்சே வரவில்லை.

சிறிது நேரம் யோசித்தவர் நேராக சுந்தர் சிங்கிடம் வந்து உடனே திபெத்தை விட்டு வெளியேறும்படி உத்தரவிட்டார். கடவுளைப் போல ஆச்சரியமான சக்திகளைப் படைத்த இந்தச் சாது இங்கே இருப்பது தனது நகரத்திற்குப் பேரழிவைக் கொண்டு வர வாய்ப்புள்ளதாகக் கூறி, சுந்தரை மீண்டும் அந்த நகரத்திற்குள் விடாதபடி காவலாளிகளுக்கு உத்தரவிட்டார்.

சுந்தர் சிங் அந்த நகரை விட்டு வெளியேறினார். அவர் தான் இறக்கும்வரை இயேசுவின் வார்த்தைகளை மக்களிடையே பிரசாரம் செய்தபடி இந்தியா முழுவதும் பயணம் செய்ததாகக் கூறப்படுகிறது. ஆனால் அவர் மரணக் கிணற்றின் சிறையிலிருந்து எவ்வாறு வெளியேறினார் என்ற கேள்விக்கான பதில் மட்டும் யாருக்கும் தெரியவில்லை.

•

16

குதிரைக் கனவுகளும் கொட்டிய பணமும்

கனவு! நம் அனைவர் வாழ்விலும் நிகழும் ஒரு சாதாரண நிகழ்வு. மனிதன் தூங்கிக்கொண்டிருக்கும் போது வாழும் ஒரு மாய வாழ்க்கை என்றும் சொல்லலாம்! சிறியவர்கள் முதல் பெரியவர்கள் வரை கனவு காணாதவர்கள் யாரும் இவ்வுலகில் இல்லை!

சிலருக்குக் கனவு கெட்டதாக அமையும். கனவில் பாம்பு துரத்தலாம், பேய் வரலாம், அல்லது மரணம்கூட ஏற்படலாம். சிலருக்கு விரும்பத்தக்கதாக வரும். கனவில் காதலி வரலாம், காசு பணம் கிட்டலாம், புதையல் கிடைக்கலாம், சொர்க்கத்தில் மிதக்கலாம், சொப்பன சுந்தரிகளோடு டூயட்டும் பாடலாம்!

கனவுகள் பற்றியும் அவை ஏன் வருகிறது என்பது பற்றியும் ஆயிரம் விளக்கங்கள் தரப்பட்டாலும், பொதுவாக உளவியல் நிபுணர்கள் கூறுவது நம் அனைவருக்கும் பொருந்தும். 'மனிதன் தன் நிஜ வாழ்வில் தீர்த்துக்கொள்ள முடியாத ஆழ்மனதின் ஆசைகளைக் கனவின் மூலம் தீர்த்துக்கொள்கிறான்.' அந்த ஆசை நேரடியாகவோ அல்லது மறைமுகக் குறியீடுகளாகவோகூட நமது கனவில் நிறை வேறலாம்.

இதுபோல புரியாத கனவுகளை விளக்கி 'கனவுகளின் விளக்கம்' என்று பிரபல உளவியல் நிபுணர் சிக்மெண்ட் ஃபிராய்டு எழுதிய நூலும் இருக்கிறது.

சரி நம் கதைக்கு வருவோம். மனிதனின் ஆழ்மனது ஆசையைக் கனவு, கற்பனையில் நிறைவேற்றி வைக்கிறதா? அப்படி என்றால் உறக்கத்தில் வரும் அதே கனவால் மனிதனின் ஆசைகளை நிஜ வாழ்விலும் நிறைவேற்ற முடியுமா? வாருங்கள் பார்ப்போம்!

1946 - மார்ச் 8-ஆம் தேதி வெள்ளிக்கிழமை.

ஆக்ஸ்போர்டு பல்கலைக்கழகத்தில் தனது விடுதி அறையில் ஜான் காட்லி கனவு கண்டுகொண்டிருந்தார். அப்துல் கலாம் கூறியதுபோல சாதிப்பது பற்றிய கனவு மட்டும் அல்ல அது... பெரிய சாதனைகளை அந்தக் கனவு நிகழ்த்தப்போகிறது என்பது ஜானுக்கு அப்போது தெரியாது. ஜான் தனது கனவில் மறுநாளைக்குரிய ஒரு செய்தித்தாளை வாசித்துக் கொண்டிருக்கிறார். அந்தச் செய்தித்தாளில் அன்று நடைபெற்று முடிந்த குதிரைப்பந்தயத்தின் முடிவுகள் வெளியாகி இருந்தன. அந்தக் குதிரைப் பந்தயத்தில் வெற்றி பெற்றதாக பிண்டால், ஜுலாதீன் என்ற இரண்டு பெயர்கள் முன்னிலையில் தென்பட்டன. பின் கனவு கலைந்துவிட்டது. தூக்கத்திலிருந்து எழுந்த ஜானுக்கு இது வித்தியாசமான கனவாக இருந்தது. இதற்கு முன் இவ்வாறு வந்ததில்லை. ஆனால், ஜானும் அதைப்பற்றி சீரியஸாக எடுத்துக்கொள்ளவில்லை.

மறுநாள் காலையில் சாவகாசமாக எழுந்து அவரது நண்பரிடம் தனது கனவைப்பற்றிக் கூறினார் ஜான் காட்லி. நண்பருக்கு ஒரே ஆர்வம். இன்று சனிக்கிழமை. செய்தித்தாள்களை எடுத்து குதிரைப் பந்தயம் குறித்து ஏதாவது செய்தி வந்திருக்கிறதா என்று பார்ப்போமே என்கிறார். ஜானுக்குப் பெரிதாக ஆர்வம் இல்லை; இருந்தாலும் இருவரும் அன்றைய செய்தித்தாளை எடுத்துப் பார்த்தபோது அவர்களுக்கு ஆச்சரியம் தாங்கவில்லை. அவர்கள் இருக்கும் பகுதியில் அன்று இரண்டு வெவ்வேறு இடங்களில் குதிரைப் பந்தயங்கள் நடக்க இருந்தன. அந்த இரு குதிரைப் பந்தயங்களில் கலந்துகொள்ள இருக்கும் குதிரைகளில் இரண்டு ஜான் காட்லி கனவில் கண்ட அதே பெயர்களுடைய குதிரைகள்!

காட்லிக்கும், அவரது நண்பருக்கும் சந்தேகமிருந்தாலும் ஆசையும் ஆர்வமும் தூண்டியது. ஒரு குறைந்த அளவு தொகையை அந்தக் குதிரைகள் மேல் பந்தயம் கட்டிப் பார்க்கலாமே என்று சிறிதளவு பணம் கட்டினர். அவ்வளவுதான் அடித்தது அதிர்ஷ்டம்! இரண்டு

வெவ்வேறு போட்டிகளிலும் சொல்லி வைத்ததுபோல் வெற்றி பெற்றது காட்லி கனவில் கண்ட அதே இரண்டு குதிரைகள்!

இதுதான் காட்லியின் முதல் கனவு. இதேபோல கனவுகள் காட்லிக்குத் தொடர்ந்து வர ஆரம்பித்தன.

சில வாரங்கள் இருக்கும். ஏப்ரல் 4-ஆம் தேதி. காட்லி தனது பெற்றோர்களைப் பார்க்க அயர்லாந்திற்குத் தனது வீட்டிற்குச் சென்றிருந்தான். அங்கு அவன் உறங்கும்போது மீண்டும் ஒரு கனவு. இந்த முறை அவன் கனவில் பந்தயத்தில் வெற்றி பெற்றவர்களின் பெயர்களைக் கொண்ட நீண்ட பட்டியலே வந்தது. ஆனால் பாவம் காட்லி உறக்கத்தில் இருந்து எழுந்தபோது அவனுக்கு அந்தப் பட்டியலில் இருந்த பெயர்கள் அனைத்தும் மறந்துவிட்டது. ஒரே ஒரு பெயர் மட்டுமே நினைவில் நின்றது. அது 'ட்யூபர் மோர்'.

உடனே காட்லி தாமதிக்காமல் அவனது நகரத்தில் நடக்கும் குதிரைப்பந்தயங்கள் பற்றி விசாரித்தான். அவனது ஊரிலேயே அந்நாட்டில் பிரசித்தி பெற்ற கிராண்ட் நேஷனல் குதிரைப் பந்தயம் அந்த வாரத்தில் நடைபெற இருந்தது. அதில் கலந்துகொள்ள இருந்த குதிரைகளின் பெயர்களைத் தேடினான். ட்யூபர் மோர் என்ற பெயரைக்கொண்ட குதிரை எதுவும் இல்லை. ஆனால் ட்யூபர் ரோஸ் என்ற பெயரைப் கொண்ட குதிரை இருந்தது! இரு பெயர்களுக்கும் இருந்த ஒற்றுமையில் சிறிது மாற்றம் இருந்தாலும், காட்லியும், அவனது குடும்பத்தினரும் நம்பிக்கையுடன் இருந்தனர். அந்தக் குதிரையின்மீது பந்தயம் கட்டினர். குதிரையும் ஜெயித்தது. அவர்களும் பல லட்சங்களை வென்றனர்!

அடுத்த கனவு இரண்டு மாதம் கழித்து ஜூலை 28-ஆம் தேதி 1946-ல் காட்லிக்கு வந்தது. அந்தக் கனவில் காட்லி பந்தயம் கட்டும் அலுவலகத்துக்குப் போன் செய்கிறான். அங்கே ஒருவர் போனை எடுக்கிறார். போனில் இவனிடம் இந்தமுறை போட்டியில் மான்யுமெண்டர் என்ற குதிரை, பந்தயத்தில் வென்றதாகச் சொல்கிறார். மறுநாள் காலையில் காட்லி செய்தித்தாளை எடுத்து புரட்டிக்கொண்டிருந்தபோது மான்யுமெண்டொர் என்ற குதிரையின் பெயர் இல்லை. ஆனால் மெண்டார் என்ற குதிரை ஓடுவதாக இருந்தது. வழக்கம்போல் காட்லி அக்குதிரையின் மேல் பந்தயம் கட்ட. அடித்தது அதிர்ஷ்டம்! கிடைத்தது பரிசு! அதே கதை தான்.

அடுத்த கனவு காட்லிக்கு கொஞ்சம் தாமதமாகத்தான் வந்தது, ஒரு வருடம் கழித்து. இந்தமுறை காட்லிக்குப் பெயர்கள் எதுவும் வரவில்லை. அவன் ஒரு மைதானத்தில் அமர்ந்து குதிரைப்

பந்தயத்தைப் பார்த்துக்கொண்டிருக்கிறான். அந்தப் போட்டியில் வெற்றி பெற்ற குதிரை கெய்குவாட் என்கிற ஓர் இந்திய இளவரசனுடைய குதிரை என்று தெரியவந்தது. மேலும் அந்தப் பந்தயக் குதிரையை இயக்கும் ஜாக்கி, ஓர் ஆஸ்திரேலியா நாட்டுக்காரர். அவரது பெயர் எட்கார் பிரிட் எனத் தெரியவருகிறது. இத்துடன் இந்தக் கனவு முடியாமல் இந்தமுறை கூடுதல் தகவல்களும் காட்லிக்குக் கிடைக்கிறன. பந்தயத்தைப் பார்த்துக்கொண்டிருந்த கூட்டத்தினர் அடுத்து நடக்கப்போகும் போட்டியில் வெற்றிபெறப் போகும் குதிரையின் பெயரையும் கூச்சலிட்டுக் கத்துகின்றனர். அந்தக் குதிரையின் பெயர் பூகி.

மறுநாள் காலையில் வழக்கம்போல் செய்தித்தாளைப் பார்த்தபோது பரோடா சமஸ்தானத்து இந்திய இளவரசர் ஒருவரது குதிரை, அந்தப் பந்தயத்தில் ஓட இருப்பது தெரிந்தது. அதன் ஜாக்கியின் பெயர் எட்கர் பிரிட்தான். அதேபோல அன்று நடைபெற இருந்த மற்றொரு குதிரைப் பந்தயத்தில் ஓடும் குதிரையின் பெயர் ப்ராக். பூகி இல்லை. ஆனால் இதுவே காட்லிக்குப் போதும். எளிதாக வென்று விடலாம். ஆனால் காட்லி இந்த முறை கொஞ்சம் வித்தியாசமாக விளையாட நினைத்தார்.

இதுவரை காட்லிக்கு இதுபோன்ற ஒரு கனவு வருகிறது என்பது எல்லோருக்கும் தெரியாது. அவனது பெற்றோர்கள் மற்றும் தன்னுடைய அறை நண்பன் ஒருவனுக்கு மட்டும்தான் தெரியும். அவனது நண்பனுக்கும் முதல் கனவு வந்தது மட்டும்தான் தெரியும். இப்போது படிப்பு முடிந்து அவனும் எங்கோ சென்றாகிவிட்டது.

இப்போது காட்லி, தனக்கு இதுபோன்று எதிர்காலத்தில் நடக்க இருக்கும் குதிரைப் பந்தயத்தில் வெற்றி பெறும் குதிரைகளைச் சரியாக யூகிக்கும் சக்தி படைத்த கனவு ஒன்று வருகிறது என்பதை ஆதாரத்துடன் அனைவருக்கும் நிரூபிக்க வேண்டும் என்று நினைத்தான். அவனது நெருங்கிய நண்பர்கள் இருவரை அழைத்தான். தனக்கு வந்த கனவைப் பற்றிக் கூறினான். ஆனால் அவனது நண்பர்கள் நம்பவில்லை. ஏதோ கனவு கண்டுவிட்டு உளறுகிறான் என்று நினைத்தனர். காட்லி அவர்களிடம் இதற்கு முன் தான் வெற்றி பெற்ற கதையெல்லாம் சொல்லவில்லை. ஆனால் அவர்களை அழைத்து இந்தமுறை வெற்றி பெறும் குதிரைகளின் பெயரை ஒரு காகிதத்தில் எழுதிக் கொடுத்தான். எதற்கும் சாட்சியாக இருக்கட்டும் என்று ஒரு கடிதத்திலும் அந்தக் குதிரைகளின் பெயரை எழுதி, தேதியிட்டு, தனது முகவரிக்கே அஞ்சலில் அனுப்பினான். ஆதாரம் போலும்!

அந்த இரு குதிரைகளின் மேல் பந்தயம் கட்டினான். குதிரைகள் வென்றது!

விஷயம் அந்த சிறு நகரத்தில் இருந்து வெளியில் பரவியது. காட்லி பிரபலம் அடையத் தொடங்கினான். அவனை நிறையபேர் அணுகினர். குதிரைகளின் பெயர்களைக் கூறுவதற்கு கோடி கோடியாக பணத்தைக் கொட்டிக்கொடுக்கத் தயாராக இருந்தனர். ஆனால் காட்லிக்கு அதில் எல்லாம் விருப்பம் இல்லை. காட்லிக்குப் பணம் பெரிதில்லை. தனக்கு இப்படி ஒரு திறமை இருக்கிறது என்பது அனைவருக்கும் தெரிய வேண்டும் என்பதை மட்டும்தான் விரும்பினான். அதனால் லண்டனின் இருந்து வெளிவந்த லண்டன் மிரர் பத்திரிக்கைக்குக் குதிரைப் பந்தயங்கள் பற்றிய சிறப்புக் கட்டுரைகள் எழுதும் பணியில் சேர்ந்தான். நிறைய கட்டுரைகள் எழுதினான். அந்தக் கட்டுரைகள் அனைத்திலும் எந்த குதிரை வெற்றி பெறும் என்று அவன் வெளிப்படையாக எழுதவில்லை அதற்குப் பதிலாக, சில தகவல்கள் மட்டும் இருக்கும். மக்கள் சரியாகக் கண்டுபிடித்து அந்தக் குதிரையின் மேல் பந்தயம் கட்டிக் கொள்ளலாம். கிடைத்தால் வெற்றி. இல்லையென்றால் அவ்வளவுதான். ஆனால் காட்லியின் கட்டுரையை வாசிக்க மக்கள் லண்டன் மிரர் பத்திரிக்கையை வாங்கிக் குவித்தனர்.

காட்லி குதிரைப் பந்தயங்கள் பற்றிப் பல சுவாரஸ்யமான விஷயங்களை மட்டும்தான் அதிகம் எழுதினான். எந்தக் குதிரை வெற்றி பெறும் என்று குறிப்பு தருவதெல்லாம் எப்போதாவதுதான். காரணம் அவனுக்குப் பந்தயம் குறித்த கனவெல்லாம் ஓரிரு மாதங்களுக்கு ஒருமுறை, 5 மாதங்களுக்கு ஒரு முறை என்று என்றைக்காவதுதான் வந்தது.

ஒருமுறை அக்டோபர் 29, 1946-க்குப் பிறகு காட்லிக்குக் கனவு ஏதும் வரவில்லை. சரி தனக்கு அந்தச் சக்தி போய்விட்டது என்று அவன் கருதியபோது சரியாக 3 வருடங்கள் கழித்து ஜனவரி 16, 1949-ஆம் தேதி பந்தயக் கனவு அவனுக்கு மீண்டும் வந்தது. 1958-ஆம் ஆண்டு உலகின் மிகப்பெரிய குதிரைப் பந்தயமான கிராண்ட் நேஷனல் நடைபெற்றபோது அதன் வெற்றியைச் சரியாகக் கணித்து பல கோடிகளை வென்றான் ஜான் காட்லி!

ஆனால் காட்லிக்குத் தெரியாது. அதுதான் அவனது கடைசி 'பந்தயக் கனவு' என்று. இந்தமுறை உண்மையிலேயே அவனுக்குக் குதிரைப் பந்தயக் கனவுகள் வருவது நின்று போனது. அவனது மிகப்பெரிய வெற்றிக்குப் பின் அந்தச் சக்தி அவனைவிட்டு அகன்றது. அதன்பின்

அவன் இறக்கும்வரை குதிரைப் பந்தயம் பற்றிய கனவுகள் வரவேயில்லை. ஆனால் காட்லியும் அதைப்பற்றி பெரிதும் அலட்டிக்கொண்டதாகத் தெரியவில்லை. பணமும் நிறையவே சம்பாதித்தாகிவிட்டது. தனக்குப் பிடித்ததுபோல நிறைய எழுதியும் ஆகிவிட்டது.

காட்லி ஒரே ஒருமுறை மட்டும் தனக்குக் கிடைத்திருந்த இந்தச் சக்தியைப் பற்றிச் சொன்னார். 'எனக்கு ஒரே ஒரு விஷயம் மட்டும் புரியவில்லை. எனக்குச் சிறு வயதில் இருந்தே குதிரைகள் என்றால் பிடிக்காது. ஆனால் எனக்கு மட்டும் ஏன் இந்தக் கனவுகள் வந்தன?!' பாருங்கள்! குதிரைகளே பிடிக்காதவருக்கு கோடிகளில் கொட்டித்தந்த குதிரைகள்!

ஜான் காட்லிக்கு ஏற்பட்ட இந்தக் கனவுகள் குறித்து நிறைய கேள்விகள் எழுந்தன. காட்லிக்குச் சிறுவயதில் இருந்தே குதிரைகள் பிடிக்காது. ஆனால் எதற்கு காட்லிக்கு மட்டும் இதுபோன்ற கனவுகள் தொடர்ந்து வர வேண்டும்? இந்தக் கனவுகள் காட்லியின் வாழ்க்கையில் தோன்றிய வெறும் அதிர்ஷ்டத்தைத் தரும் தற்செயல் நிகழ்வுகளா அல்லது ஏதாவது ஒரு சக்தியின் அருளா? அப்படி வெறும் தற்செயல் என்று நாம் நினைத்தால், இன்னும் நடைபெற்றிராத, எதிர்காலத்தில் நடக்க இருக்கும் ஒரு பந்தயத்தில் இருந்த தகவல்கள் அனைத்தும் எப்படிக் கச்சிதமாகக் காட்லியின் கனவுகளுடன் பொருந்திப்போனது?

ஒருவேளை எதிர்காலம் என்பது நமது நிகழ்காலத்துடன் கலந்துதான் இருக்கிறதா? சாதாரண மனிதர்களால்தான் எதிர்காலத்தையும், நிகழ்காலத்தையும் ஒன்றாகப் பொருத்திப் புரிந்துகொள்ள முடிய வில்லையா? ஒருவேளை காட்லிக்கு ஏற்பட்ட கனவுகள் எதிர் காலத்தில் இருந்து நிகழ்காலத்திற்கு யாராவது அவருக்கு அனுப்பிய தகவல்களா? அல்லது காட்லி போன்ற மனிதர்கள் எதிர்காலத்திற்கும், நிகழ்காலத்திற்கும் இடையில் இருக்கும் தடையைக் கடந்து செல்லும் ஆற்றல் படைத்தவர்களா? நீங்கள் என்ன நினைக்கிறீர்கள்?

•

17

இந்தப் பெயரைச் சொன்னால் சாபம் கிடைக்கும்

நம்மில் பலருக்கு ஷேக்ஸ்பியரைத் தெரிந்திருக்கும். ஆங்கில இலக்கியத்தின் மிக முக்கிய ஆளுமையான அவரின் கதைகளை, நாடகங்களை, கவிதைகளைப் பாடப்புத்தகத்தில் படித்திருப்போம். பாடத்தைத் தாண்டி புத்தகம் படிப்பதில் விருப்பம் உள்ளவர்கள் அவருடைய படைப்புகளை ஆழ்ந்து வாசித்து உருகியிருப்போம். அவருடைய எண்ணற்ற நூல்கள் திரைப்படங்களாகவும், டிவி தொடர்களாகவும், நாடகங்களாகவும் தழுவப்பட்டு பெறும் வெற்றி பெற்றுள்ளன. அவரே ஒரு நாடக ஆசிரியர் என்பதால் அவரது பல நாடகங்கள் உலகப் பிரசித்திப் பெற்ற நாடகங்கள். அதில் ஒன்று தான் 'அந்த' நாடகம்!

அது என்ன 'அந்த' என்று யோசிக்கிறீர்களா? அந்த நாடகத்தின் பெயரை மேடை நாடகமாகவோ, படமாகவோ எடுப்பவர்கள், குறிப்பாக அதில் நடிப்பவர்கள் 'அந்த' நாடகத்தின் பெயரை உச்சரிக்க மாட்டார்கள். அப்படிச் சொன்னால் என்னாகும்? அவர்களுக்குச் சாபம் கிடைத்துவிடும் என்பது மேற்குலகின் ஐதீகம்! அப்படி என்ன நாடகம் அது?

'கிளாமிஸின் நகைச்சுவை', 'தி ஸ்காட்டிஷ் பிஸ்னஸ்', 'தி பிளே' என்று பல்வேறு பெயர்களில் மட்டுமே அந்த

நாடகம் அழைக்கப்படுகிறது. ஷேக்ஸ்பியரின் 'அந்த' நாடகத்தின் பெயரை யாரும் மறந்தும் சொல்லிவிடக்கூடாது என்பதற்காகவே இந்தப் பெயர்கள் வழங்கப்பட்டுள்ளன. அது என்ன அந்த நாடகம்? வேறு ஒன்றும் இல்லை. உலகின் சிறந்த துன்பியல் நாடகங்களில் ஒன்றான 'மேக்பெத்' தான் அது. ஏன் இந்தப் பெயரைச் சொல்ல பலரும் நடுநடுங்கிப் போகிறார்கள்? காரணம், இந்த நாடகத்தின் பெயரைச் சொல்பவர்கள் சபிக்கப்பட்டவர்கள் ஆவார்கள். எல்லாத் துன்பங்களும் அவர்களுக்கு வரும் என்று நம்பப்படுகிறது. அது என்ன சாபம்?

ஷேக்ஸ்பியர் எழுதிய மேக்பெத் நாடகத்தின் சுருக்கம் இதுதான் - ஸ்காட்டிஷ் நாட்டின் படைத்தளபதி மேக்பெத் 3 சூனியக்காரிகளைச் சந்திக்கிறான். அவர்கள் மேக்பெத், ஸ்காட்லாந்து நாட்டின் அரசனாக வருவான் என்று ஆரூடம் கூறினார்கள். இதனை தனது மனைவியிடம் சொல்லும் மேக்பெத், அவளுடைய உதவியுடன் அப்போதைய ஸ்காட்லாந்தின் அரசனான டங்கனைக் கொலை செய்துவிடுகிறான். பின்னர் சூனியக்காரிகள் கூறியதுபோலவே அரசனாகிறான்.

அதன்பின் எங்கே தன் அரியணைக்கு ஏதாவது ஆபத்து வந்துவிடுமோ என்று பயந்து தான் சந்தேகப்படும் அனைவரையும் கொலை செய்கிறான். ஒரு பைத்தியம் முற்றிய நிலையில், அனைவரையும் சந்தேகப்பட்டு, தன்னைச் சுற்றி எப்போதும் ஆபத்து இருப்பதாக நினைத்து ஒரு நிதானம் இழந்த நிலையிலேயே வாழ்ந்து வருகிறான். இறுதியில் அங்கே உள்நாட்டுப் போர் தொடங்கி, மேக்பெத் தோற்கடிக்கப்பட்டு இறந்துபோகிறான்.

இந்த நாடகத்தின் நீதி நியாயமான வழியில் அடையாத லட்சியம் ஒரு மனிதனின் வாழ்க்கையையே பாழ்படுத்திவிடும் என்பது தான். நல்ல கதைதான். இது எப்படி சபிக்கப்பட்ட நாடகம் ஆயிற்று?

இந்த 'பெயர் சொல்லக்கூடாத நாடகம்' (இதுவும் இந்த நாடகத்திற்கு வழங்கப்பட்ட ஒரு பெயர்தான்) அந்த நாட்களில் எழுதப் பட்டதிலேயே மிகக் கொடூரமான நாடகம் என்று கருதப்படுகிறது. ரத்தம், கொலை, பேய்கள், சூனியக்காரர்கள் மற்றும் பேராசை கொண்ட மனிதர்கள் என்று இருண்ட கதாபாத்திரங்களைக் கொண்ட நாடகம் இது. இதனாலேயே இந்த நாடகம் சபிக்கப்பட்டதாக அந்த நாட்களில் மக்கள் நம்பினார்கள். பின் அதை ஊர்ஜிதம் செய்வதுபோல சம்பவங்களும் நடைபெறத் தொடங்கின.

இந்த நாடகத்தை முதன் முதலில் ஷேக்ஸ்பியர் ஆகஸ்டு 7-ஆம் தேதி 1606-ஆம் ஆண்டு அரங்கேற்றினார். இந்த நாடகத்தில் கதாபாத்திரமாக

வந்து கொலை செய்யப்படும் டன்கன் மற்றும் பேங்குவோ ஆகிய கதாபாத்திரங்களின் உண்மையான வழித்தோன்றலான அரசன் ஜேம்ஸ் 1-க்கு முன்னால் இந்த நாடகம் மேடையில் அரங்கேறியது. அப்போதே இந்த நாடகத்தின் சாபமும் தொடங்கிவிட்டதாகக் கூறப்படுகிறது. இந்த நாடகத்தில் மேக்பெத்தின் மனைவி லேடி மேக்பெத்தாக மேடையில் நடித்துக்கொண்டிருந்த ஹால் பிரிட்ஷ் என்ற நடிகர் தீவிர ஜுரத்தின் காரணமாக மயங்கி விழுந்தார். சில நாட்களில் இறந்தும் போனார்! அவர் மயங்கி விழுந்ததால் ஷேக்ஸ்பியரே மேடையில் ஏறி அந்தக் கதாபாத்திரத்தில் நடிக்க வேண்டியதாயிற்று.

அதன்பின் அந்த நூற்றாண்டில் இந்த நாடகம் நடத்தப்படவில்லை. பின்னர் 1703-ஆம் ஆண்டு லண்டனில் அந்த நாடகம் மீண்டும் நடத்தப்பட்டது. அடுத்த சில நாட்களிலேயே இங்கிலாந்தில் அதுவரை வரலாற்றில் காணப்படாத பெரும் புயல் வீசியது. எண்ணற்ற மக்கள் அந்தப் புயலில் சிக்கி மாண்டனர். மேக்பெத் நாடகத்தில் வரும் கடவுளுக்கு எதிராக எழுதப்பட்ட வசனங்கள்தான் இந்த இயற்கைப் பேரிடருக்குக் காரணம் என்று பரவலாகப் பேசப்பட்டது. அப்போது அரசியாக இருந்த ஆனி அந்த வாரம் முழுவதும் அங்கிருந்த நாடக அரங்குகள் அனைத்தையும் மூடச் சொல்லி உத்தரவிட்டார். அந்த ஒருவார காலம் முழுவதும் சிறப்புப் பிரார்த்தனைக் கூட்டங்களை நடத்தினார்.

அதன் பின்னரும் அந்த நாடகத்தின் சாபம் தொடர்ந்துகொண்டுதான் இருந்தது. அமெரிக்காவின் நியூ யார்க் நகரத்தின் அஸ்டர் பிளேஸ் என்ற இடத்தில் நடந்த சம்பவம் இது. 1849-ஆம் ஆண்டு அஸ்டர் பிளேஸ் என்ற இடத்தில் வில்லியம் சார்லஸ் மெரெடி என்ற பிரிட்டனைச் சேர்ந்த நடிகர் மெக்பெத் நாடகத்தில் நடித்துக் கொண்டிருந்தார். அவருக்கு ஒரு தொழில் எதிரி உண்டு. அவர் அமெரிக்காவைச் சேர்ந்த எட்வின் ஃபாரஸ்ட் என்பவர் ஆவார்.

இருவருக்கும் என்ன பிரச்னை? இருவருமே ஷேக்ஸ்பியர் நாடகங்களில் நடித்து வந்த நடிகர்கள்தான். ஆனால் யார் சிறந்த நடிகர் என்பதில்தான் இருவருக்கும் சிக்கல். தான் தான் ஷேக்ஸ்பியர் கதாநாயகர்களின் உருவம் என்று இருவரும் சொல்லிக்கொண்டனர். இதில் பிரிட்டிஷ் நடிகர் மெக்ரெடி சற்று உயர் வர்க்கத்தைச் சேர்ந்தவர். செல்வந்தர். அதனால் உயர்குடிக்கே உள்ள ஆதரவாளர் களைப்போல, அமெரிக்கப் பணக்காரர்களும், அறிவு ஜீவிகளும் அவரை சிறந்த நடிகர் என்று புகழ்ந்து வந்தனர். எட்வின் பாரஸ்டோ ஒரு சாதாரண ஏழைக் குடும்பத்தில் பிறந்து, நடித்துப் புகழ்பெற்றவர்.

அவர் அமெரிக்காவைச் சேர்ந்த ஏழைகள், தொழிலாளர்கள் அனைவருக்கும் பிடித்த நடிகராக இருந்தார்.

இப்போது அஸ்டர் பிளேசில் மேக்பெத் நடித்த நாடகம் நடைபெற்றுக் கொண்டிருந்தபோது அதில் நடித்துக்கொண்டிருந்த மெக்ரெடிக்கு எதிராக எட்வின் பாரஸ்டின் ஆதரவாளர்கள் அரங்கத்தின் முன் சூழ்ந்தனர். முதலில் சாதாரணமாக எழுந்த எதிர்ப்பு நேரம் செல்லச் செல்லத் தீவிரமடைந்தது. அவர்களை விலகிப் போகச் சொல்வதற்காக அழைத்துவரப்பட்ட போலீஸாருக்கும் அவர் களுக்கும் இடையே மோதல் ஏற்பட்டது. அது அப்படியே கலவரமாக மாறியது. லத்தி அடிகளும், கற்களும் பறந்தன. போலீசார் துப்பாக்கியால் கலவரம் செய்தவர்களைச் சுட்டனர். இறுதியில் அந்தக் கலவரம் முடிவுக்குக் கொண்டு வரப்பட்டபோது 22 பேர் உயிரிழந்து, 36 பேர் படுகாயத்துடன் மருத்துவமனையில் அனுமதிக்கப்பட்டனர். இந்தக் கலவரத்தின் போது அரங்கத்தின் உள்ளே நடைபெற்றுக் கொண்டிருந்த நாடகம் மேக்பெத்!

இரு நடிகர்களை வைத்து, நாடகத்தை வைத்து நடைபெற்ற முதல் கலவரம் இதுதான். அந்தக் கலவரத்தின் போது பாதியில் ஓடிய பிரிட்டன் நடிகர் மெக்ரெட்டி பின்னர் அமெரிக்கா பக்கம் தலைவைத்தே படுக்கவில்லை.

இந்த மேக்பெத் நாடகத்தால் பாதிக்கப்பட்டது நடிகர் மட்டும் இல்லை. இதனால் கொலை செய்யப்பட்ட உலகப் புகழ்பெற்ற ஒருவரும் இருக்கிறார். அவர் வேறு யாரும் இல்லை. முன்னாள் அமெரிக்க அதிபர் ஆப்ரஹாம் லிங்கன் தான்!

மேக்பெத் நாடகம்தான் ஆப்ரஹாம் லிங்கனுக்கு மிகவும் பிடித்த நாடகம். ஏப்ரல் 9,1865-ஆம் ஆண்டு போட்டோமேக் நதியில், ஓர் ஓடத்தில், தன்னுடைய நண்பர்களுடன் பயணித்துக்கொண்டிருந்த லிங்கன் அந்த நாடகத்தில் உள்ள வசனங்களைச் சத்தமாகப் படித்துக்காட்டினார். அவர் படித்த அந்தப் பகுதி மேக்பெத்தில் டங்கன் என்ற அரசன் கொலை செய்யப்படும் பகுதியில் வரும் வசனங்கள். பின் ஐந்தே நாட்களில் அமெரிக்காவின் அரசனாக (அதிபர்) இருந்த லிங்கனும் சுட்டுக் கொலை செய்யப்பட்டார்!

20-ஆம் நூற்றாண்டில் நடைபெற்ற பேரிடர் பலவற்றுக்கு மேக்பெத் நாடகம்தான் காரணம் என்று சொல்லப்பட்டது. 1920-ஆம் ஆண்டு லயனல் பேரிபோர் என்ற பிரபல நடிகர் ஒருவர் மேக்பெத்தாக நடித்துக்கொண்டிருந்தபோது அவருக்கு வாதம் ஏற்பட்டுப் பின் அவரால் நடிக்க முடியாமலேயே போனது.

மேலும் லண்டன் ராயல் கோர்ட் தியேட்டரில், துணி தயாரிப்பு நிறுவனம் ஒன்று நடத்திய மேக்பெத் நாடகத்தின் ஒத்திகையின்போது அங்கே போடப்பட்டிருந்த செட் ஒன்று கீழே விழுந்து பலர் படுகாயம் அடைந்தனர். பின் திடீரென்று தீ ஏற்பட்டு அந்த நிறுவனம் கொண்டு வந்திருந்த துணிகள் அனைத்தும் எரிந்து சாம்பலாகியது.

1937-ம் ஆண்டு மேக்பெத் நாடகத்திற்காக ஒத்திகை பார்த்துக் கொண்டிருந்த லாரன்ஸ் ஆலிவர் என்பவர்மீது கூரையின் மேல் இருந்து ஏதோ ஒரு கனமான பொருள் விழுந்தது. நல்லவேளையாக சில இன்ச் தூரத்தில் அவர் உயிர் தப்பினார். பின்னர் அதே வாரத்தில் வேறு ஒரு நாளில் நாடக ஒத்திகைக்காகக் காரில் வந்துகொண்டிருந்த அந்த நாடகத்தின் இயக்குநரும், அதில் நடிக்கும் நடிகை ஒருவரும் விபத்தில் சிக்கிக் கனநொடியில் உயிர் தப்பினர். இதையும் தாண்டி அந்த நாடகம் நடைபெறும் கடைசி நேரத்தில் அந்தத் தியேட்டரின் உரிமையாளர் மாரடைப்பால் உயிரிழந்தார்.

1953-ம் ஆண்டு பெர்முடாவில் அந்த நாடகம் நடைபெற்றுக் கொண்டிருந்தது. அரங்கம் எல்லாம் இல்லை. வெட்ட வெளியில் ஏற்பாடு செய்யப்பட்டிருந்த நாடகம் அது. ஆனால் அரண்மனை, காடு உள்ளிட்ட செட்டுகள் போடப்பட்டிருந்தன. அந்த நாடகத்தில் உள்நாட்டுப் போரின்போது படைவீரர்கள் மேக்பெத்தின் அரண்மனையை உடைக்கும் காட்சி. அந்தக் காட்சியை நடித்துக் கொண்டிருந்த நடிகர்கள் மேக்பெத்தின் கோட்டை போல போடப்பட்டிருந்த செட்டை தீப்பந்தத்தைக் கொண்டு அடித்தனர். அப்போது திடீரென்று வீசிய காற்றில் நெருப்பு அக்கம்பக்கத்தில் பரவி செட்டில் நெருப்புப் பற்றிக்கொண்டது. பின் மீண்டும் காற்றடிக்க நெருப்பு கூடியிருந்த பார்வையாளர்கள் மீதும், நடிகர்கள் மீதும் வீசத் தொடங்கியது. மக்கள் தெறித்து ஓடினர்.

கடைசியாக 1980-ல் பீட்டர் ஓ டூலே என்பவர் இந்தமுறை நாடகத்தில் நடிக்க இருந்தார். ஒரு கலைப்படைப்பின் பேரழிவு என்று மேக்பெத் நாடகத்தை விவரித்த அவர் ஒரு முடிவுக்கு வந்தார். இனி அந்த நாடகத்தின் பெயரை யாரும் சொல்லக்கூடாது. மேக்பெத் என்ற வார்த்தைகளுக்குப் பதில் வேறு பெயர்கள் வைத்துக் கொள்ளுங்கள். ஆனால் உண்மையான பெயர் வேண்டாம். ஆனால் இந்த முன்னெச்சரிக்கை நடவடிக்கை அவருக்குக் கைகொடுக்க வில்லை. அப்போதும் நடிப்பு ஒத்திகையின்போது ஏகப்பட்ட பிரச்னைகளும் விபத்துகளும் ஏற்பட்டன. இருந்தாலும் அவர் காட்டிய வழிமுறையே பின்னால் உலகம் முழுவதிலும் பின்பற்றப் பட்டது.

இன்றும் மேக்பெத் நாடகம் அரங்கேறுகிறது என்றால் நடிப்பு ஒத்திகையின்போது அதன் நடிகர்கள் மேக்பெத் நாடகத்தின் பெயரைச் சொல்லமாட்டார்கள். அப்படி பெயரையோ அல்லது ஒரு வசனத்தையோ சொல்ல வேண்டுமென்றால் அவர்கள் முதலில் ஒத்திகை அறையில் இருந்து வெளியேறி 3 முறை தன்னையே சுற்றிவிட்டுத் தரையில் துப்ப வேண்டும். பின் ஒப்பனை அறைக்கதவைத் தட்டி உள்ளே வரலாமா எனக் கேட்டு உள்ளே செல்ல வேண்டும். இந்தப் பரிகாரத்தை யார் கண்டுபிடித்தது என்று யாருக்கும் உறுதியாகத் தெரியவில்லை. ஆனாலும் இது, தொடர்ந்து பின்பற்றி வரும் ஒரு சடங்காக மாறியுள்ளது. இந்தச் சடங்கைப் பின்பற்றாமல் நாடகத்தை நடித்தவர்கள் பல துர்ச்சம்பங்களைச் சந்தித்ததாகவே நாடக வரலாறு கூறி வருகிறது!

•

18

பூமிக்கு வந்த காலப்பயணிகள்

இந்தப் பூமியில் நடக்கும் பல விஷயங்களுக்கு நமக்கு விடைகள் தெரியாது என்பது உண்மைதான். ஆனாலும் இப்பூமியில் நடக்கும் பலப்பல புதிர் விஷயங்களுக்கும் நமது அறிவியல் விடை தேட முயன்று கொண்டுதான் இருக்கிறது. அதில் ஒன்றாக இந்தப் பூமிக்கு அவ்வப் போது வந்து செல்லும் ஒருவகை விருந்தினர்கள் பற்றித்தான் இப்போது பார்க்கப்போகிறோம். அவ்வப்போது வந்து போகும் விருந்தாளிகள் என்றவுடன் வேற்றுக்கிரகவாசிகள் தானே என்று நீங்கள் கற்பனைக்குள் போக வேண்டாம். வேற்றுக் கிரகவாசிகள் வந்தால் சிலரது கண்ணில் பட்டுவிட்டு பின் வந்த வழியிலேயே திரும்பி விடுவர். ஆனால் வருகை தந்தது மனிதர்கள்தான். ஆனால் அவர்கள் பூமியைச் சேர்ந்தவர்கள் இல்லை! இதுதான் இன்னும் மர்மம் வாய்ந்ததாக இருக்கிறது.

1954-ஆம் ஆண்டு.

ஜப்பானிய அதிகாரிகள் சிலர் தங்கள் நாட்டிற்குள் அத்துமீறி நுழைய முயன்ற ஓர் அந்நியனைப் பிடித்து வந்து உயர் அதிகாரியின் முன் நிறுத்தினர். அந்த நபரிடம் பாஸ்போர்ட் இருக்கிறதா என்று சோதனையிடப்பட்டது. அவரிடம் பாஸ்போர்ட்டும்

இருந்தது. பிறகு என்ன பிரச்னை? அவரது பாஸ்போர்ட்டை சோதனையிட்டபோது அந்த நபர் 'டார்ட்' என்ற ஒரு நாட்டில் இருந்து வந்திருந்ததாகக் காட்டியது. அப்படி ஒரு நாடே இந்த பூமியில் இல்லை!

ஜப்பானிய வெளியுறவுத்துறை அதிகாரிகள் இந்தப் பூமியில் அப்படி ஒரு நாடு ஏதும் இருக்கிறதா? புதிதாக உருவாக்கப்பட்டுள்ளதா எனத் தேடிப் பார்த்தனர். ஆனால் அவர்களுக்கு அப்படி ஒரு நாடு இருப்பதே தெரியவில்லை. இருந்தால்தானே தெரிவதற்கு. ஒருவேளை உளவாளியாக இருக்குமோ என்று சந்தேகப்பட்டு அந்த நாட்டைப் பற்றியும், வந்திருந்த நபர் பற்றியும் தீவிர விசாரணை நடத்தப் பட்டது. ஆனால் வந்திருந்த நபர் கொடுத்த தகவல்கள் எதுவும் நம்பும்படியாக இல்லை. ஆனால் அவர் பொய்யும் கூறவில்லை என்று சோதனையில் தெரிந்தது. அடுத்தகட்ட விசாரணைக்காக அந்த நபர் சிறைவைக்கப்பட்டார். ஆனால் அவர்கள் திரும்பி வந்து பார்த்தபோது அறையில் அந்த நபரைத் திடீரென்று காணவில்லை. ஆனால் அவர் ஜப்பானை விட்டுச் செல்வதாக ஒரு கடிதம் மட்டுமே எழுதிவைத்துவிட்டு மறைந்துவிட்டார்.

இதேபோல சம்பவங்கள் அதற்கு முன்னரும் நடந்துள்ளது. 1851-ஆம் ஆண்டு. ஜெர்மனியில் பிராங்க்போர்ட் அன் டெர் ஓடர் என்ற கிராமத்தில் ஜோசப் வோரின் என்ற நபர் உலாவிக்கொண்டிருந்தார். அந்த இடம் ஒரு சிறிய கிராமம்தான். கிராமத்தில் புதிய ஆள் ஒருவர் உள்ளே வந்தார் என்றால் அவர் எல்லோருடைய பார்வையிலும் சிக்கிவிடுவார் இல்லையா? ஜோசப்பும் சிக்கிவிட்டார். அவர் யார்? எங்கிருந்து வந்திருக்கிறார் என்ற ஜோசப்பிடம் விசாரணை நடத்தினார்கள்.

ஜோசப், தான் லக்ஸாரியா என்ற நாட்டில் இருந்து வந்திருப்ப தாகவும், சாக்ரியா என்ற கண்டத்தில் அந்த நாடு இருப்பதாகவும் கூறினார். இந்தத் தகவலும் ஜெர்மன் அதிகாரிகளை வாயடைக்கச் செய்தது. ஏனென்றால் அப்படி ஒரு நாடோ ஏன் இடமோ கூடப் பூமியில் இல்லை! அதன்பின் ஜோசப்பை ஏதோ மனநலம் பாதிக்கப்பட்டவர் என்று அதிகாரிகள் விட்டுவிட, அதற்குப் பின் ஜோசப் எங்கே சென்றார் என்று தெரியவில்லை.

1905-ஆம் ஆண்டு பாரிஸ் நகரில் உணவைத் திருடியதற்காக இளைஞர் ஒருவரை அதிகாரிகள் கைது செய்தனர். உணவைத் திருடியதற்காக ஒருவரைக் கைது செய்வது வெகு சாதாரண விஷயம்தான். ஆனால் அவரிடம் கேட்கப்பட்ட கேள்விக்கு அவர் பதில் சொன்ன

மொழிதான் யாருக்கும் புரியவில்லை. அவர் எந்த மொழி பேசுகிறார் என்று சிறப்பு அதிகாரிகளை வைத்து ஆராய்ந்தபோதும் யாராலும் மொழி வல்லுநர்களாலும்கூட கண்டுபிடிக்கமுடியவில்லை. ஆனால் அவர் 'லிஸ்பியா' என்ற ஒரு வார்த்தையை மட்டும் மீண்டும் மீண்டும் கூறினார். இதன் மூலம் அவர் லிஸ்பியா என்ற இடத்தில் இருந்து வந்திருப்பவர் என்பது மட்டும் யூகிக்கப்பட்டது.

ஆனால் லிஸ்பியா என்ற இடமே பூமியில் கிடையாது. ஒருவேளை மனிதர் லிஸ்பான் நாட்டைத்தான் கூறுகிறாரோ என்று நினைத்து அவரிடம் அந்நாட்டின் வரைபடம் காட்டப்பட்டு இந்த இடமா என்று கேட்கப்பட்டது. ஆனால் அவர் இல்லை என்று மறுத்துவிட்டார். அந்நாட்டின் மொழியான போர்த்துகீஸ் மொழி பேசும் மொழிபெயர்ப்பாளர் ஒருவர் வரவழைக்கப்பட்டு பேச்சுவார்த்தை நடத்தினார். ஆனால் வந்திருந்த ஆசாமிக்கும் அந்த மொழி என்னவென்றோ, லிஸ்பான் என்ற இடம் குறித்தோ தெரியவில்லை. அவர் சொன்னது லிஸ்பியா என்ற இடம்தான்!

சரி, அவர் உண்மையில் ஒரு மொழியைத்தான் பேசுகிறாரா அல்லது நம்மை ஏமாற்றுவதற்காக வேண்டுமென்றே ஏதாவது உளறுகிறாரா என்று ஆராய மொழி நிபுணர்கள் வரவழைக்கப்பட்டு உரையாடல் நடத்தினர். அவர் பேசிய வார்த்தைகள் ஓர் உண்மையான மொழிக்குறிய அமைப்பைப் பெற்றிருந்தது. எஸ்பரண்டோ என்ற மொழியுடன் ஒத்திருப்பதாகவும் தெரிவிக்கப்பட்டது. அவரிடம் நடத்திய விசாரணை எதற்கும் சரியான விடை கிடைக்காமல் போகவே அவரும் விடுவிக்கப்பட்டு, பின் காணாமல் போனார்.

இதுபோன்ற சம்பவங்கள் தொடர்ந்து நடைபெறுவதைக் கண்டு சார்லஸ் ஃபோர்ட் என்ற மருத்துவ மாணவர் ஒருவர் யோசனை ஒன்றைக் கூறினார். இதுபோன்ற மனிதர்கள் நிச்சயம் வேறு கிரகத்தில் இருந்தோ, வேறு ஒரு காலக்கட்டத்தில் இருந்தோ அல்லது இணை பிரபஞ்சத்தில் இருந்தோ (Parallel universe) பூமிக்கு வந்தவர்கள். அவர்கள் டெலிபோர்டேஷன் என்ற பயணம் மூலமே இந்த பூமியை வந்து அடைந்திருக்கக்கூடும்.

உலகம் முழுவதும் உள்ள மனநலம் குன்றியோர் குறித்த மருத்துவமனைகள், விடுதிகள் ஆகியவற்றில் சோதனை நடத்தினால் நிச்சயம் இவர்கள் குறித்துப் பல விஷயங்கள் தெரியவரும். நம் பூமிக்கு வரும் இவர்களைப் பைத்தியம் என நினைத்து மனநிலை மருத்துவமனைகளில் சேர்ந்திருக்கும் வாய்ப்பும் அதிகம் இருக்கிறது' எனக் கூறினார்.

சார்லஸ் கூறியது போலவே 1928-ல் ஒரு சம்பவம் நடந்தது. நியூ ஜெர்சியில் மனநிலை மருத்துவமனை ஊழியவர்கள் பைத்தியம் என்று ஒரு மனிதனை அழைத்து வந்தனர். அவர் எங்கிருந்து வந்தார் என்று நடத்தப்பட்ட ஆய்வில் அவர் செவ்வாய் கிரகத்தில் இருந்து தான் வந்திருப்பதாகக் கூறினார். இதைடு கூறிய சில நிமிடங்களிலேயே அவர் அந்த இடத்தில் இருந்து காணாமல் போனார். அவர் செவ்வாய் கிரகத்திற்குத்தான் சென்றிருப்பதாக அங்கிருந்தவர்கள் சத்தியம் செய்து கூறினர்.

இதுபோன்ற சம்பவங்களில் மிகவும் பிரபலமானதாக, ஆதாரத்துடன் ஒரு சம்பவம் பிரான்சில் பதிவாகியுள்ளது.

அலென்கான் என்ற அந்தச் சிறிய பிரெஞ்ச் நகரம், லி மேன்ஸ் என்ற நகரத்தில் இருந்து 30 மைல் தூரத்தில் அமைந்துள்ளது. இப்போது அலேன்கான் நகரம் துணி டிசைன்களில் உள்ள லேஸ்களுக்குப் புகழ்பெற்றது. ஆனால் 200 ஆண்டுகளுக்கு முன்பு அந்த நகரம் விசித்திரமான சம்பவங்களுக்குப் பெயர்போனது.

1790-ஆம் ஆண்டு காலை 5 மணி. அந்நகரம் அப்போதுதான் விடிந்து மக்கள் வெளியே வரத் தொடங்கியிருந்தனர். திடீரென்று வானத்தில் தோன்றிய தட்டு ஒன்று கணிக்க முடியாத வேகத்துடன் நகர்ந்து வந்துகொண்டிருந்தது. கட்டுப்பாட்டில் இல்லாதது போன்று தோன்றிய அந்தத் தட்டு அந்நகரத்தின் மலை மீது மோதி வெடிப்புக்கு உள்ளானது. அந்தப் பறக்கும் தட்டில் இருந்து வெடித்த பாகங்கள் சுற்றுவட்டாரத்தில் வீசி எறியப்பட்டன. அந்தத் தட்டைச் சுற்றி பெரும் வெப்பம் தகித்துக்கொண்டிருந்தது. அந்தப் பறக்கும் தட்டிலிருந்து வெளியான வெப்பத்தில் அந்தப் பகுதியின் பசும்புல்தரைகள் கூட தீப்பற்றி எரிந்தது. பார்த்துக்கொண்டிருந்த மக்கள் தண்ணீருடன் சென்று தீயை அணைத்தனர்.

பெரும் கூட்டம் ஒன்று, வெடித்து சிதறிக்கிடந்த அந்த உருண்டை வடிவத் தட்டைச் சுற்றி நின்றுகொண்டிருந்தது. தைரியமானவர்கள் அருகே சென்று அந்தப் பறக்கும் தட்டை தொட்டுப்பார்த்தனர். அந்நகரத்தைச் சுற்றியுள்ளப் பகுதியைச் சேர்ந்த 2 மேயர்கள், மருத்துவர்கள் இன்னும் மூன்று முக்கிய அரசாங்க அதிகாரிகள் அந்த இடத்திற்கு விரைந்தனர். காலை நேரத்தில் ஒரு கலவரம் சூழ்ந்த சூழல் அந்தப் பகுதியில் நிலவியது.

விழுந்து கிடந்த உருண்டை வடிவ பறக்கும் தட்டு திறக்கப்பட்டது. அதிலிருந்து இப்பூமியைச் சேராத தோற்றத்துடன் கூடிய மனிதன்

ஒருவன் வெளியே வந்தான். அவன் உடுத்தியிருந்த உடையும் பூமியில் இல்லாதது போலவே தோன்றியது. உடல் முழுமையையும் இறுக்கிப் பிடித்திருந்த ஆடையை அவன் அணிந்திருந்தான். தன்னைச் சுற்றி இருப்பவர்களை அவனது கண்கள் ஆர்வத்துடன் நோக்கின. பின் யாருக்கும் புரியாத மொழியில் அவன் ஏதோ கூறினான். அவன் கூறியது அங்கிருந்த மக்கள் யாருக்கும் புரிய வில்லை. இதனைப் புரிந்துகொண்ட அவன் அங்கு சுற்றி இருந்தவர்களை தன்னை விட்டு விலகிச் செல்லும்படிச் சைகையினால் காட்டினான். அவனது சைகை புரிந்ததுபோல சிலர் பின் நகர்ந்து சென்றனர். உருண்டையில் இருந்து வெளியே வந்தவன் நேரடியாகக் காட்டிற்குள் ஓடினான். அவன் ஓடியதைப் பார்த்த அனைவருக்கும் சட்டென்று புரிந்து போனது. இங்கு தங்களைச் சுற்றி ஏதோ ஓர் ஆபத்து நடக்க இருக்கிறது. மக்களும் அந்த உருண்டையை விட்டு விலகி ஓடினர். அவர்கள் அனைவரும் விலகிச் சென்ற அதே நிமிடத்தில் வித்தியாசமான பெரும் சத்தத்துடன் அந்த உருண்டை வெடித்துச் சிதறியது!

வெடித்த பாகங்கள் மண்ணில் விழுந்து சிறிது நொடிகளில் சாம்பலாகின. இந்தச் சம்பவம் வாய்வழியாக அடுத்தடுத்த நகரங்களுக்கும் பரவியது. இந்த வெடிப்பு குறித்து ஆராய போலீஸ் இன்ஸ்பெக்டர் லியாபூஃப் என்பவர் நியமிக்கப்பட்டார். 100 மைல்களுக்கு அப்பால் இருந்த நகரத்திலிருந்து அவர் உடனே கிளம்பி சம்பவ இடத்திற்கு வந்து சேர்ந்தார். அங்கு கூடியிருந்த மக்கள், மருத்துவர், மேயர்கள் உள்ளிட்ட அனைவரையும் அவர் விசாரித்தார். பின் அவரது தலைமையில் அந்தக் காட்டிற்குள் தப்பி சென்ற அந்த விநோத மனிதன் குறித்த தேடுதல் வேட்டையும் நடத்தப்பட்டது. ஆனால் முடிவில் அந்த மனிதனை போலீசாரால் கண்டுபிடிக்க முடியவில்லை. அந்த மனிதன் வந்ததுபோலவே அவன் சென்றதும் யாருக்கும் தெரியவில்லை.

இது குறித்துச் சமர்ப்பிக்கப்பட்ட அறிக்கையில் இன்ஸ்பெக்டர் லியாபூஃப் அந்த மனிதன் வேறு ஓர் உலகத்தில் இருந்து பூமிக்கு வந்திருக்கலாம் என்றும், அவன் காணாமல் போகவில்லை தனது உலகத்திற்குத் திரும்பிச் சென்றிருப்பான் என்றும் கூறினார். ஆனால் வழக்கம்போல் உயரதிகாரிகள் இன்ஸ்பெக்டருக்கு மூளைக் கோளாறாகிவிட்டதாகக் கூறி அறிக்கையை ரத்து செய்தனர்.

உண்மையில் இந்த மனிதர்கள் யார்? அவர்கள் வேறு கிரகத்தில் இருந்து வந்தவர்களா? அப்படி என்றால் வேறு கிரகத்தில் மனித

இனம் இருக்கிறதா? இல்லை பூமியின் வேறு காலக்கட்டத்தில் இருந்து இன்றைய காலத்திற்கு வந்தவர்களா? இல்லை நம்மைப் போலவே இருக்கும் வேறு பிரபஞ்சங்கள் எனச் சொல்லப்படும் இணைப் பிரபஞ்சத்தில் இருந்து பயணப்பட்டு வந்திருக்கிறார்களா? அவர்கள் எதற்காக வந்திருக்கக்கூடும்? அவர்கள் வேற்றுக் கிரகங்களின் உளவாளிகளா? அல்லது நம்மை எச்சரிக்க வந்தனரா? இன்றும் இவர்களைக் குறித்த மர்மம் நீடித்தபடிதான் இருக்கிறது.

●

19

ஒரு பேய் சினிமாவும் நிஜ பலிகளும்

உலகம் முழுவதும் பேய்ப்படம் என்றாலே ஒரு தனிச் சுவாரஸ்யம்தான். ஹாலிவுட் சினிமா தயாரிப்பு நிறுவனங்கள் காஞ்சூரிங், ரிங், கிரட்ஜ் என்று வகைவகையான பேய்ப்படங்களை எடுத்து கல்லா கட்டிக்கொண்டிருக்க, நம்மூரிலும் பஞ்சமில்லாமல் வருடத்திற்கு ஒரு காஞ்சனா படம் வெளியாகி கல்லா கட்டுகிறது. இது ஒருபுறம் இருக்க, பேய்ப் படங்களைப் பார்க்கும்போது இருக்கும் சுவாரஸ்யம் போலவே அதைச் சுற்றிப் பின்னப்படும் கதைகளைக் கேட்பதும் ஒரு சுவாரஸ்யம்தான்.

1976ல் வெளியான ஓமன் என்ற பேய் படத்தைப் பற்றிக் கேள்விப்பட்டிருக்கிறீர்களா? அந்தப் படத்தைத் தனியாக தியேட்டரில் அமர்ந்து பார்த்தால் பரிசுத்தொகை வழங்கப்படும் என்று போட்டி எல்லாம் அறிவித்திருந்தார்கள். ஆனால் தனி ஆளாக அப்படத்தைத் தியேட்டரில் பார்ப்பவர்கள் உயிருடன் வெளியே வர முடியாது என்று கட்டுக்கதைகளும் பரப்பட்டன. ஆங்கிலத்தில் ‘கட்’ என்றுகூட ஒரு படம் உண்டு. அதன் கதை என்னவென்றால் ஒரு சினிமா கம்பெனி பேய்ப்படமொன்றைத் தயாரிக்கிறது. அதன் தயாரிப்பாளர், டைரக்டர் முதல் படத்தயாரிப்பில் பங்கு பெற்ற அனைவரும் ஒரு சாபத்தினால்

பாதிக்கப்படுகிறார்கள். அவர்கள் அனைவரும் ஓர் அமானுஷ்யச் சக்தியால் ஒவ்வொருவராகக் கொல்லப்படுவார்கள். இது படத்தின் கதை. இதுபோலவே நிஜப்படத்தை எடுத்து அதில் நடித்த நடிகர்களுக்குச் சாபம் கிடைத்த கதை கேள்விப்பட்டிருக்கிறீர்களா? அதைத்தான் இப்போது பார்க்கப்போகிறோம்.

நாம் அனைவருக்கும் தெரிந்த ஆங்கில படம் எக்ஸோரிஸ்ட். உலகின் முக்கியமான பேய்ப்படம் என்று கருதப்படும் இந்தப் படத்தை எடுக்கும்போது படப்பிடிப்புத் தளத்தில் நிறைய விபத்துக்களும் மரணங்களும் நடைபெற்றதாம். அதைவிடத் திகிலூட்டக்கூடியது 'போல்டர்கெய்ஸ்ட்' என்ற படத்தின் சாபம்.

80'களில் வெளியான இந்தப் படங்களை யாராலும் மறக்க முடியாது. போல்டர்கெய்ஸ்ட் என்பது ஒருவகையான அமானுஷ்யச் சக்தி. உங்கள் வீட்டில் திடீரென்று பொருள்கள் நகர்கிறது. கீழே விழுந்து உடைகிறது. யாரும் இல்லாமலேயே தானாக லைட் எரிகிறது. டிவி ஆன் ஆகிறது என்றெல்லாம் நீங்கள் கருதினால் நிச்சயம் அது போல்டர்கெய்ஸ்ட் எனப்படும் ஆவியால்தான் நடந்திருக்கும். இந்தவகை ஆவிகளை மையமாக வைத்து 80'களில் 3 படங்கள் வந்தன. மொத்தம் 3 பாகங்களாக இந்தப் படங்கள் வெளியாகின. போல்டர்கெய்ஸ்ட் 1, போல்டர்கெய்ஸ்ட் 2, போல்டர்கெய்ஸ்ட் 3.

இந்தப் படங்களில் முதல் பாகத்தில் டானா என்ற மூத்த சகோதரி கதாபாத்திரத்தில் நடித்த டொமினிக் டுனே என்ற 22 வயது நடிகை தனது காதலனாலேயே கழுத்து நெரித்துக் கொல்லப்பட்டார். இதுகுறித்து நடந்த விசாரணையில் டொமொனிக் மேல் உள்ள பொறாமையால் அவளது காதலன் கொலை செய்ததாகக் கூறப் படுகிறது. பின் காதலன் கைது செய்யப்பட்டு 6 ஆண்டுகள் சிறை தண்டனை வழங்கப்பட்டது.

அடுத்ததாக 3 படங்களிலும் கேரோல் ஆனே என்ற கதாபாத்திரத்தில் நடித்த ஹீத்தர் ஓ ரூக் என்ற 12 வயது நடிகை திடீரென்று ஒரு நாள் மரணமடைந்தார். விசாரணையில் அவருக்கு மர்மக் காய்ச்சல் ஏற்பட்டதாக முதலில் கூறப்பட்டது. பின்னர் அவரது ரத்தத்தில் விஷத்தன்மை வாய்ந்த பாக்டீரியா கலந்ததானால் அவர் இறந்ததாக மாற்றப்பட்டது.

போல்டர்கெய்ஸ்ட் 2 படத்தில் நடித்த ஜூனியன் பெக் என்ற 60 வயது நடிகர் ஒருவர் அப்படம் வெளியானபோது வயிற்றுப் புற்றுநோயால் உயிரிழந்தார். பின் நடத்தப்பட்ட விசாரணையில் படத்தில் நடிக்க

ஒப்பந்தம் செய்யப்படும் முன்னரே அவருக்குப் புற்றுநோய் கண்டறியப்பட்டதாகக் கூறப்பட்டது.

இதேபோல போல்டர்கெய்ஸ்ட் 2 படத்தில் டெய்லராக நடித்த வில்சாம்ப்சன் என்ற 53 வயது நடிகர் திடீரென்று சிறுநீரகக் கோளாறு ஏற்பட்டு உயிரிழந்தார்.

இந்த 4 மரணங்களுக்குக் காரணம் போல்டர்கெய்ஸ்ட் படத்தில் இவர்கள் நடித்ததுதான் என்று கூறப்படுகிறது. இந்தப் படங்களைச் சுற்றி மேலும் சில வதந்திகளும் தோன்றின. ஏன் இந்தப் படங்கள் சபிக்கப்பட்டதாகக் கருதப்படுகின்றன?

அந்தப் படத்தில் நடித்து உயிருடன் இருந்த நடிகை ஜோபெத் வில்லியம்ஸ் என்பவர் ஒரு டிவி நேர்காணலின்போது இந்தப் படத்தில் நிஜ மனித எலும்புக்கூடுகள் பயன்படுத்தப்பட்டதாகக் கூறினார்! குறிப்பாக போல்டர்கெய்ஸ்ட் முதல் பாகத்தில் வரும் பிரபல நீச்சல் குளக் காட்சியில் நிஜ மனித எலும்புகள் பயன் படுத்தியதாகவும், அதனால் ஆத்திரமடைந்த அவர்களின் ஆவிகள் சாபம் ஒன்றை அளித்ததாகவும் கூறினார். இதுதவிர மேலும் சில சாபச் சம்பவங்களும் இந்தப் படங்கள் குறித்துச் சொல்லப்படுகிறது.

இந்தத் திரைப்படம் தெற்கு கலிபோர்னியாவில் உள்ள 'ஃபிரிலிங்' என்ற ஒரு வீட்டில் படமாக்கப்பட்டது. அந்தப் படப்பிடிப்பு முடிந்து படம் வெளியாகும் முன்னரே அந்த வீடு திடீரென்று ஒருநாள் இடிந்து விழுந்தது.

அந்தப் படத்தில் நடித்து இறந்தது போன ஜோபெத் வில்லியம்ஸ், அவர் உயிருடன் இருந்தபோது அளித்த பேட்டி ஒன்றில், அவர் தினமும் படப்பிடிப்பு முடிந்தவுடன் வீட்டிற்குச் செல்லும்போது அவரது அறையில் சுவரில் மாட்டப்பட்டிருக்கும் அவரது புகைப்படம் திரும்பியபடி இருக்குமாம், அவர் அதனைச் சரி செய்து நேராக மாட்டினாலும் மறுநாள் வீட்டிற்குத் திரும்பும்போது அது மீண்டும் கோணலாக சாய்ந்துகொண்டிருக்கும் என்று கூறியிருந்தார்.

அந்தப் படத்தில் நடித்த நடிகர் வில்சாம்சன் உண்மையிலேயே பேய் ஓட்டும் மந்திரவாதி. அவர் போல்டர்கெய்ஸ்ட் 2 படப்பிடிப்பின் போதே அந்த இடத்தில் ஆவிகள் தோன்றியதாகவும், அதனால் உண்மையான பேய் ஓட்டும் சம்பவங்களை அங்கே படப்பிடிப்பு தளத்திலேயே தான் நடத்தியதாகவும் கூறினார். ஆனால் அவரும் அப்படம் வெளியாகி ஒருவாரத்தில் இறந்துபோனார்!

அப்படத்தில் ஒரு காட்சியில் ராபி பிரிலிங் என்ற கதாபாத்திரத்தை கோமாளி பொம்மை ஒன்று கழுத்தை நெரிக்கும் காட்சி வரும். அந்தக் காட்சி படம் பிடிக்கப்பட்டபோது உண்மையாகவே அந்தப் பொம்மை அவரது கழுத்தில் இறுக்கிக்கொண்டு கழுத்து நெரிக்கப் பட்டதாகவும், அது ஏதோ செட் பிராப்பர்ட்டியில் ஏற்பட்ட கோளாறு என்று தான் அதை நினைத்ததாகவும் அந்தக் காட்சியில் நடித்த ஆலிவர் ராபின்ஸ் கூறினார்.

போல்டர்கெய்ஸ்ட் 3 படம் தொடங்குவதற்குமுன் ஆரம்ப நாட்களில் அதில் நடித்த ஜெல்டா ரூபென்ஸ்டெயின் என்ற நடிகையை வைத்துப் போஸ்டருக்கான புகைப்படங்கள் எடுக்கப்பட்டது. அதில் ஒரு புகைப்படத்தில் ஜெல்டாவின் முகத்தை மறைத்தபடி ஒளிவீசும் வெளிச்சம் ஒன்று விழுந்திருந்தது. ஏதோ கேமரா கோளாறு என்று படக்குழு இருந்துவிட்டது. ஆனால் அந்தப் புகைப்படம் எடுக்கப்பட்ட அதே நேரத்தில்தான் தனது தாயார் உயிரிழந்ததாக ஜெல்டா ஒரு பேட்டியில் கூறினார்.

அப்படத்தில் நடித்து, தனது காதலனால் கழுத்து நெரித்து உயிரிழந்ததாகக் கூறப்படும் டொமினிக் தனது காதலனுடன் சண்டைபோட்டுக் கொண்டிருந்தபோது அவர்கள் போடும் சத்தத்தை மறைக்க போல்டர்கெய்ஸ்ட் படத்தின் இசை ஒலிபரப்பப்பட்டதாக அவர்களது அறைக்குப் பக்கத்தில் தங்கியிருந்த அவரது தோழி ஒருவர் தெரிவித்தார்!

மேலும் போல்டர்கெய்ஸ்ட் 3 படத்தில் படப்பிடிப்பின்போது படத்திற்காகக் கொண்டுவரப்பட்ட பொருள்கள் திடீரென்று தீப்பிடித்து எரியத் தொடங்கியுள்ளது. அந்தத் தீ படத்திற்காகப் போடப்பட்ட செட் முழுவதும் பரவியது. அதில் ஒரே ஒரு நபர் மட்டும் காயமடைந்தார்.

மேலே கூறிய சம்பவங்கள் அனைத்தும் நிஜமாக நடைபெற்றதா அல்லது தற்செயல் நிகழ்வுகளா என்று தெரியவில்லை. 2015-ல் இந்தப் படம் மீண்டும் ரீமேக் செய்யப்பட்டு வெளியானாலும், பழைய போல்டர்கெய்ஸ்ட் படங்களின் சாபம் குறித்த கதைகள் இன்றும் சினிமா வட்டாரத்தில் பிரபலமாகவே உள்ளன.

•

20

எங்கிருந்தோ வந்தான்; கணவன் நானென்றான்

செப்டம்பர், 16 - 1560 வருடம். பிரான்சில் பையர்னி மலையின் அடிவாரத்தில் அரிட்காட் என்ற கிராமம் ஒன்றில் வழக்கத்திற்கு மாறாக ஊர்மக்கள் கூடியிருந்தனர். அவர்கள் முகத்தில் எல்லாம் மகிழ்ச்சி தாண்டவமாடியது. அவர்களுக்கு மத்தியில் மரணத் தண்டனை விதிக்கப்பட்டு இளைஞன் ஒருவனும் நின்றுகொண்டிருந்தான். மரணத் தண்டனை கொடுக்கப்படும் அளவிற்கு அவன் யாரையும் கொலை செய்யவும் இல்லை, யாருடைய பொருளையும் அபகரிக்கவும் இல்லை. பின் ஏன் இவ்வளவு பேர் ஒருவனது மரணத்தை மகிழ்ச்சியுடன் வேடிக்கை பார்க்கக் கூடியுள்ளனர்? அவன் செய்த ஒரு தந்திரத்தால் ஊர்மக்கள் அனைவரையும் அவன் இவ்வளவு நாட்களாக ஏமாற்றியிருந்தான். அவர்களை முட்டாள்களாக்கியிருந்தான்.

1556-ஆம் வருடம் பெர்ணடேட் என்ற பெண்மணியின் கணவன் மார்டின் தனது ஊருக்குத் திரும்பியபோது இந்தப் பிரச்னைத் தொடங்கியது. பெர்ணடேட்டின் கணவன் மார்டின் 8 வருடங்களுக்கு முன் திடீரென்று காணாமல் போய்விட்டிருந்தான். ஸ்பெயினுக்குச் சென்று 2 நாட்களில் திரும்பி வருவதாகச்

சொல்லிவிட்டுச் சென்றவன் திரும்பவேயில்லை. அவனது மனைவியும், குடும்பமும் எவ்வளவு தேடியும் அவனைக் குறித்த தகவல் எதுவும் கிடைக்கவில்லை. குடும்பத்தினர் அவன் இறந்துவிட்டான் என்று முடிவு செய்துவிட்டனர். நாட்கள் செல்லச் செல்லத் துக்கத்திலிருந்து விடுபட்டுப் பின் அனைவரும் தங்களது இயல்பு வாழ்க்கைக்குத் திரும்பிய போதுதான் மார்டினும் திரும்பி வந்தான்.

மார்டினின் வருகை அனைவருக்கும் ஆச்சரியத்தைக் கொடுத்தது. 8 வருடங்களுக்கு முன் சென்ற அவனின் தோற்றமே மாறியிருந்தது. ஒல்லியாகச் சென்றவன் சற்று உடல் பெருத்து, கருப்பு நிற அடர்ந்த முடியுடன் தாடியெல்லாம் வளர்ந்து ஆளே மாறிப்போய் வந்திருந்தான். அனைவரும் அது மார்டின்தான் என்று கூறி மகிழ்ந்தபோது, அவனது மாமா பியர் மட்டும் அது மார்டின் இல்லை என்று அடித்துக் கூறினார்!

வந்தது மார்டின் இல்லை, ஏதோ ஏமாற்றுக்காரன். மார்டினின் பெயரைச் சொல்லி இங்கே தங்கி வீட்டில் உள்ள பொருள்களையும், சொத்தையும் திருடுவதற்காக அவன் வந்திருக்கிறான் என்று கூறினார்.

ஆனால் பெர்ணடேட் அது தனது கணவன் மார்டின் தான் என்று கூறினாள். அவனை வீட்டிற்கு வரவேற்று, குழந்தையாக இருந்தபோது விட்டுச் சென்ற தனது மகனைக் காட்டினாள். இன்னும் தன் உறவினர், அயலார் வீட்டினர் அனைவரிடமும் மார்டினை அழைத்துச் சென்று காட்டினாள். மகிழ்ச்சியின் உச்சத்தில் மிதந்தாள். ஆனால் வந்தது உண்மையில் மார்டின் இல்லை!

மார்டின் என்று சொல்லிக்கொண்டு வந்திருந்த அந்த நபரின் பெயர் அர்நாட் டு தில்க். அர்நாட் ஒரு நாடகக் கம்பெனி நடிகன். வேலையில்லாமல் நாடோடிபோல் சுற்றிக்கொண்டிருந்தவன். ஒருநாள் ஏதோ ஊர் வழியாக வந்துகொண்டிருந்தபோது இரண்டு பேர் அவனைத் தவறாக மார்டின் என்று நினைத்துப் பேசினர். அவர்களிடம் உரையாடியபோதுதான் அர்நாட்டுக்கு மார்டின் என்ற ஒருவன் இருந்ததுபற்றித் தெரிய வந்தது. பின் மார்டின் பற்றிய தகவல்கள் அனைத்தையும் சேகரித்த அவன், தானே மார்டினாக நடிக்கத் திட்டமிட்டான். மார்டினின் குடும்பம் பற்றியும், மார்டினுக்கு இருக்கும் சொத்து விவரம் பற்றியும் மார்டினின் கடந்த காலம் பற்றியும் தேடித் தேடித் தெரிந்துகொண்டான். பின் தன்னையே மார்டினாக மாற்றிக் கொண்டு அந்தக் கிராமத்திற்கு வந்து சேர்ந்தான்.

அர்நாட் என்னதான் நடிகனாக இருந்தாலும், ஊர்மக்களை நான் தான் மார்டின் என்று நம்ப வைத்தாலும் எப்படி பெர்ணடேட்டை ஏமாற்ற முடியும்? ஒரு மனைவிக்குத் தெரியாதா இவன் தன் கணவன் இல்லை என்று? வந்திருப்பது ஒரு போலி என்று? நிஜம்தான், வந்திருப்பவன் மார்டின் இல்லை என்று பெர்ணடேட்டிற்கும் தெரியும்!

உண்மையில் பெர்ணடேட் மார்டினைப் பார்த்தவுடனேயே, வந்திருப்பது தன் கணவன் மார்டின் இல்லை. வேறு ஓர் ஆள் தான் என்றுகண்டுபிடித்துவிட்டாள். விருப்பப்பட்டுத்தான் அவனைத் தன் கணவனாக ஏற்றுக்கொண்டாள். அவள் ஏன் இப்படிச் செய்ய வேண்டும்? பெர்ணடேட்டுக்கு ஒரு பிரச்னை இருந்தது. 8 வருடங்களுக்கு முன் தனது கணவன் அவளை விட்டுச் சென்றது பெரும் சிக்கலானது. திருமணம் ஆகியிருந்தும் கணவன் இல்லாமல், ஒரு விதவையாகவும் இல்லாமல் கணவனின் வீட்டிலேயே தங்கியிருக்க வேண்டியிருந்தது அவளுக்கு மிகுந்த துன்பத்தைக் கொடுத்தது. கணவனது குடும்பத்தினர் அவளை ஒரு வேண்டாத சுமையைப்போல நடத்தினர். அந்தக் காலத்தில் கணவரைப் பிரிந்து வாழும் ஒரு பெண்ணுக்கு நேரும் அவமானம் அத்தனையும் பெர்ணடேட்டுக்கும் நேர்ந்தது. கணவனின் வீட்டிற்குள்ளேயே தீண்டத்தகாதவளைப்போல பெர்ணடேட் நடத்தப்பட்டாள். அவளுக்குப் பெற்றோரும் இல்லை. எனவே சொந்த வீட்டிற்கும் செல்ல முடியாமல், கணவன் வீட்டிலும் வாழ முடியாமல் துன்பப்பட்டுக்கொண்டிருந்தவளுக்கு எங்கிருந்தோ ஒருவன் நான்தான் மார்டின் என்று சொல்லிக்கொண்டு வந்தது பிரச்னையாக இருக்கவில்லை. அவனையே தன் கணவனாக பெர்ணடேட் ஏற்றுக்கொண்டுவிட்டாள். அர்நாடும் பெர்ணடேட்டுக்கு புதிய வாழ்வைக் கொடுத்தான். இருவரும் சேர்ந்து 3 வருடங்கள் கணவன் மனைவியாகவே வாழ்ந்தனர்.

ஆனாலும் மார்டினின் மாமாவுக்குச் சந்தேகம் தீரவில்லை. வந்திருப்பது மார்டின் இல்லை என்று உறுதியாக நம்பினார். மேலும் மற்றவர்களுக்கு அதை ஆதாரத்துடன் நிரூபித்துக் காட்டிவிட வேண்டும் என்று செயலில் இறங்கினார். கொஞ்சம் கொஞ்சமாக வந்திருப்பவன் குறித்தத் தகவல்களையும், ஆதாரங்களையும் சேகரிக்கத் தொடங்கினார். அர்நாடை ஏற்கெனவே தெரிந்தவர்கள் யாராவது இருக்கின்றனரா என்று தேடி சாட்சிகளைத் திரட்டினார். இறுதியில் வந்திருப்பவன் ஏமாற்றுக்காரன் என்பதை உறுதி செய்வதுபோல அர்நாட்டைப் பற்றித் தெரிந்த இருவர் மார்டினின் மாமா பியருக்குக் கிடைத்தனர்.

இருக்கும் சாட்சியங்களை வைத்து வந்திருப்பவன் மேல் சட்டப்படி நடவடிக்கை எடுக்கும்படி பியரே, பெர்ணடேட்டைக் கேட்டுக் கொண்டார். பெர்ணடேட்டும் தயக்கத்துடன் ஒப்புக்கொண்டாள். அர்நாட் கிராம சபையினரிடையே விசாரணைக்கு வரவழைக்கப் பட்டான்.

ஆனால் அர்நாட் பயப்படவில்லை. வழக்கை வெற்றிகரமாகச் சந்தித்தான். தான் தான் மார்டின் என்று அடித்துக் கூறினான். உண்மையான மார்டினின் மாமா கொடுத்த ஆதாரங்களை எல்லாம் மறுத்தான். அவனிடம் கேட்கப்பட்ட கேள்விகளுக்கு மார்டினின் கடந்த கால வாழ்வைப்பற்றி மிகத் துல்லியமான பதில்களை அளித்தான்.

அவன் எங்கேயிருந்து இந்தத் தகவல்களைப் பெற்றிருக்கிறான் என்பது யாருக்கும் தெரியவில்லை. ஒருவேளை பெர்ணடேட் சொல்லியிருப்பாளா? ஆனாலும் பெர்ணடேட்டுக்குக்கூடத் தெரியாத மார்டினின் குடும்பத்திற்கு மட்டும் தெரிந்த தகவல்களை எல்லாம் அவன் கூறியது அனைவரையும் ஆச்சரியத்தில் ஆழ்த்தியது.

மொத்தத்தில் அர்நாட் தன்னை மார்டின் என்று சபையினரை வெற்றிகரமாக நம்பவைத்துவிட்டான். கிடைத்த சாட்சியங்கள் அனைத்தும் அர்நாட் தான் மார்டின் என்று உறுதிப்படுத்தியது. அவன், தொலைந்துபோன மார்டின்தான் என்று கிராம சபையினர் தீர்ப்பு வழங்கியபோதுதான் அது திடுக்கிடும் திருப்பம் நடந்தது!

அர்நாட்டுக்கு எதிரான மிக வலுவான ஆதாரம் ஒன்று அங்கு நடந்து வந்தது. ஆமாம்! உண்மையான மார்டின் அங்குத் திரும்பி வந்திருந்தான்!

8 வருடங்களுக்கு முன் கிளம்பிய மார்டின் ஸ்பெயினுக்குச் சென்று ராணுவத்தில் சேர்ந்திருந்தான். அங்கே ஒரு போரின் போது அவனது கால் ஒன்று வெட்டப்பட்டு செயல்படாமல் போனவுடன் ராணுவத்தில் இருந்து வெளியேற்றப்பட்டான். பின் கிறிஸ்தவத் தேவாலயம் ஒன்றில் சேர்ந்து ஊழியனாக சேவையாற்றி வந்தான்.

பின் திடீரென்று ஏன் அவன் தன் சொந்த ஊருக்குத் திரும்பி வர முடிவு செய்தான் என்று யாருக்கும் தெரியாது. ஆனால் அவன் திரும்பி வந்தபோது தன்னைப்போல ஒருவன் நடித்துக் கொண்டிருப்பதைக் கண்டான். அந்தப் போலி மார்டின் ஊர்மக்களைத் தான் தான் உண்மையான மார்டின் என்று நம்பவைத்துவிட்டதையும் கண்டான்.

மார்டினுக்கு அர்னாடு பற்றி ஏற்கெனவே தெரியுமா, அது தெரிந்துதான் திரும்பி வந்தானா, அல்லது அவன் திரும்பி வந்தவுடன்தான் தன்னைப்போல ஒருவன் நடித்துக் கொண்டிருக்கிறான் என்று பார்த்தானா என்பது குறித்துத் தெரிய வில்லை. ஆனால் அவன் திரும்பி வந்த சரியான சமயம் அர்னாட் சிக்கலில் மாட்டிக்கொண்டான். ஆனால் அவன் தளரவில்லை. அந்தச் சிக்கலையும் அர்னாட் மிகத் திறமையுடன் எதிர்கொண்டான்.

உண்மையான மார்டின் வந்தபோதும் வழக்கு முடிந்தபாடில்லை. மார்டினாலேயே தன்னைப்போல நடித்துக்கொண்டிருப்பவன் ஒரு போலி என்று நிரூபிக்கமுடியவில்லை. இருவரையும் ஊர் சபையினர் நிறுத்திவைத்து அவர்களது கடந்த கால வாழ்க்கையைப்பற்றி பல கேள்விகள் கேட்டனர். அதிலும் அர்நாடின் வாதம் தோற்கவில்லை. மார்டினே மறந்துபோன தனது கடந்த கால விஷயத்தை எல்லாம் அர்நாட் சரியாகச் சொன்னான். உண்மையான மார்டினை விடவும் அர்நாட் கூறியது உண்மைக்குப் பக்கத்தில் பொருந்திப்போனது! ஆனால் பின்னர் நடந்த ஒரு சம்பவம் அர்நாடின் வாதத்திறனை முழுமையாகத் தோற்கடித்து அவன் போலி என அம்பலப்படுத்தியது.

யார் உண்மையான மார்டின் என்று தெரியாத ஊர்மக்கள் இறுதியில் ஒரு முடிவுக்கு வந்தனர். பெர்ணடேட்டை சபைக்கு அழைத்தனர். அவ்வளவுதான்... அதுவரை இருந்த சந்தேகம் அனைத்தும் தீர்ந்தது. உண்மையான மார்டினைப் பார்த்த பெர்ணடேட்டுக்கு கண்ணீர் முட்டிக்கொண்டு வந்தது. உடைந்தே விட்டாள். நேராக அவனிடம் சென்று அவனை இறுக்கி அணைத்துக்கொண்டாள். தன்னை விட்டுச் சென்ற கணவனிடம் உரிமையாகக் கடிந்தும் கொண்டாள். இதுவே நீதிமன்றத்துக்குப் போதுமான ஆதாரமாக இருந்தது. ஊர்மக்கள் அர்னாட்டுக்கு ஊர்சபையிலேயே தூக்குத் தண்டனை விதித்தனர்.

தூக்கு மேடை ஏறியபோது அர்நாட் தான் ஒரு போலி என்பதை ஊர் மக்களுக்கு முன்னிலையில் ஒத்துக்கொண்டான். தன்னைக் குறித்த அனைத்து உண்மைகளையும் கூறினான். ஆனால் இரண்டு விஷயங்களை மட்டும் அவன் சொல்லவில்லை.

ஒன்று தனக்கு எப்படி மார்டினின் கடந்த காலம் குறித்து இத்தனை தகவல்கள் தெரிந்தது என்பது. யாரிடம் பேசி இவ்வளவு தகவல்களையும் பெற்றான் என்பது கடைசி வரைக்கும் மர்மமாகவே முடிந்துபோனது.

அடுத்து அவன் கூற மறுத்தது, பெர்ணடேட்டுடன் அவனுக்கு இருந்த உறவு. அவர்கள் வேறு வேறு நபர்களாக ஒரே வீட்டில் இருந்தார்களா? அல்லது கணவன் மனைவியாக வாழ்ந்தார்களா? அர்நாட் மார்ட்டின் இல்லை என்று தெரிந்த பெர்ணடேட் இதுகுறித்து அவனிடம் கேட்டிருக்கிறார்களா? எதுவும் தெரியவில்லை.

அவன் பெர்ணடேட்டுக்கு கெட்ட பெயர் வாங்கி தர விரும்ப வில்லை. அவளைக் காப்பாற்ற விரும்பினானா அல்லது உண்மையைக் கூறினானா என்று தெரியவில்லை. ஆனால் அவனுக்கும் பெர்ணடேட்டுக்கும் இருந்த உறவு கணவன் மனைவியைப்போல வெளியே தெரிந்தாலும் தாங்கள் நெருக்கமாக இருக்கவில்லை என்று கூறினான். அவள் ஓர் அப்பாவி என்று சாகும்முன்கூட சத்தியம் செய்தான். பெர்ணடேட்டும் அர்நாடின் மறைவிற்குப் பின் அவனுடன் இருந்த வாழ்க்கைக் குறித்து யாரிடமும் கூறவில்லை.

•

21

அமெரிக்காவை மிரட்டிய சிவப்புப் பிசாசு

1858-ஆம் ஆண்டு அமெரிக்காவின் ஓஹியோ நகரத்தைச் சேர்ந்த ஸ்டீவன் மற்றும் பிரஸ்லி என்பவர்கள் பிளாக் ஹாக் எனப்படும் 138 அடி நீளம், 385 டன் மரத்தால் ஆன கப்பல் ஒன்றைக் கட்டுகின்றனர். அந்தக் கப்பல் ஓஹியோ சிட்டியில் இருந்து புறப்பட்டு டிட்ராய்டு, மிச்சிகன் வழியே இங்கிலாந்து லிவர்பூல் நகரத்திற்குப் பயணம் செய்யத் திட்டமிடப்பட்டுள்ளது. அந்தக் கப்பலின் உள்ளே 19,000 புஷெல்ஸ் (Bushels) சோளம், கண்ணாடிப் பொருள்கள் ஆகியவை வைக்கப்பட்டிருந்தன. இந்தப் பொருள்களுக்கு மத்தியில் மரத்தால் ஆன பெரிய பேரல் ஒன்றில் பதப்படுத்தப்பட்டிருந்த ஒரு பிணமும் வைக்கப்பட்டிருந்தது. அந்தப் பிணம் இதுவரை பலரை அச்சுறுத்திவந்த ஒரு கொடூரப் பிசாசுடையது!

1763-ஆம் வருடம்.

பிரிட்டிஷ் கேப்டன் ஜேம்ஸ் டால்யெல் என்பவர் 58 அதிகாரிகளை அழைத்துக்கொண்டு டிட்ராய்ட் நதியில் ஒரு விசித்திரமான விஷயத்தைத் தேடி பயணம் செய்துகொண்டிருந்தார். அவர் தேடிக்கொண்டிருந்தது புதையலையோ, மனிதர்களையோ அல்ல. சிவப்பு நிறத்தில் பெரிய கண்களையும், கொடூரப் பற்களையும்

கொண்ட 'The Red Gnome' என்று அழைக்கப்பட்ட ஒரு பிசாசை! அவர்கள் தேடிச் சென்ற அந்தப் பிசாசு திடீரென்று அவர்கள் முன் தோன்றியபோது அவர்கள் தங்கள் துப்பாக்கியால் அதனைச் சுட்டனர். பின் சற்று நேரத்தில் அந்த உருவம் மறைந்துபோனது.

அவர்கள் பயணம் செய்துகொண்டிருந்த ஆற்றின் கரையில் கேப்டனைச் சந்தித்த பழங்குடி ஆள் ஒருவர், அந்தக் கொடூர உருவத்தைப் பற்றி அவர்களுக்கு எச்சரிக்கை விடுத்தார். அந்தச் சிவப்பு உருவம் கேப்டனையும், அவரது ஆட்களையும் பின் தொடர்ந்து வருவதாகவும், அந்த உருவத்தின் பெயர் 'நயின் ரோஜ்' (Nain Rouge) என்றும் கூறினர். அந்த உருவம் ஒரு தீய பிசாசு என்றும், அந்த உருவம் தன்னைப் பார்ப்பவர்களுக்குத் துரதிர்ஷ்டத்தையும், மரணத்தையும் கொண்டு வரும் என்று கூறினார்.

அந்த எச்சரிக்கையை கேப்டன் டால்யெல் பொருட்படுத்தவில்லை. ஆனால் அந்தப் பழங்குடியினர் சொன்னதுபோல, அந்தச் சிவப்புப் பிசாசைப் பார்த்த சில மணி நேரத்திலேயே கேப்டனும், அவரது அதிகாரிகளும் இந்திய ஆதிவாசிகள் குழுக்களால் தாக்கப்பட்டனர். அங்கே நடந்த சண்டையில் இந்தியப் பழங்குடியினத் தலைவர் பொண்டியாக் என்பவர் அந்த கேப்டனைப் படுகொலை செய்தார். மற்ற வீரர்களும் கொலை செய்யப்பட்டு அவர்களின் ரத்தம் டிட்ராய்ட் நதியில் ஓடியது.

அதேபோல பல வருடங்களுக்கு முன்னர், டெட்ராய்ட்டைக் கண்டுபிடித்த ஆண்ட்டயின் டி லா மோதி கேடிலாக் என்பவரும் அந்தச் சிவப்புப் பிசாசைப் பார்த்ததாகக் கூறப்படுகிறது. அந்தப் பிசாசைப் பார்த்த சில நாட்களிலேயே கேடிலாக் தனது பெயர், புகழ், செல்வம் அனைத்தையும் இழந்தார். அரசியலில் தோற்றார். பின் அந்தப் பிசாசு 1801-ஆம் ஆண்டு டெட்ராய்டில் உள்ள வுட்டன் சிட்டி என்ற இடத்தில் காணப்பட்டது. பிறகு அந்த வுட்டன் சிட்டி முழுவதும் தீக்கு இரையாகி அழிந்து போனதாகக் கதைகள் கூறுகின்றன.

பின் 1812-ஆம் ஆண்டு நடைபெற்ற போரின்போது அந்தச் சிவப்புப் பிசாசைப் பலர் பார்த்துள்ளனர். அதனைப் பார்த்த போர்வீரர்களும், தலைமை ஜெனரல் வில்லியம் ஹல் என்பவரும் அன்றே தோற்கடிக்கப்பட்டு டிட்ராய்ட் நகரம் பிரிட்டிஷ் படையினரால் கைப்பற்றப்பட்டது.

பின் 1857-ஆம் ஆண்டு இரண்டு வேட்டைக்காரர்கள் அந்தச் சிவப்புப் பிசாசைக் காட்டில் வைத்துக் கொன்றுவிட்டதாகக் கூறினர். அந்த

சிவப்புப் பிசாசைக் கண்ட அந்த வேட்டைக்காரர்கள் அதனைப் பலமுறை சுட்டதாகவும், பின் ஒரு மரத்தில் வைத்து அதனைக் கட்டியதாகவும் கூறப்பட்டது. அதன் உடலைச் சுற்றி உப்பு தூவப்பட்டது. அதன் தீய சக்தி யாரையும் பாதிக்காமல் இருப்பதற்காக அந்த உப்பு தூவப்பட்டதாகக் கூறப்படுகிறது.

அப்பகுதி மக்கள் அந்த உருவத்தை எரித்துவிடும்படிக் கூறினர். அந்த உருவத்தை வெறுமனே புதைத்துச் சென்றால் அந்தப் பிசாசு மீண்டும் உயிர் பெற்று வந்து அனைவரையும் கொன்றுவிடும் என்றும் பயந்தனர். ஆனால் சிலர் அந்த வேட்டைக்காரர்களை அணுகி அந்தப் பிசாசின் உடலை ஒரு பெரிய தொகைக்கு வாங்கிச் சென்றனர்.

அந்தப் பிசாசின் உடல் தான் 1858-ல் படகில், ஒரு மரத்தால் செய்யப்பட்ட பேரலில் வைத்து எடுத்துச் செல்லப்பட்டது. மைக்கெல் கோனலி என்பவர் அந்தப் பிசாசின் உடலை விலைக்கு வாங்கினார். இங்கிலாந்தில் லிவர்பூல் நகரத்தில் உள்ள எவர்டன் பகுதியில் 25, கிளாரன்ஸ் தெரு என்ற முகவரிக்கு அந்த உருவத்தின் உடலைக் கொண்டு வர ஏற்பாடு செய்தார். படகில் கொண்டுவரப்பட்ட அந்தப் பிசாசின் பிணம் எவர்டனில் உள்ள கிளாரன்ஸ் தெருவிற்குப் பதிலாக, சிட்டி செண்டர் என்ற இடத்தில் இருந்த 25, கிளாரன்ஸ் தெரு முகவரிக்கு மாற்றி அனுப்பப்பட்டது. அந்த வீட்டின் உரிமையாளர் அப்ரஹாம் ஹாரிஸ் என்ற நகை தயாரிப்பவர் அந்தப் பேரலை வாங்கித் திறந்து பார்த்தபோது அதிர்ந்து போனார். சிவப்பு நிறத்தில் குட்டி உருவம் ஒன்றின் பிணம் பதப்படுத்தப்பட்டு வைக்கப்பட்டிருந்தது.

அந்தப் பேரலை வாங்கி தனது வீட்டின் செல்லரில் வைத்த அப்ரஹாம் தனது நண்பர்களிடம் காட்டுவதற்காக அவர்களை அழைத்தார். அவர்கள் வந்து பேரலைத் திறந்து பார்த்தபோது அதன் மூடி திறந்து கீழே கிடந்தது. பேரலின் உள்ளே வைக்கப்பட்டிருந்த பிணம் காணாமல் போயிருந்தது!

அதன்பின் அந்த சிவப்பு அமானுஷ்ய உருவம் குறித்த செய்திகள் யாருக்கும் தெரியவில்லை. அந்த உருவமும் யார் கண்ணிலும் படவில்லை. அந்தப் பிசாசின் பிணத்தை யாரோ திருடிச் சென்றதாக சிலரும், வேறு சிலரோ அந்தப் பிசாசு அங்கிருந்து தானாக உயிர் பெற்றுச் சென்றதாகவும், பழிவாங்குவதற்குத் திரும்பி வரும் என்றும் கூறுகின்றனர்.

•

22

ஆவியின் வாக்குமூலம்

1939-ஆம் ஆண்டு. ஜனவரி மாதம். தெற்கு இத்தாலியில் அமைந்துள்ள கடஞ்சாரோ என்ற இடத்தில் 17 வயது மரியா டால்ரிக்கோ என்ற இளம்பெண் தனது பாட்டியுடன் நடந்து சென்று கொண்டிருந்தாள். அவர்கள் இருவரும் ஒரு பாலத்தில் மேலே நடந்து சென்றபோது, மரியா திடீரென்று நின்று பாலத்தின் கீழ் ஓடும் ஆற்றின் நீரைப் பார்த்தாள். பின் மயங்கி விழுந்தாள். அவளை உடனே பக்கத்தில் இருந்த மருத்துவமனைக்கு அழைத்துச் சென்றனர். அங்கே சிகிச்சை வழங்கப்பட்டு மரியா வீட்டிற்கு அழைத்துச் செல்லப்பட்டாள். மயக்கத்தில் இருந்த மரியாவைச் சுற்றி அவளது குடும்பத்தினர் பதற்றத்துடன் நின்றுகொண்டிருந்தனர். ஆனால், மரியா கண்விழித்தபின் செய்த காரியம் அவர்களை அதிர்ச்சியின் உச்சத்திற்கே கொண்டு சென்றது. கண் விழித்த மரியா ஓர் ஆணின் குரலில் அவளது தாயிடம் 'நீங்கள் யார்?' என்று கேட்டாள்!

'நீங்கள் எனது தாய் கிடையாது' என்று மரியா ஆண் குரலில் ஓங்கிக் கத்தினாள். சுற்றியிருந்த அனைவரும் மிரண்டு போயினர். மரியாவிற்கு என்ன ஆனது? திடீரென்று எப்படி ஆண் குரலில் பேசுகிறாள்? ஒரு பெண் எப்படி ஆணின் குரலில் பேச முடியும்?

ஒருவேளை மரியாவிற்குள் ஆவி எதுவும் புகுந்துகொண்டு விட்டதா? ஒரு பெண்ணின் உடலுக்குள் ஆண் ஆவி புக முடியுமா? இப்படிப் பல கேள்விகள் அவளது குடும்பத்தினருக்கு எழுந்தது. மரியாவிற்கும் என்ன நடக்கிறது என்றே புரியவில்லை.

'நீங்கள் என் தாய் கிடையாது. என் தாய் ஓர் ஓலைக் குடிசையில் வசித்து வருகிறார். அவள் பெயர் கத்ரினா வெரால்டி என்று அந்த ஆண் குரல் கூறியது. மரியாவின் தாய்க்குப் பயம் வந்துவிட்டது. 'என்ன ஆயிற்று மரியா?' என்று சற்றே பயத்துடன் அருகில் சென்று கேட்டார். 'யார் மரியா? எனது பெயர் ;பெப்பே' என்று மரியாவிடம் இருந்து ஆண் குரலில் பதில் வந்தது!

மரியாவிடம், அதாவது பெப்பேவிடம் அவளது குடும்பத்தினர் உரையாடினர். பெப்பே என்ற அந்த இளைஞன் 1936-ஆம் ஆண்டு பிப்ரவரி 13-ஆம் தேதி ஆற்றில் மூழ்கி இறந்துபோனான். அவனது உடல், மரியா மயங்கி விழுந்த ஆற்றில், அதே பாலத்திற்கு அடியில்தான் கண்டெடுக்கப்பட்டது. அப்போது உண்மையிலேயே பெப்பேவின் ஆவிதான் மரியாவின் உடலில் புகுந்துள்ளதா? இல்லை வேறு ஏதாவது மனப்பிறழ்வா? அனைவரும் ஆச்சரியமும், அதிர்ச்சியும் கலந்து திகைத்திருந்தனர்.

மரியா, 'நான் பெப்பே தான்' என்று அடித்துக் கூறினாள். அவளிடம் காகிதம் ஒன்றைக் கொடுத்து எழுதச் சொன்னபோது அவள் பெப்பேவின் கையெழுத்தில் எழுதினாள். மேலும் தனக்கு குடிக்க மதுவும், சிகரெட்டும் கேட்டாள். தன்னைச் சுற்றி இருந்தவர்களைச் சீட்டு விளையாடவும் கூப்பிட்டாள். அவர்களை டோட்டோ, ரோசாரியோ, எலியோ, டமானியோ என்று புதிய பெயர்களைக் கொண்டு அழைத்தாள். அந்த நபர்கள் பெப்பே உயிருடன் இருந்தபோது அவருடன் இருந்த நண்பர்கள்.

உடனே மரியாவின் குடும்பத்தினர் பெப்பேவின் தாயைக் கண்டுபிடித்து அழைத்து வர ஏற்பாடு செய்தனர். அவரது தாய் வெரால்டி வந்தபோது அங்கு நடந்த சம்பவம் இன்னும் ஆச்சரியத்தை ஏற்படுத்தியது. பெப்பேவின் தாயைக் கண்ட மரியா அவரைச் சென்று கட்டிக்கொண்டாள். பின் தன்னை தனது (பெப்பேவின் ஆவி) நண்பர்கள்தான் கொலை செய்ததாகக் கூறினாள். அவர்கள் தன்னை ஆற்றில் தூக்கிச் சென்று வீசியதாகவும், அங்கே தன் தலையில் இரும்புக் கம்பியால் அடித்ததாகவும், பின் நீரில் மூழ்கடித்து ஒரு தற்கொலையைப்போலக் காட்டிக் கொலை செய்ததாகவும் வாக்குமூலம் அளித்தாள்.

பெப்பேவின் தாயால் எதுவும் பேச முடியவில்லை. அவர் அதிர்ச்சியில் வாயடைத்துப்போய் இருந்தார். தனது மகன் இறந்துபோன செய்தியை இந்தப் பெண் அப்படியே கூறுகிறாளே? ஒருவேளை செய்தியில் எதுவும் பார்த்திருப்பாளா? வாய்ப்பில்லை. இது பல வருடங்களுக்கு முன்பு நடந்த சம்பவம். மேலும் என் மகன் தற்கொலை செய்துகொண்டுதானே ஆற்றில் இறந்து கிடந்தான்?

பின் திடீரென்று மரியா வீட்டை விட்டு ஓடி மீண்டும் அந்தப் பாலத்திற்குச் சென்றாள். பாலத்தின் மேலிலிருந்து என்னை அடிக்காதீர்கள் என்று கத்திக்கொண்டே ஆற்றில் குதித்தாள். பின் பெப்பேவின் உடல் கண்டெடுக்கப்பட்ட அதே இடத்தில் போய் படுத்துக்கொண்டாள்.

இதனைக் கண்ட மரியாவின் குடும்பத்தினருக்குப் பேரதிர்ச்சி. பெப்பேவின் தாயிடம் ஏதாவது செய்யும்படி அவர்கள் கெஞ்சினர். பெப்பேவின் தாய் வெரால்டி நேராக மரியாவிடம் சென்றார். தனது மகனின் ஆத்மாவிடம், மரியாவின் உடலை விட்டுச் செல்லும்படிக் கட்டளையிட்டார். முதலில் மறுத்த பெப்பேவின் ஆவி, தனது தாய் கடிந்து பேசுவதைப் பார்த்து ஒப்புக்கொண்டது. திடீரென்று மரியா தரையில் மயங்கி விழ, மயக்கம் தெளிந்து எழுந்தபோது அவள் மீண்டும் பழைய மரியாவாக மறுபடியும் பெண்ணின் குரலில், அதாவது தனது குரலிலேயே பேசத்தொடங்கினாள். பெப்பேவின் ஆவி அவளது உடலை விட்டுச் சென்றிருந்தது.

பெப்பேவின் தாய் வெரால்டிக்கு மனது கேட்கவில்லை. தனது மகன் கொலை செய்யப்பட்டானா என்று தெரிந்துகொள்ள வேண்டும் என்று அவள் மனம் பதைபதைத்தது. அவர் நேராக போலீசிடம் சென்றுப் புகார் அளித்தார். தனது மகன்தான் ஆவியாக வந்து ஒரு பெண்ணின் மூலம் இதைக் கூறியதாகக் கூறினாள். போலீசாருக்கு இந்த ஆவி கதையில் நம்பிக்கை இல்லையென்றாலும் விசாரணை நடத்தினர். இறுதியில், பெப்பேவை அடித்துக் கொன்றதாகக் கூறிய டோட்டோ இத்தாலியில் இருந்து தெற்கு அமெரிக்காவிற்குக் குடிபெயர்ந்து சென்றுவிட்டார் என்றும், எலியோ என்பவரோ இறந்துவிட்டார் என்றும் தெரியவந்தது. இத்துடன் அந்த வழக்கும் நிறுத்தப்பட்டது.

பின் பல வருடங்கள் கழித்து 1951-ஆம் ஆண்டு வெரால்டிக்கு அர்ஜென்டினாவில் இருந்து ஒரு கடிதம் வந்தது. எழுதியது பெப்பேவின் நண்பன் டோட்டோ தான். அந்தக் கடிதத்தில் டோட்டோ, பெப்பேவை நான்தான் கொலை செய்தேன் எனக் கூறியிருந்தார்! பெப்பேவைக் கொலை செய்த உண்மையை

ஒப்புக்கொண்டு டோட்டோ, தன்னை மன்னிக்கும்படியும் பெப்பேவின் தாயாரிடம் கேட்டிருந்தார்.

டோட்டோவின் மனைவி லிலினாவுடன் பெப்பே நெருக்கமாகப் பழகியதாகவும், அதனால் ஆத்திரம் அடைந்து, தனது மற்ற நண்பர்களை அழைத்து, பெப்பேவை இரும்புக் கம்பியால் அடித்து நீரில் மூழ்கடித்துக் கொன்றதாகவும். பின் தடயங்களை அழித்து அந்தச் செயலை ஒரு தற்கொலைபோலக் காட்டிய தாகவும் ஒப்புக்கொண்டார். பின் அங்கிருந்தால் சந்தேகம் வரும் என்பதால் வேலை விஷயமாக வெளிநாடு செல்வதுபோல அர்ஜெண்டினாவிற்குச் சென்று விட்டதாகவும் கூறினார்.

'இத்தனை நாட்களாக எனது மனசாட்சி உறுத்தியது. அதனால் இப்போது நான் குற்றத்தை ஒப்புக்கொண்டு உங்களுக்கு மன்னிப்புக் கடிதத்தை எழுதியிருக்கிறேன். எனக்கு எந்த தண்டனை கொடுக்க வேண்டும் என்று நினைக்கிறீர்களோ அதை நீங்கள் தாராளமாகத் தரலாம்' என பெப்பேவின் தாயிடம் டோட்டோ கேட்டுக் கொண்டார்.

பெப்பேவின் தாய் அழுதுகொண்டிருந்தார். அப்போது தன் மகன் தற்கொலை செய்து சாகவில்லையா? உண்மையில் கொலை செய்யப்பட்டானா? அவனுடன் பழகிய நண்பர்களே இப்படிச் செய்துவிட்டார்களே. அப்படியென்றால் பல ஆண்டுகளுக்கு முன் மரியா என்ற பெண் கூறியது அனைத்தும் உண்மையா? இப்போது என்ன செய்யலாம்?

பெப்பேவின் தாயார் எதுவும் செய்யவில்லை. டோட்டோவை மன்னிப்பதாகக் கூறிவிட்டார். தனது மகனின் ஆத்மா சாந்தி அடையும்படி வேண்டிக்கொள்ளுமாறு டோட்டோவிடம் கேட்டுக்கொண்டார்.

அந்தக் கடிதம் 12 வருடங்களுக்கு முன் மரியாவிற்கு நடந்த விஷயத்தை உறுதி செய்தது. இறந்து ஆவியாக அப்போதும் பூமியில் உலவிக்கொண்டிருந்த பெப்பேதான், மரியாவின் உடலின் மூலம் மீண்டும் உயிர் பெற்று வந்து, நடந்த கொலையை உலகிற்கு உணர்த்திவிட்டு மீண்டும் சென்றுவிட்டான்.

•

23

இரவில் உலவும் ஆவிக்காதலி

இங்கிலாந்தில் உள்ள லிவர்பூல் நகரம் மர்மம் மற்றும் அமானுஷ்ய விஷயங்களுக்குப் பெயர் பெற்ற இடம். இந்தப் புத்தகத்தை வாசிக்கும் நீங்களே அதை யூகித்திருக்கலாம். ஏனென்றால் நாம் பார்த்த பல அமானுஷ்யமான விஷயங்கள் நடைபெற்ற, நடைபெற்றுக்கொண்டிருக்கும் இடம் லிவர்பூலாகத்தான் இருக்கிறது. வாருங்கள்... லிவர்பூல் நகரத்தில் நடந்த மற்றொரு மர்மமான விஷயம் குறித்தும் பார்க்கலாம்!

1990-ஆம் வருடம் இங்கிலாந்தில் உள்ள லிவர்பூல் நகரம். அதிகாலை 4 மணிக்கு ஆலன் என்ற 24 வயது இளைஞன் ஸ்மித்ரோட்டில் இருந்த ஒரு மது விடுதியில் நன்றாகக் குடித்துவிட்டு தன் அறைக்குத் திரும்பிக்கொண்டிருந்தான். அவனது குடியிருந்த வீட்டு உரிமையாளரின் திருமண நிச்சயதார்த்த நிகழ்ச்சியில் கொடுக்கப்பட்ட மதுவிருந்துதான் அது.

விடிய விடிய குடித்துவிட்டு நடந்துகொண்டிருந்த ஆலன், ஸ்மித்ரோட்டின் செஃப்டன் ஜெனரல் மருத்துவமனையைக் கடக்கும்போது, ஓர் இளம்பெண் அம்மருத்துவமனைக்கு எதிரில் உள்ள பேருந்து நிலையத்தில் நின்றுகொண்டிருப்பதைக் கண்டான்.

அவள் அணிந்திருந்த உடையே ஆலனுக்குக் கிளர்ச்சி ஏற்றியது. தொடைவரை நன்றாகத் தெரியும்படி அணியப்பட்டிருந்த குட்டைப் பாவாடையும், கவர்ச்சிகரமான மேலாடையும்... அவள் பார்ப்பதற்குத் தேவதையைப்போலத் தோன்றினாள். நீண்ட பொன்னிற முடியைக்கொண்ட அவளின் வயது 19 அல்லது 20 இருக்கலாம் என்று ஆலன் யூகித்திருந்தான்.

எதற்காக இத்தனை அதிகாலையில் அவள் நிற்கவேண்டும்? ஒருவேளை மருத்துவமனையில் பணிபுரியும் செவிலியரா? அல்லது யாராவது தன் உறவினரைப் பார்த்துவிட்டு வீட்டுக்குத் திரும்புகிறாரா? ஆலன் மருத்துவமனையைப் பார்த்தான். வெளியில் மட்டும் மங்கலான வெளிச்சம் தரும் ஒரு சிறிய மின்விளக்கு எரிந்துகொண்டிருந்தது. உள்ளே மிகுந்த அமைதி. மீண்டும் ஆலன் அந்தப் பெண்ணைப் பார்த்தான். அவள் அதிகாலைக் குளிரில் நடுங்கியபடி நிற்பது தெரிந்தது. அவளிடம் சென்று பேசவேண்டும் என ஆலனுக்குத் தோன்றியது.

'நீ குடித்திருக்கிறாயா?' என்று அவளிடம் சென்று பேச்சைத் தொடங்கினான் ஆலன். அவள் இல்லை என்று தலையாட்டிவிட்டு, சிரித்தபடியே எனக்குப் பயங்கரமாகக் குளிர்கிறது என்று கூறினாள். அவள் பதில் கூறியதில் ஆலனுக்கு மிகுந்த மகிழ்ச்சி. தனது கனமான ஜாக்கெட்டைக் கழட்டி அவளிடம் கொடுத்து அணிந்து கொள்ளும்படிக் கூறினான். அவளும் அதை வாங்கி அணிந்து கொண்டாள்.

டாக்ஸிக்காகக் காத்துக்கொண்டிருக்கிறாயா? என்று ஆலன் அடுத்த கேள்வியை வீசினான். இல்லை எனது காதலனுக்காகக் காத்துக் கொண்டிருக்கிறேன் என்று அவள் கூறியபடியே ஸ்மித்ரோட்டின் இரண்டு பக்கமும் ஏதாவது வாகனம் வருகிறதா என்று தேடுகிறாள். இந்தப் பதிலைக் கேட்ட ஆலனுக்கு இதயம் நொறுங்கிவிட்டது. அவ்வளவு தான் என் அதிர்ஷ்டம். அவளுக்கு ஏற்கெனவே காதலன் இருக்கிறான் என்று நினைத்தபடியே ஆலன் அமைதியாக நிற்கிறான்.

ஆலனை கவனித்த அந்தப் பெண். 'என் காதலனுக்கு இதே வேலை. நான் எப்போதும் அவனுக்காகக் காத்திருப்பேன். அவன் தொடர்ந்து இப்படியேதான் செய்கிறான்' என்றாள்.

'என்ன செய்கிறான்?'

'என்னை அழைத்துச் செல்ல வருகிறேன் என்று கூறுவான். ஆனால் வரமாட்டான்.'

ஆலனுக்கு இதைக் கேட்டவுடன் மனதிற்குள் ஒரு குரூரப் புன்னகை.

'அப்படி என்றால் அவனுக்குக் காதல் இல்லை என்று அர்த்தம். உன்னை உண்மையாக நேசிக்கும் வேறு ஒருவனைக் காதலி' என்று சொல்லிப் புன்னகைத்தான்.

உடனே அவள், 'இல்லை டோனியைத்தான் நான் காதலிக்கிறேன்' என்று கூறிவிட்டு அவன் வருவானா என்று பார்த்தாள்.

'ஆனால் டோனி உன்னை உண்மையில் காதலிக்கிறானா?'

'டோனி வரமாட்டான் என்று நினைக்கிறேன், அவனுக்கு ஏதாவது ஆகியிருக்குமா?' ஆலன் சொன்னதைக் கவனிக்காமல் கவலையுடன் பேசிக்கொண்டிருந்தாள் அந்தப் பெண்.

'அவன் இந்த நேரத்தில் வேறு ஒரு பெண்ணுடன் இருக்கக்கூடும். நாம் எல்லோரும் மனிதர்கள் இல்லையா? மனிதனுக்கே உரிய குணம் அது' -ஆலன் விடுவதாக இல்லை.

ஆனால், அவள் ஆலன் சொல்வது எதையும் கேட்டதாகவே தெரியவில்லை. சிறிது நேரம் காத்திருந்த அவள் வீதியில் இறங்கி நடக்கத் தொடங்கினாள். அவள் நடக்கும்போது தெரிந்த தொடையின் அழகு ஆலனை நிலைகுலைய வைத்தது. அவனும் பின் தொடர்ந்தான்.

'உன் பெயர் என்ன?'

'ஜோடி' - அந்தப் பெண் பதிலளித்தாள்.

'என் பெயர் ஆலன் லேட். எனது நண்பர்கள் என்னை ஆலன் என்று அழைப்பார்கள்' என்று ஆலன் உற்சாகமாகக் கையை நீட்டினான்.

அவள் பதிலளிக்காமல் நடந்து சென்றாள். சென்று கொண்டிருந்தவள் தலை குனிந்து அழத்தொடங்கினாள். பின் திடீரென்று ஓடினாள். அவள் ஓடிய இடம் அந்தப் பக்கத்தில் அமைந்திருந்த ஒரு கல்லறை!

ஆலனுக்கு சந்தேகம் எழுந்தது. ஒன்று அவளுக்கு மனநிலை சரியில்லாமல் இருக்கவேண்டும். அல்லது குடித்திருக்க வேண்டும். போதைப் பொருள் ஏதாவது எடுத்திருக்க வேண்டும். ஆலன் தனக்குள்ளேயே பேசிக்கொண்டான். 'இந்த ஆண்கள் ஏன் இப்படி இருக்கிறார்கள். ஒரு பெண்ணை உருகி உருகிக் காதலிக்கிறார்கள்; அவள் கிடைத்தவுடன் கண்டுகொள்வதேயில்லை. சரி, இந்தப் பெண்கள் ஏன் இப்படி இருக்கிறார்கள்? தன்னைப்பற்றி யோசிக்காத

ஆணையே நினைத்துக்கொண்டு இப்படி அழ வேண்டுமா?' என்று சிந்தித்தபடியே ஆலன் அவளைப் பின் தொடர்ந்து கல்லறைக்குள் சென்றான்.

உள்ளே சென்று பார்த்தபோது அவள் அங்கு இல்லை. இரவும், பனியும் அவனுக்குள் இருந்த போதையும் கலந்து ஆலனின் கண்களுக்கு எதுவும் தெரியவில்லை.

கல்லறைக்குள் சென்ற அவள் எங்காவது இருட்டில் விழுந்து கிடக்கப்போகிறாள் என்று அவளைத் தேடினான். ஜோடி, ஜோடி என்று அவளது பெயரை விளித்தான். ஆனால் யாரும் இருந்ததற்கான தடமே அங்கு இல்லை. சிறிது நேரம் அங்கேயே நின்றான்.

வானம் விடியத் தொடங்கியது. கல்லறைக்கு வெளியே ஆள் நடமாட்டமும், வாகனங்களின் சத்தமும் கேட்கத் தொடங்கின.

அவள் எங்கோ ஓடிவிட்டாள். இனி அவளைக் கண்டுபிடிக்க முடியாது. வீட்டிற்குச் சென்று உறங்கலாம் என்று தூக்கக் கலக்கத்தில் திரும்பியபோது தூரத்தில் ஒரு கல்லறையில் ஆலன் கொடுத்த ஜாக்கெட் தெரிந்தது. ஒருவேளை அவளது காதலனை நினைத்து அழுது, மயங்கி விழுந்துவிட்டாளோ?

'ஜோடி. இங்கே என்ன செய்துகொண்டிருக்கிறாய்? நான் பயந்தே போய்விட்டேன்' என்று பேசியபடியே ஆலன் பக்கத்தில் சென்றான்.

ஆனால் அங்கு ஜோடி இல்லை. ஆலன் கொடுத்த ஜாக்கெட் மட்டுமே கல்லறையின் மேல் சாத்தப்பட்டிருந்தது. ஆலனுக்கு ஏமாற்றம். தான் கொடுத்த ஜாக்கெட்டை மட்டும் தூக்கி எறிந்துவிட்டு அந்தப் பெண் ஓடிவிட்டாள். சுயநலமானவள். அந்தப் பெண்ணுடன் இருக்க முடியவில்லையே என்ற கோபத்தில் ஆலன் கல்லறையில் இருந்து ஜாக்கெட்டை எடுத்தபோது, அந்தக் கல்லறையின் மேலே ஒரு பெண்ணின் புகைப்படமும் கீழே ஒரு பெயரும் பொறிக்கப் பட்டிருந்தது. அது வேறும் யாரும் இல்லை. ஜோடி! ஜோடி ஃபோர்ஸ்டர்!

அந்தக் கல்லறையில் ஜோடி, 1970-ல் பிறந்ததாகவும் சுமார் 6 மாதங்களுக்கு முன்பு அகால மரணம் அடைந்ததாகவும் எழுதி இருந்தது. ஆலனுக்கு அடித்த போதை முழுதும் இறங்கி விட்டது. பயம் உடலைத் துளைத்தது. அவன் நேராகக் கல்லறையை விட்டு இறங்கி ஓடினான். வீட்டிற்குள் சென்று அறையில் அடைந்து கொண்டான்.

ஒரு வாரம் சென்றிருக்கும். நடந்த சம்பவம் அவன் மனதில் ஓடிக்கொண்டே இருந்தது. யாரிடமாவது சொல்ல வேண்டும். தனது நெருக்கமான நண்பர்களிடம் அவன் கூறினான். இந்த விஷயத்தைக் கூறுவதற்கும் அவனுக்குத் தயக்கம். அவனது நண்பர்கள் இதை நம்பாமல் அவனை கிண்டல் செய்யக்கூடும். ஆனால் ஆலனின் நண்பனான பிரையன் நம்பினான். ஏனென்றால் அவனின் தங்கைக்கு ஜோடி ஃபோர்ஸ்டரைத் தெரியும்!

ஜோடி மருத்துவமனையில் இதய சிகிச்சை காரணமாக அனுமதிக்கப் பட்டிருந்தாள். அவளைக் காண்பதற்கு அவளது காதலன் மருத்துவ மனைக்கு வருவதாகக் கூறியிருந்தான். ஆனால் அவன் சொன்ன நேரத்தில் வரவில்லை. அவன் வருவதற்கு முன்பே ஜோடியின் உயிர் பிரிந்தது. அதன் பின் அவளுடைய ஆவி தனது காதலனின் வருகைக்காக அந்த ஸ்மித் ரோட் மருத்துவமனைக்கு எதிரில் உள்ள பேருந்து நிலையத்தில் காத்திருப்பதாகக் கூறப்படுகிறது.

மறுநாள் ஆலனும் அவனது நண்பன் பிரையானும் ஒரு பூங்கொத்தை வாங்கிக்கொண்டு ஜோடியின் கல்லறைக்குச் சென்றனர். ஆலன் வாங்கிச் சென்றது கார்நேஷன்ஸ் என்ற பூ. அதுதான் அவளுக்குப் பிடித்தது என்று பிரையனின் தங்கை கூறியிருந்தாள். ஜோடியின் கல்லறையில் பூங்கொத்தை வைத்துவிட்டு அவளது முகத்தை இறுதியாக அந்தப் புகைப்படத்தில் பார்த்துவிட்டு நகர்ந்தனர். வெளியே செல்லும் முன் ஆலன் ஒருமுறை இறுதியாக திரும்பிப் பார்த்தான். அவனுக்கு ஜோடி கையசைப்பதைப்போலத் தோன்றியது.

ஸ்மித் ரோட் பகுதியில் ஜோடியின் ஆவி அவ்வப்போது காணப் படுவதாகக் கூறப்படுகிறது. அதைப் பார்த்ததாக அதிகாலை 3 மணி அளவில் ஸ்மித் ரோட்டில் வாகனத்தில் செல்லும் பலரும் கூறுகின்றனர். ஜோடியின் ஆன்மா சாந்தி அடைய நீங்களும் பிரார்த்தியுங்களேன், ப்ளீஸ்!

•

24

ஒரு விவாகரத்தும் சில மரணங்களும்

நீதிபதியைக் குற்றவாளி ஒருவன் கொலை செய்வதை நாம் சினிமாவில் பார்த்திருக்கிறோம். தனக்கு எதிராக தீர்ப்பு சொன்னதற்காக வில்லன்கள் அப்படிச் செய்வதுண்டு. ஆனால் ஒரு வழக்கில் தீர்ப்பு வழங்கியதாலேயே தற்செயலாக இறந்த நீதிபதிகளைப் பற்றிக் கேள்விப்பட்டிருக்கிறீர்களா? இத்தனைக்கும் அந்த வழக்கும் பெரிய வழக்கு எல்லாம் இல்லை. வெறும் விவாகரத்து வழக்கு!

ஆம்! இங்கிலாந்தில் மனைவியிடம் விவாகரத்து கேட்ட ஒருவருடைய வழக்கில் தொடர்ந்து நடைபெற்ற மரண சம்பவங்கள் ஆச்சரியமூட்டக் கூடியது.

இங்கிலாந்தில் ஈஸ்ட்போர்ன் நகரை சேர்ந்த ஜான் பிளாக்மேன் என்பவருக்கும், அவரது மனைவிக்கும் இடையே ஏதோ சண்டை. கணவன் மனைவிக்குள் நடைபெறும் சாதாரணச் சண்டைதான். ஆனால் இந்தப் பிரச்னை நீதிமன்றம் வரை சென்றது. இருவருக்கும் கவுன்சிலிங் கொடுத்த நீதிமன்றம் பிரச்னை தீராததால் விவாகரத்து வழங்க உத்தரவிட்டது. ஆனால் ஜானின் மனைவி விடவில்லை. விவாகரத்துக்கு ஏற்ற

ஜீவனாம்சம் (நஷ்ட ஈடு) ஏதாவது தனக்கு வழங்க வேண்டும் என்று விடாப்பிடியாக நின்றார். அதற்காக வழக்கும் தொடர்ந்தார்.

முதன்முதலில் 1922-ஆம் ஆண்டு ஏப்ரல் மாதம் இந்த வழக்கு விசாரணைக்கு வந்தது. இந்த வழக்கை விசாரித்த மாஜிஸ்ட்ரேட் ஜான் டியூக் என்பவர், ஜான் பிளாக்மேன் அவரது மனைவிக்கு நஷ்ட ஈடு வழங்கவேண்டும் என்று தீர்ப்பளித்தார். ஜானுக்கு இதில் விருப்பமில்லை. நான் ஏன் பணம் தர வேண்டும்? இது நான் உழைத்துச் சம்பாதித்த பணம். ஒரு சல்லி பைசா கூடத் தரமுடியாது என்று கூறிவிட்டார்.

நீதிபதி ஜான் ட்யூக், பணம் தர மறுத்தால் ஜான் பிளாக்மேன் சிறைக்குச் செல்லவேண்டும் என்று தீர்ப்பு எழுதினார். ஜானும் சிறையில் அடைக்கப்பட்டார். ஜான் பிளாக்மேன் சிறையில் அடைக்கப்பட்ட சில வாரங்களிலேயே அவருக்குத் தீர்ப்பு வழங்கிய நீதிபதி ஜான் டியூக் உடல்நலக்குறைவால் இறந்துபோனார்.

பின் இதே வழக்கு மீண்டும் நீதிமன்றத்துக்கு வந்தது. ஜான் மீண்டும் பணம் தர முடியாது என்று மறுத்தார். இந்த வழக்கை விசாரித்த மேஜர் மொலினெக்ஸ் என்பவர் ஜானை மீண்டும் சிறையில் அடைக்க உத்தரவிட்டார். அவ்வளவுதான் சில நாட்களில் மேஜர் மோலினெக்ஸும் இறந்துபோனார்!

இது அத்துடன் நிற்கவில்லை. 3-வது முறை வழக்கு மீண்டும் நீதிமன்றம் வந்தது. இந்த முறை ஜானுக்கு சிறைத்தண்டனை விதித்த மெஜிஸ்ட்ரேட் ஹெச்.டி. ஃபார்னெல் என்பவர் தீர்ப்பு வழங்கிய அதே நாளிலேயே வாதத்தால் பாதிக்கப்பட்டு சுயநினைவை இழந்தார். பின் இறக்கும்வரை அவருக்கு நினைவு திரும்பவே இல்லை.

4-வது முறையாக இந்த வழக்கு 1923-ஆம் ஆண்டு அக்டோபர் மாதம் நீதிமன்றத்துக்கு வந்தது. அப்போதும் ஜானுக்கு சிறை வழங்கப்பட்டது. அவர் சிறைவாசம் முடிந்து வீடு திரும்பியபோது முதலில் சென்றது எங்கே தெரியுமா? அவருக்குத் தீர்ப்பு வழங்கிய ஈஸ்ட்போர்ன் கவுண்ட்டி நீதிமன்றத்தின் நீதிபதி மெக்கார்னஸின் இறுதிச் சடங்கு!

இந்த வழக்கு ஜூலை 1924-ல் மீண்டும் வந்தபோது ஜான் மீண்டும் சிறைத்தண்டனை பெற்றார். அவருக்குத் தீர்ப்பு வழங்கிய நீதிபதி ஜே.டி. ஹெல்பி செப்டெம்பரில் உயிரிழந்தார்.

அதற்கு பின் அந்த வழக்கில் இருந்து ஜானின் மனைவி பின்வாங்கினார். (ஒருவேளை நீதிபதிகளைக் கொன்றது போதும் என்று நினைத்துவிட்டார் போலும்) ஜானும் கடைசிவரை பணம் தரமுடியாது என்று உறுதியாக இருந்து பின் சுதந்திரப் பறவையாக வெளியே வந்தார். ஆனால் அவருக்குத் தீர்ப்பு வழங்கிய நீதிபதிகள் 5 பேர் தனது உயிரையே விலையாகக் கொடுத்தனர்!

ஒவ்வொருமுறையும் ஜானுக்கு எதிராகத் தீர்ப்பளித்த நீதிபதிகள் யாரும் கொலை செய்யப்படவில்லை. அதனால் இந்த மரணத்திற்கும் ஜானிற்கும் தொடர்பு இல்லை என்றானது. அனைத்து நீதிபதிகளும் சொல்லி வைத்ததுபோல உடல்நலக்குறைவால் மட்டுமே உயிரிழந்தனர். இந்த மரணம் அனைத்தும் தற்செயல் நிகழ்வுகளா அல்லது வேறு ஏதும் ஜான் அமானுஷ்ய விஷயங்களில் ஈடுபட்டாரா என்றும் விசாரணை நடத்தப்பட்டது. ஜானுக்கு அமானுஷ்ய விஷயங்களில் தொடர்பில்லை என்று இறுதியில் ஊர்ஜிதமானது.

இந்தத் தற்செயல் மரணங்கள் இன்றுவரை புரியாத புதிராகவே நிலைத்துப் போனது!

•

25

ஓர் ஆவி... ஒரு சர்ச்...
ஒரு குழந்தை... ஒரு கடத்தல்...

அதே இங்கிலாந்து... அதே லிவர்பூல்... இன்னொரு மர்மச் சம்பவம்!

1991-ஆம் ஆண்டு. டிசம்பர் மாதத்து மாலை நேரம். எங்கும் பனி.

டிசம்பர் 20-ஆம் தேதி இரவு 7 மணிக்கு எட்வர்டின் குடும்பம் லிவர்பூலின் சிட்டி செண்டரில் கிறிஸ்துமஸ் ஷாப்பிங் செல்வதற்கு முடிவு செய்தது. எட்வர்ட், அவரது மனைவி மற்றும் 4 குழந்தைகள் அனைவரும் ஒரு பழைய ஓல்வோ காரில் லிவர் பூல் நகரத்தின் சிட்டி செண்டர் என்ற இடத்திற்குச் சென்றனர்.

கிறிஸ்துமஸுக்கு இன்னும் சில நாட்களே இருந்ததால் நகரம் முழுவதும் வண்ண விளக்குகளும், இசையும் நிரம்பி விழாக் கோலம் பெற்றிருந்தது. பொதுமக்கள், தங்கள் குடும்பத்தினருக்கும் நண்பர்களுக்கும் பரிசளிக்க இறுதிநேர ஷாப்பிங்கில் ஈடுபட்டிருந்தனர். தெருக்கள் முழுவதும் வாகனங்களாக நின்றிருந்தது. எட்வர்ட்டுக்குத் தனது காரை நிறுத்துவதற்கு இடம் தேடுவது பெரும் பாடாக இருந்தது.

காரின் உள்ளே இருந்த குழந்தைகளோ தெரு முழுவதும் அலங்கரிக்கப்பட்ட கிறிஸ்துமஸ் ஏற்பாடுகளைக் கண்டு குதூகலத்துடன் ஆர்ப்பரித்தபடியே வந்தனர். குறிப்பாக எட்வர்டின் கடைசிக் குழந்தை அபே, காரின் ஜன்னல் வழியாக வேடிக்கை பார்த்தபடியே வந்தாள். அப்போது அங்கே இருந்த பழைய புனித லூக் தேவாலயத்தின் வாசலில் நிறுத்தி வைக்கப்பட்டிருந்த மிகப்பெரிய கிறிஸ்துமஸ் மரத்தைப் பார்த்து அங்கே தன்னைக் கூட்டிச்செல்லும்படி அடம்பிடித்தாள்.

எட்வர்டுக்கோ இந்தக் கூச்சலில் ஒரே எரிச்சல். முதலில் காரை நிறுத்த ஓர் இடத்தைக் கண்டுபிடித்தாக வேண்டும். காரில் அந்தப் பகுதியைச் சுற்றியபடியே ஒரு பார்க்கிங் இடத்தைத் தேடிக்கொண்டிருந்தார். எட்வர்டின் மனைவி சிட்டி செண்டருக்கு அடுத்து இருந்த புனித லூக் தேவாலயத்திற்குப் பின்னே தனித்துவிடப்பட்ட தெரு ஒன்று இருப்பதைக் கண்டார். கார் நிறுத்துவதற்கு ஆங்காங்கே கொஞ்சம் இடங்கள் இருந்தன. அவற்றைக் கணவனிடம் கூறினாள்.

எட்வர்டுக்கும் மகிழ்ச்சி. கடைசியாக இடம் கிடைத்துவிட்டது. தனது மனைவியைப் பாராட்டியபடியே காரை அந்தப் பக்கம் திருப்பினார். தேவாலயத்திற்குப் பின்புறம் இருந்த அந்தத் தெருவில் மட்டும் மின் விளக்குகள் இல்லை. மற்ற தெருக்களில் இருந்து வந்த வெளிச்சம் மட்டுமே அந்தத் தெருவை ஒளியூட்டிக்கொண்டிருந்தது. எட்வர்ட் ஒதுக்குப்புறமான இடத்தில் காரை நிறுத்தினார். அவரது குழந்தைகள் குதூகலத்துடன் காரில் இருந்து வெளியே குதித்துத் துள்ளி வந்தனர். கிறிஸ்துமஸ் பண்டிகைக்குத் தனக்கு இந்தப் பொருள் வேண்டும், அந்தப் பொருள் வேண்டும் என்று சண்டையிட்டபடியே இருந்தனர்.

எட்வர்டோ கார் கதவை நன்கு அடைத்துவிட்டு தனது மனைவியிடம் எங்கே முதலில் செல்வது என்று ஆலோசனை செய்து கொண்டிருந்தார். போல்ட் தெருவில் அமைந்துள்ள துணி கடை ஒன்றில் நல்ல சட்டை ஒன்றைத் தனது தந்தைக்கு வாங்குவதென முடிவு செய்து அங்கே செல்லலாம் என கூறினார். ஆனால் அவரது மனைவியோ துணிக்கடை என்பதால் கூட்டம் அதிகமாக இருக்கும் முதலில் தனது தங்கைக்கு சிடி பிளேயர் ஒன்றை பரிசளிக்க எலக்ட்ரானிக் கடைக்குச் செல்லலாம் என்று கூறினார். இவர்களுக்கு மத்தியில் குழந்தைகளும் இந்தக் கடைக்குச் செல்ல வேண்டும், அந்தக் கடைகளுக்குச் செல்ல வேண்டும் என்று கூச்சலிட்டபடி இருந்தன. இந்தச் சத்தத்தில் கடுப்பான எட்வர்ட், ‘கொஞ்ச நேரம்

அமைதியாக இருங்கள்' என்று கத்தினார். மனைவி அவரை முறைத்துப் பார்த்தாள். மனைவி சொல்லே மந்திரம் அல்லவா? முதலில் மனைவி சொன்ன கடைக்கே செல்லலாம் என முடிவெடுக்கப்பட்டது. சரி கிளம்பலாம் என்று நகர்ந்தபோதுதான் எட்வர்ட் ஒன்றைக் கவனித்தார். அவர்களுடன் காரில் வந்த கடைசிக் குழந்தை அபேயைக் காணவில்லை!

அவருக்கு இதயத்துடிப்பே நின்றுவிட்டது. அபே அபே என்று கத்தினார். பயத்துடன் சுற்றும் முற்றும் பார்த்தார். அந்தத் தெரு மட்டும் சற்று இருளில் இருந்தது அவருக்கு இன்னும் பயத்தைக் கொடுத்தது. மற்ற இடங்கள் எல்லாம் வெளிச்சத்தில் மக்கள் கூட்டம் நிரம்பிக் காட்சியளித்தன.

அபே எங்கே சென்றிருப்பாள்? காரை நிறுத்தியபோதுகூட இருந்தாளே. ஒருவேளை காருக்குள்ளேயே இருக்கிறாளா என்று சந்தேகித்தபடி காருக்குள் எட்டிப்பார்த்தார். ஆனால் அவள் அங்கே இல்லை. அவரது மனைவியும் அபே என்று கத்தியபடியே அந்தத் தெருவில் தேடினார். அப்போது தான் 'அப்பா' என்ற அபேயின் குரல் தூரத்தில் இருந்து ஒலித்தது!

எட்வர்டுக்கு அதிர்ச்சி கலந்த நிம்மதி. குரல் வந்த திசையில் திரும்பிப் பார்த்தார். அந்தக் குரல் அவர்கள் இருந்த தெருவிற்கு அடுத்து இருந்த ரோஸ்கோ தெருவில் இருந்து வருவதைப்போலத் தோன்றியது. 'அபே... எங்கே இருக்கிறாய்?' என்று கத்தியபடியே எட்வர்ட் அந்தத் தெருவை நோக்கி ஓடினார். அப்போதுதான் அபேயின் குரல் அந்தப் புனித லூக் தேவாலயத்தின் மேல் பகுதியில் இருந்து வருவதாக எட்வர்ட்டுக்குப் புரிந்தது.

ஒருவேளை அபே காரில் இருந்து பார்த்த, அந்தத் தேவாலயத்தின் கிறிஸ்துமஸ் மரத்தைப் பார்த்துவிட்டு ஓடி வந்திருப்பாளோ? அவளது பெற்றோர் தேடத் தொடங்கினர். அவர்கள் தேவாலயத்தை அடைந்தபோது அதன் கதவு திறந்திருந்தது. ஆனால் உள்ளே ஒரே இருட்டு. கிறிஸ்துமஸுக்கான எந்த ஏற்பாடுகளும் அந்தத் தேவாலயத்தில் இல்லை. உள்ளே சென்று பார்த்தபோது அந்தத் தேவாலயத்தின் கட்டடங்கள் மிகவும் பாழடைந்து போய் இருந்தன. உள்ளே பெரும் அமைதியாக இருந்தது.

தேவாலயத்தின் மேல் பகுதிக்குச் செல்வதற்கான படிக்கட்டை எட்வர்டும் அவரது மனைவியும் தேடியபோது, அபேயின் குரல் அந்தத் தேவாலயத்தின் பேஸ்மண்டில் இருந்து வந்தது. அவர்கள்

பேஸ்மெண்டிற்குச் சென்று பார்த்தபோது அபே அங்கில்லை. எங்குப் போயிருப்பாள்? தேவாலயத்திற்குள் சென்று தனியாக மாட்டிக் கொண்டுவிட்டாளா? உள்ளேயும் இருட்டாக இருக்கிறது. தேட முடியாது. வெளிச்சம் வேண்டும். டார்ச் லைட்டும் இல்லை. ஆனால் கார் இருக்கிறது. காரின் விளக்கு வெளிச்சத்தைத் வைத்து தேடலாம் என்று அவர்கள் முடிவு செய்தனர். காரை எடுத்துக்கொண்டு வரலாம் என்று அவர்கள் வெளியே வந்தபோது வீசிக்கொண்டிருந்த பனிக்காற்றின் தீவிரம் கூடிக்கொண்டேயிருந்தது. பார்க்கும் இடமெல்லாம் பனியின் வெள்ளை நிறம் மட்டுமே அவர்களின் கண்களுக்குத் தெரிந்தது. அந்தப் பகுதியே பனியின் வெண்மையில் மறைந்திருந்தது.

இப்போது எட்வர்டுக்கு ஒரு சந்தேகம். யாராவது தனது குழந்தையைக் கடத்தியிருப்பார்களோ? ஆனால் அவர் இதைத் தனது மனைவியிடம் சொல்லி அவளையும் பயமுறுத்த விரும்பவில்லை. தனது மனைவியிடம் கார் சாவியைக் கொடுத்து தேவாலயத்துக்கு எடுத்து வந்து ஹெட்லைட்டை ஆன் செய்யும் படிக் கூறினார். அவரது மனைவியும் அவ்வாறே செய்ய அதன் வெளிச்சத்தில் எட்வர்ட் தேவாலயத்தின் ஜன்னலின் வழியே மேலே ஏறிப் பார்த்தார். ஆனால் உள்ளே கட்டடத்தின் இடிந்த தூண்களும் சிதிலமடைந்த சுவர்களும் மட்டுமே இருந்தன.

புனித லூக் தேவாலயத்திற்கு என்று ஒரு பழைய வரலாறு உண்டு. இரண்டாம் உலகப்போரின்போது அந்தத் தேவாலயத்தின்மீது ஜெர்மன் படையினரால் குண்டு வீசப்பட்டு. அதில் அந்தத் தேவாலயம் முழுவதும் பாதிப்படைந்திருந்தது. பின்னர் அரசாங்கம் போரின் நினைவாக அந்தத் தேவாலயத்தை மீண்டும் புதுப்பிக்காமல் அப்படியே விட்டுவிட்டது. தற்போது அபேயின் குரல் இந்தத் தேவாலயத்தின் உள்ளே இருந்துதான் கேட்டுக்கொண்டிருந்தது.

அபேயின் தாயும் உள்ளே சென்று தேடலாம் என்று காரை விட்டு இறங்கிவந்தார். இப்போது தேவாலயத்தின் உள்ளே இருந்து யாரோ இசைக்கருவிகளை ஒலிக்கும் மங்கிய சத்தம் கேட்டதுபோல இருந்தது. எட்வர்டின் மனைவி தனது கணவரை அழைத்துச் சொன்னாள். கணவனுக்கு அந்தச் சத்தத்தில் நம்பிக்கையில்லை. இரவு நேரத்தில் பதற்றத்தில் ஏற்படும் பிரமை அது. வா உடனே காவல் நிலையத்திற்குச் செல்லலாம் என்று அழைத்துச் சென்றார்.

எட்வர்டும் அவரது மனையும் அருகில் அமைந்திருந்த காவல் நிலையத்திற்குச் சென்று தங்களது மகள் தொலைந்துபோனது பற்றி

புகார் அளித்தனர். காவல்துறை அதிகாரி உடனே அப்பகுதியில் ரோந்து சென்றுகொண்டிருந்த வாகனங்கள் அனைத்திற்கும் தகவல் தெரிவித்தார். தொலைந்துபோன அபேவை உடனே தேடும்படி உத்தரவிட்டார். தேவாலயத்திற்கு உள்ளே தேடுவதற்கும் காவலர்களை அனுப்புவதாகக் கூறினார். ஆனால் எட்வர்டும் விடுவதாக இல்லை. தனது மகளைத் தானே தேடுவதற்காக மீண்டும் தேவாலயத்திற்குச் சென்றார்.

அப்போதுதான் அது நடந்தது. சாதாரண மனிதர்களை விட நீண்ட உயரம் கொண்ட ஒருவன், கருப்பு நிற கோட்டையும், தொப்பியையும் அணிந்தபடி தேவாலயத்தின் பக்கத்தில் நின்றுகொண்டிருந்தான். அவனுக்குப் பக்கத்தில் அவனது கையைப் பிடித்தபடி அபேயும் நின்றுகொண்டிருந்தாள்!

எட்வர்ட் பார்த்துவிட்டார். உள்ளே மகிழ்ச்சியுடன் தனது மனைவியிடம் காட்டினார். இருவரும் காரை நிறுத்திவிட்டு. இறங்கி ஓடினர்.

தனது தந்தையும், தாயும் தன்னை நோக்கி ஓடிவருவதைக் கண்ட அபே அழத் தொடங்கினாள். எட்வர்ட் அபேயைத் தூக்கி முத்தமிட்டார். கொஞ்சினார். ஆறுதல் கூறினார். அவர்கள் அந்த உயரமான மனிதனைப் பார்த்தபோது அவன் வித்தியாசமான ஆடையை அணிந்திருந்தான். அவனது முகம் சற்றுத் தீயில் கருகிப்போனதுபோல இருந்தது. அவன் முகம் முழுவதும் சுருக்கங்களும் இருந்தன. அபேயை அவளது தந்தையிடம் ஒப்படைத்த அந்த மனிதன், தனது மெலிந்த குரலில் ‘ உங்களுக்குச் சிரமம் கொடுத்ததற்கு என் மன்னிப்பை ஏற்றுக்கொள்ளுங்கள்’ என்று கூறினான்.

பின் எதுவும் சொல்லாமல் அந்தப் பாழடைந்த தேவாலயத்திற் குள்ளேயே சென்றுவிட்டான்.

அபேயின் தாய் அபேயைக் கட்டிக்கொண்டாள். ‘எங்கே போனாய் அபே? எப்படி இருக்கிறாய்? உன்னை எங்கெல்லாம் தேடினோம் தெரியுமா?’ என்று துடித்தபடி கேட்டாள்.

‘எனக்கு எதுவும் இல்லை அம்மா’ என்று பதிலளித்தாள் அபே.

எட்வர்ட் அந்த உயரமான மனிதனையே பார்த்துக்கொண்டிருந்தார். அவனது பக்கத்தில் செல்லப் பயம். ஆனாலும் தூரத்தில் இருந்தே கேட்டார். ‘நீ யார்? உனக்கு என்ன வேண்டும்? ஏன் என் மகளைக்

கடத்தினாய்?' ஆனால் அந்த மனிதன் எதுவும் பதிலளிக்காமல் உள்ளே சென்று இருட்டில் மறைந்தான்.

சிறிது நேரம் கழித்துப் போலீஸ் வாகனம் அங்கே வந்தது. எட்வர்ட், அபே கிடைத்ததைப் பற்றியும், அந்த மர்மமான மனிதனைப் பற்றியும் போலீசிடம் கூறினார். போலீசார் டார்ச்சுடன் தேவாலயத்தின் உள்ளே சென்று பார்த்தபோது அங்கு யாரும் இல்லை. வெறும் உடைந்து போன கற்களின் குவியல் மட்டுமே இருந்தது. ஆனால் அந்தப் போலீசாருக்கும் சர்ச்சின் உள்ளே இருந்து இசைக்கருவி இசைக்கும் சத்தம் மெலிதாகக் கேட்டது. ஆனால் அந்தச் சத்தம் எங்கிருந்து வந்தது என்று யாராலும் கண்டுபிடிக்கமுடியவில்லை.

போலீஸ் ஒருவர் அபேயிடம் வந்து என்ன நடந்தது என்று கேட்டார். அதற்கு அபே, காரை விட்டு இறங்கியவுடன் தன்னை வயதான பெண் ஒருவர், கையைப் பிடித்து தேவாலயத்திற்குள் இழுத்துச் சென்றதாகக் கூறினாள். 'அவர் தனது முகத்தை ஒரு துணியால் மூடியிருந்தார். அதனால் அவளது முகத்தை நான் சரியாகப் பார்க்க முடியவில்லை. அங்கே இன்னும் பலர் இருந்தனர். பிரார்த்தனை நடைபெற்றுக் கொண்டிருந்தது. அந்த மனிதர்கள் அனைவரும் பழைய கருப்பு நிற ஆடைகளை அணிந்திருந்தனர், நான் அவர்களைப் பார்த்துப் பயந்து 'அப்பா' என்று என் தந்தையைக் கூப்பிட்டேன், உடனே அந்தப் பெண்மணி கையை வைத்து என் வாயைப் பொத்தினார்' என அபே தெரிவித்தாள்.

சிறிது நேரம் தான் அங்குப் பயந்தபடியே நின்றதாகவும், பின் அங்குத் திடீரென்று வந்த உயரமான மனிதன் ஒருவன், அந்தப் பெண்மணியின் கையில் இருந்து தன்னை விடுவித்து தேவாலயத்திற்கு வெளியே அழைத்து வந்ததாகவும், தன்னை பெற்றோர்களிடம் ஒப்படைத்ததாகவும் கூறினாள்.

போலீஸ் அபேயிடம் வேறு சில கேள்விகளையும் கேட்டனர். அதில் அந்த உயரமான மனிதன் அபேயிடம் எதுவும் பேசினானா என்று கேட்டனர். அதற்கு அபே தலையை ஆட்டியபடி, ஒரே ஒருமுறை தன்னிடம், 'பயப்படாதே' என்று கூறினான். பின் சிறிது நேரம் கழித்து, தான் இறந்து பல வருடங்கள் ஆகிவிட்டது என அவன் கூறியதாகத் தெரிவித்தாள்!

குழந்தையின் பதிலைக் கேட்டு அங்கிருந்தவர்கள் அனைவருக்கும் உடல் நடுங்கியது. யார் அவன்? எங்கிருந்து வந்தான்? அந்தத் தேவாலயத்தில் ஏதும் ரகசிய இடம் இருக்கிறதா? ஒருவேளை அந்தத்

தேவாலயத்தின் குண்டு வெடிப்பின்போது உயிரிழந்தவர்கள் அனைவரும் ஆவியாக அங்கேயே இருக்கின்றனரா?அல்லது அவர்கள் வேறு ஏதும் உலகைச் சேர்ந்த மனிதர்களா? அவர்களின் உலகத்திற்குள்தான் அபேயை அழைத்துச் சென்று பின் திருப்பி அனுப்பி விட்டனரா? என்று பல கேள்விகள் எழுந்தது. ஆனால் அதற்கான விடை மட்டும் யாருக்கும் தெரியவில்லை.

அந்தச் சம்பவத்திற்குப் பிறகு இன்றும் லூக் தேவாலயம் லிவர்பூல் நகரத்தில் எந்த மாற்றமும் இல்லாமல் சேதமடைந்த நிலையில் அப்படியேதான் இருக்கிறது. அந்தத் தேவாலயத்தை அரசு சுற்றுலாத்தலமாக்கிவிட்டது. வருடாவருடம் லட்சக்கணக்கான மக்கள் சென்று பார்க்கும் தேவாலயத்திற்குக் கிறிஸ்துமஸ் இரவுகளில் மட்டும் மக்கள் செல்வது கிடையாது. ஒருவேளை அந்த உயரமான மனிதன் மீண்டும் அங்கு வரலாம் என்பதுதான் காரணமாக இருக்கக்கூடும்!

•

26

குழந்தைகளைக் கொலை செய்யும் பனி சூனியக்காரி

ஜூலை மாதம், 1815-ஆம் வருடம். இங்கிலாந்தில் உள்ள லிவர்பூல் துறைமுகத்திற்கு அமெரிக்காவில் இருந்து கப்பல் ஒன்று வருகிறது. அதிலிருந்து இறங்கிய பயணிகளில் ஒருவர்தான் ஸ்காட்லாந்தின் மிகப்பெரிய பணக்கார வியாபாரி ஜான் ஆலன். ஜான் ஆலனுடன் அவருடைய மனைவி பிரான்சிஸ், அவரது இளைய சகோதரி நான்சி மற்றும் ஜான் ஆலன் தத்தெடுத்து வளர்க்கும் 6 வயதுச் சிறுவன் எட்கார் ஆகியோரும் உடன் வந்திருந்தனர்.

இவர்களைச் சந்திக்க துறைமுகத்திற்குத் தாமஸ் மெக்கன்சி என்ற மற்றொரு பணக்காரரும் வந்திருந்தார். இவர் இங்கிலாந்தில் ரோட்னி தெருவில் உள்ள பிரபல பிரமிட் கல்லறையைக் கட்டிய ஸ்காட்டிஷ் பொறியாளர் வில்லியம் மெகன்சியின் சொந்தக்காரர். தாமஸ் மெக்கன்சி இங்கிலாந்திற்கு வந்திருக்கும் ஜான் ஆலனிற்கு உதவி செய்ய இஸபெல் குக் மற்றும் ஜோன் ஸ்லெயிடார்ன் என்ற 2 பணியாட்களையும் அவர்களுடன் ஸ்காட்லாந்திற்கு அனுப்பி வைத்தார். இவர்களுடன் இஸபெல்லின் 7 வயதுத் தங்கை மேரியும் ஸ்காட்லாந்திற்கு அவர்களுடன் சென்றாள். 6 வயது எட்காருக்கு

விளையாட ஒரு துணை கிடைத்துவிடுகிறது.

ஸ்காட்லாந்தில் அவர்கள் வீடு மிகப்பெரியது. பைன் மரங்கள் அடங்கிய பெரிய காட்டிற்குள், ஏரியின் ஓரத்தில் ஆள் நடமாட்டமில்லாத அமைதியான இடத்தில் அவர்களது வீடு அமைந்திருந்தது. அந்த வீட்டில்தான் இவர்கள் அனைவரும் தங்கியிருந்தனர்.

கிறிஸ்துமஸுக்கு ஒரு வாரம்தான் இருந்தது. வெளியில் பனி பெய்துகொண்டிருந்தது. மரங்களும் பனியால் மூடப்பட்டிருந்தது. கண்ணுக்கு எட்டும் தூரம்வரை ஒரே வெள்ளை நிறம்தான்.

வேலைக்காரர்களான இஸபெல்லும் ஜோனும் கிறிஸ்துமஸுக்காக வீட்டை முழுவதும் சுத்தம் செய்துகொண்டிருந்தனர். 7 வயது மேரியோ வீட்டை அலங்காரம் செய்துகொண்டிருந்தாள். கிறிஸ்து பிறக்கும் நிகழ்ச்சியை விவரிக்கும் குடில் அலங்காரத்திற்குப் பொருள்கள் தேவைப்பட்டது. அதற்காக விறகுகளைப் பொறுக்கலாம் என்று நினைத்து மேரி எதிரில் இருக்கும் காட்டுப் பகுதிக்குள் சென்றாள். அவளுடன் விளையாடிக்கொண்டிருந்த 6 வயது எட்காரும் சென்றான்.

விறகுகளையும், பைன் மரத்தின் இலைகளையும் சேகரித்தபடிச் சென்ற குழந்தைகள் இருவரும் வீட்டை விட்டு காட்டிற்குள் வெகுதூரம் வந்துவிட்டிருந்தனர். திரும்பிப் போகலாம் என்று எழுந்தபோது இருவருக்கும் ஆச்சரியம். பனி கொட்டிக்கிடந்த தரையில் யாரோ வரைந்ததுபோல அம்புக்குறிகள் இருந்தன! இருவரும் கவனித்தவரையில் அங்கு யாரும் வரவில்லை. பிறகு யார் வரைந்திருப்பார்கள்?

இருவருக்கும் ஆர்வம் மேலிட்டது. இரண்டு பேருமே குழந்தைகள் என்பதால் பயம் தெரியவில்லை. அந்த அம்புக் குறிகளைப் பின் தொடர முடிவு செய்தனர். இருவரும் காட்டிற்குள் இன்னும் தூரத்திற்குச் சென்றுகொண்டிருக்கையில் மேரிக்கு திடீரென்று ஒன்று தோன்றியது. ஒரு காரியம் செய்தாள். பனி விழுந்த தரையில் 'நீ யார்?' என்று எழுதினாள். அதற்குப் பின் நடந்த விஷயம் அவர்களை மேலும் ஆச்சரியப்படுத்தியது. அவள் எழுதிய அந்த வார்த்தைகளின் மேல் மூன்று கோடுகள் தானாக அடித்திருந்தது. இருவருக்கும் அதிர்ச்சி. சுற்றுமுற்றும் பார்த்தால் யாரும் இல்லை. பிறகு மீண்டும் அம்புக்குறிகள் தானாகத் தோன்ற ஆரம்பித்தது. அவர்கள் அந்த அம்புக் குறிகளைத்தொடர்ந்து சென்றனர்.

உள்ளே நீண்ட தூரம் சென்றபோதுதான் எட்காருக்குத் தோன்றியது. யாரோ தங்களை வேண்டுமென்றே அந்தக் காட்டிற்குள் அழைத்துச் செல்கின்றனர் என்று. இறுதியாக அவர்கள் வந்து சேர்ந்த இடம் ஓர் உறைந்த ஏரி. ஐஸ் கட்டியால் உறைந்திருக்கும் ஓர் ஏரியின் மேல் இருவரும் நின்றுகொண்டிருந்தனர். திடீரென்று ஏதோ சத்தம். அது ஐஸ் கட்டி உடையும் சத்தம். இருவரது பாரமும் தாங்காமல் ஐஸ் கட்டி உடையத் தொடங்கியிருந்தது. இருவரும் சுதாரிப்பதற்கு முன்னமே ஐஸ்கட்டி உடைந்து மேரி நீருக்குள் விழப்போனாள்!

எட்கார் சட்டென்று மேரியின் கையைப் பிடித்து இழுத்துவிட்டான். இருவரும் ஓடி மீண்டும் காட்டிற்குள் வந்தனர். அப்போது நடந்த விஷயம் அவர்களுக்கு அச்சத்தையும் ஏற்படுத்தியது. தூரத்தில் இருந்து ஒரு பெண்மணி 'ஓவென்று' கத்தும் சத்தம் கேட்டது. இருவருக்கும் தூக்கி வாரிப்போட்டது. சுற்றிப் பார்த்தால் யாரும் இல்லை. மீண்டும் அந்தக் குரல் கத்த ஆரம்பித்தது. இருவரும் அலறி அடித்துக்கொண்டு காட்டைவிட்டு வெளியே வந்து வீட்டை நோக்கி ஓடினார்கள். வீட்டை அடைந்ததும் மேரி நேராகச் சென்று தன் அக்காவிடம் நடந்தவற்றைக் கூறினாள்.

ஜோனும், ஆலன் வீட்டினரும் இவர்கள் சொல்லும் கதையை நம்பவில்லை. குழந்தைகள் ஏதோ கற்பனை செய்துகொண்டு உளறுகின்றனர் என்று விட்டுவிட்டனர். ஆனால் மேரியின் அக்கா இஸபெல்லுக்கு மட்டும் சந்தேகம். சரி நாமே நேரில் போய்ப் பார்த்து ஊர்ஜிதம் செய்துவிடலாம் என்று எண்ணி அவள் காட்டிற்குள் சென்றாள். அங்கே குழந்தைகள் கூறியது போலவே அம்புக்குறிகள் தரையில் இருந்தன. அவற்றைப் பின் தொடர்ந்து சென்றபோது ஏரியும் இருந்தது. ஏரிக்குள் பார்த்த இஸபெல்லின் உடல் அதிர்ச்சியில் உறைந்தே போனது. ஏரியில் உறைந்த ஐஸ் கட்டிகளின் நடுவில் ஒரு குழந்தையின் முகம் தென்பட்டது. இறந்துபோன அக்குழந்தையின் உடல் பிணமாக உறைந்துகிடந்தது!

உச்ச வேகத்தில் வீட்டிற்குத் திரும்பிய இஸபெல்லா போலீஸுக்குப் புகார் தெரிவித்தாள். போலீசார் வந்து அந்த இடத்தை ஆராய்ந்தனர். விசாரித்தபோது அந்த ஏரியில் உறைந்து பிணமாய் கிடந்த குழந்தையின் பெயர் கேரோல் மெக்லீன் என்று தெரிய வந்தது. கேரோலுக்கு 6 வயது. அருகில் இருந்த கிராமத்தில் வசிக்கும் ஒரு விவசாயியின் மகள். 6 நாட்களுக்கு முன்னர்தான் தன்னுடைய மகள் காணாமல் போனதாக அந்த விவசாயி புகார் அளித்திருந்தார். அப்பொழுது அந்தப் பகுதி முழுவதும் தேடிப் பார்த்தும் அவர்களால்

கேரோலைக் கண்டுபிடிக்க முடியவில்லை. இப்போது அந்தக் குழந்தைதான் ஏரியில் மூழ்கி இறந்து, உறைந்துபோய் கிடந்தாள்.

அப்படி என்றால் அங்கே காட்டிற்குள் கேட்ட பெண்ணின் குரல் இந்த சிறுமியுடையதுதானா? இந்தச் சிறுமிக்கும் அம்புக் குறிகளுக்கும் ஏதும் சம்பந்தம் இருக்கிறதா? ஜான் ஆலன் விசாரிக்க உத்தரவிட்டார்.

அதன்பின் தான் அந்த உண்மை தெரியவந்தது. அந்தப் பகுதியில் பல ஆண்டுகளுக்கு முன் நெல்லி என்ற பெண் வசித்து வந்தாள். அவள் செய்த ஏதோ ஒரு குற்றத்திற்குத் தண்டனையாக அப்பகுதி கிராமத்தினர் அவளை அழைத்துச் சென்று ஏரியில் மூழ்கடித்துக் கொலை செய்தனர். அதன் பின் கோபம் தீராத அந்த நெல்லியின் ஆவி அப்பகுதியில் உள்ள குழந்தைகளைத் தொடர்ந்து பலி வாங்கி வருகிறது. குழந்தைகளை வசீகரிக்க அம்புக் குறிகளை தரையில் வரைந்து அவர்களை ஏரிக்குள் ஈர்த்துக் கொலை செய்துவிடுகிறது. அதுவரை அந்த ஏரியில் 9 குழந்தைகள் மூழ்கி இறந்ததாகத் தெரியவந்தது. நெல்லியின் சூழ்ச்சியில் இருந்து தப்பித்த 2 குழந்தைகள் மேரியும், எட்காரும் மட்டும்தான். அதன் பின் அந்த ஏரியைச் சுற்றித் தடுப்பு அமைக்கப்பட்டது. பொதுமக்கள், குறிப்பாகக் குழந்தைகள் அந்தப் பகுதிக்குச் செல்லக்கூடாது எனத் தடை விதிக்கப்பட்டது.

அதன்பிறகு அந்தச் சிறுமி மேரி என்ன ஆனாள் என்று யாருக்கும் தெரியவில்லை. ஆனால் அந்த எட்கார் வளர்ந்து உலகம் போற்றும் பெரிய எழுத்தாளர் ஆனார். அந்த 6 வயது எட்கார் தான் பின்னாளில் உலகம் முழுவதும் பிரபலமாக அறியப்பட்ட எழுத்தாளர் எட்கார் ஆலன் போ! அவருடைய எழுத்து மர்மம் மற்றும் அமானுஷ்யக் கதைகளுக்குப் பெயர் பெற்றது. தனது புத்தகம் ஒன்றில் சிறு வயதில் தான் சந்தித்த அந்த நிஜச் சம்பவம்தான், அவரை எழுதத் தூண்டியது என எட்கார் ஆலன் போ தெரிவித்துள்ளார்.

•

27

கார் பந்தயத்தில் கலந்துகொண்ட ஆவி

மே *5, 1963*-ஆம் ஆண்டு. ஜப்பானியக் கார் பந்தய வீரர்களுக்கு அது கொண்டாட்டமான நாளாக இருந்தது. உலகப்போருக்குப் பின் அந்நாட்டின் முதல் கிராண்ட் பிரிக்ஸ் என்ற கார் பந்தயப் போட்டி நடந்து கொண்டிருந்தது. நகோயாவில் இருந்த அல்ட்ரா மாடர்ன் சுச்கா என்ற இடத்தில் அது நடைபெற்றது. மைதானத்தில் மக்கள் கூட்டம் அலை மோதியது. வந்தவர்களில் முக்கால் வாசிக்கும் அதிகமானோர் ஒரே ஒருவரைப் பார்ப்பதற்காகவே வந்திருந்தனர். ஒருவரது பெயரை மட்டுமே உச்சரித்தனர். அவர்தான் கார் பந்தய வீரர் மசாவோ அசானோ. பொதுமக்கள் மட்டுமில்லை, கார் பந்தய நிபுணர்களும்கூட அவர்தான் வெற்றி பெறுவார் என அடித்துக் கூறினர். அப்படி ஒரு பெரும் ஆதரவு அவருக்கு இருந்தது.

அன்று மசாவோ செய்த ஒரு செயல் மக்களை அதிர்ச்சிக்கு உள்ளாக்கியது. மசாவோ அன்று வெள்ளை நிற ஆஸ்டின் ஹிலி என்ற காரை ஓட்ட இருந்தார். ஆனால் அதுவல்ல பிரச்னை. அவர் அந்தக் காருக்குத் தேர்வு செய்திருந்த பந்தய எண் 42. அதுதான் பிரச்னை. அதில் என்ன பிரச்னை? ஜப்பான் கலாச்சாரத்தில் 42 என்பது ஓர் ஆபத்தான, துரதிர்ஷ்டம்

வாய்ந்த எண். ஜப்பானியர்கள் பொதுவாக 42 என்ற எண்ணைத் தவிர்க்கவே பார்ப்பார்கள். ஏன்? அராபிக் எண்களின் படி 42 என்ற எண்ணை ஜப்பானிய மொழியில் மொழிபெயர்ப்பு செய்தால் 'ஷி நி' என்று வரும். அப்படி என்றால் ஜப்பானிய மொழியில் 'மரணம் கொள்' என்று அர்த்தம். அவர்களின் நாட்டுப்புறக்கதைகளின்படி ஜப்பானியர்களுக்கு மரணத்தைக் கொண்டு வரும் கடவுளின் பெயரும் 'ஷி நிகாமி'. நமது ஊர் எமன் போல.

இந்த 42 என்ற எண்ணைத்தான் அன்று, மாசாவோ அசானோ தனது கார் பந்தய எண்ணாகத் தேர்வு செய்திருந்தார். அவர் ஓட்ட இருந்த காரில் அந்த எண் பெரிதாக வரையப்பட்டிருந்தது. இதுகுறித்து அசானோ பெரிதாக அலட்டிக் கொள்ளவில்லை. கேட்டதற்கு பழைய கட்டுக்கதைகள், மூடநம்பிக்கைகளின் மேல் எனக்கு நம்பிக்கை இல்லை என்று ஒரே வரியில் முடித்து விட்டார்.

போட்டி தொடங்கியது. அனைத்துக் கார்களும் பந்தயக் கோட்டில் இருந்து கிளம்பின. முதல் சுற்றில் அனைவரும் எதிர்பார்த்தபடி அசானோவின் கார் பிற கார்களை முந்திக்கொண்டு சென்றது. அடுத்தடுத்த சுற்றுகளிலும் அசானோவின் கார் தான் முன்னிலை வகித்தது. மற்ற கார்கள் அவருக்குப் பக்கத்தில்கூட நெருங்க முடியவில்லை. பின்னால் தூரத்தில் வந்துகொண்டிருந்தன. கடைசிச் சுற்று. போட்டி முடியும் இடத்திற்கு முன்னே வரும் வளைவில் அசானோவின் ஆஸ்டின் ஹிலி மணிக்கு 130 மைல்கள் வேகத்தில் வந்து திரும்பியபோது, கட்டுப்பாட்டை இழந்தது. தூக்கி எறியப் பட்ட கார் ஓடுதளத்தில் சுழன்றபடியே சென்றது. பந்தயத்திற்காகப் போடப்பட்டிருந்த தடுப்புகளை இடித்துத் தள்ளியபடி மக்கள் கூடியிருந்த இடத்திற்கு முன்னால் பறந்து சென்று நொறுங்கிப்போய் விழுந்தது. பாதுகாப்பு அதிகாரிகள் காரை நெருங்கியபோது உள்ளே இருந்த அசானோ ஏற்கெனவே இறந்துபோய் இருந்தார்.

ஒருவாரம் கழித்து ஜப்பானில் உள்ள அனைத்துக் கார் பந்தயப் போட்டிகளையும் கட்டுப்படுத்தும் ஜப்பான் ஆட்டோ ஃபெடரேஷன் என்ற கட்டுப்பாட்டு வாரியம், அந்நாடு முழுவதும், கார் பந்தயப் போட்டிகளில் 42 என்ற எண்ணை பயன்படுத்துவதற்குத் தடை விதித்து உத்தரவிட்டது. அதன்பின் அங்கு யாரும் அந்த மரண எண்ணைப் பயன்படுத்தவில்லை.

ஒரு வருடம் கழித்து மீண்டும் விபத்து நடந்த அதே மைதானமான சுஸுகோ சர்க்கியூட்டில் இரண்டாம் கிராண்ட் பிரிக்ஸ் கார் பந்தயப் போட்டி நடைபெற்றது. இது முதல் போட்டியைவிடப்

பிரம்மாண்டமாக நடத்தப்பட இருந்தது. அந்தப் போட்டியைக் காண ஒரு லட்சத்திற்கும் அதிகமானோர் கூடியிருந்தனர். மொத்தம் 25 சுற்றுகள். இரண்டு சிறப்பு அதிகாரிகள் நியமிக்கப்பட்டு போட்டியில் பங்குபெறும் ஒவ்வொரு காரையும் நன்கு சோதனை செய்தனர். மேலும் போட்டியின் துல்லியம் குறித்து அறிய கண்ட்ரோல் அறை ஒன்றும் அமைக்கப்பட்டது. அதன் மூலம் ஒவ்வொரு கார்களையும் தனியாகவே கண்காணிக்க முடியும். அந்தக் கார்கள் ஓடும் வரிசை, ஒவ்வொரு காரும் ஒரு சுற்றை முடிக்கும் நேரம், ஒரு காருக்கும், அடுத்த காருக்கும் இருக்கும் தூரம் ஆகியவற்றைத் துல்லியமாக அளவிட முடியும்.

போட்டி தொடங்கியது. கார்கள் சீறிப் பறந்தன. கட்டுப்பாட்டு அறையில் இருந்தவர்கள் கார்களை நோட்டமிட்டபடி இருந்தனர். போட்டியில் எந்த அசம்பாவிதமும் இல்லை. நல்லபடியாக நடந்து முடிந்தது. அனைவருக்கும் மகிழ்ச்சி. போட்டிக்குப் பிறகு கட்டுப் பாட்டு அறையில் பதிவு செய்யப்பட்ட வீடியோக்களை ஆராய்ந்த போதுதான் அந்த அதிசயக் காட்சி கண்ணில் பட்டது. கார் பந்தயம் நடைபெற்றுக்கொண்டிருந்தபோது திடீரென்று தோன்றிய கார் ஒன்று மற்ற அனைத்துக் கார்களையும் முந்திக்கொண்டு சென்றது. அந்தக் காரின் எண் 42!

அந்தக் கார் 25 சுற்றுகளையும் வெறும் 8 நிமிடத்தில் கடந்து சென்றது. ஆனால் அந்தக் காரை மைதானத்தில் பலரும் பார்க்கவில்லை. காரணம் அந்தக் கார் சென்ற வேகம். ஆனால் போட்டி நடக்கும் போதே சிலர் மட்டும் 42 என்ற எண்ணைக் கொண்ட கார் ஒன்று மைதானத்தில் செல்வதாகக் கூறியபோது யாரும் நம்பவில்லை; அதிகாரிகள் உட்பட. கார்கள் சென்ற வேகத்தை ஆராய்வதற்காக அவர்கள் ஆய்வு செய்துகொண்டிருந்தபோதுதான் இந்த 42 என்ற எண்ணைக் கொண்ட கார் கண்ணிலேயே பட்டது. உண்மையில் அன்று போட்டி நடைபெற்றபோது 42 என்ற எண்ணில் யாரும் போட்டியில் கலந்துகொள்ளவும் இல்லை. அந்த எண்ணுக்குத்தான் தடை விதிக்கப்பட்டிருக்கிறதே? பிறகு யாராக இருக்கும்?

இன்று வரையும் அந்தக் காட்சி மர்மம் வாய்ந்ததாகவே இருக்கிறது. கார் பந்தயப் போட்டியில் தீரா விருப்பம் கொண்ட, ஆனால் தன் போட்டியை முடிக்கும் முன்பே இறுதித் தறுவாயில் உயிரை விட்ட மசாவோ அசானோதான் தனது 42-ஆம் எண் காரில் ஆவியாக வந்து போட்டியை முடித்ததாகக் கூறப்படுகிறது! நம்பினால் நம்புங்கள்!

•

28

முன் ஜென்ம ஞாபகங்கள்

1955-ஆம் வருடம். இந்தியாவில் மேற்கு வங்க மாநிலத்தின் கம்பா என்ற பகுதியில் ஒரு குடிசை வீடு. அந்த வீட்டின் நடு அறையில் தொட்டிலில் சுக்லா குப்தா என்ற 18 மாதக் குழந்தை ஒன்று ஆடியபடி இருந்தது. அந்தக் குழந்தையின் தாயார் அதைத் தூங்கவைப்பதற்காகத் தொட்டிலை ஆட்டியபடி இருந்தார். அந்தக் குழந்தை திடீரென்று தனது கையில் இருந்த சிறிய தலையணை ஒன்றைக் கட்டியணைத்தபடி 'மினு' என்று கூறியது. அங்கிருந்தவர்களுக்கு எல்லாம் மகிழ்ச்சி. குழந்தை எதுவோ பேசுகிறது. மழலைப் பேச்சு. அந்தக் குழந்தையை மேலும் பேசவைத்து மகிழ்வதற்காகக் குழந்தையின் பெற்றோர்கள், 'யார் அந்த மினு?' என்று கேட்டனர். உடனே அந்தக் குழந்தை 'என்னுடைய மகள்' என்று பதிலளித்தது!

குழந்தை ஏதோ புரியாமல் பேசுகிறது என்று முதலில் விளையாட்டாகக் கடந்து சென்ற பெற்றோருக்கு நாள் போகப் போக அதிர்ச்சி கூடிக்கொண்டே போனது. அடுத்த 3 வருடங்களில் அந்தக் குழந்தை வளர வளர மினு என்ற தனது மகளைக் குறித்தே பேசியது. தனக்கு ஒரு கணவன் இருந்ததாகவும், மினு என்ற ஒரு குழந்தையும் இருந்ததாகவும் 3 பேரும் மகிழ்ச்சியாக

வாழ்ந்தோம் எனக் கூறியது. பெற்றோர்களுக்குப் பயம் தொற்றிக் கொண்டது. இது ஏதேனும் ஆவியின் வேலையாக இருக்குமா? குழந்தைகளையும் பேய் பிடிக்குமா? இதுகுறித்து மேலும் விசாரித்தபோது தன்னுடைய பெயர் மனா என்றும் தான் இறந்துபோய் மறு ஜென்மம் எடுத்து தற்போது சுக்லா குப்தாவாக பிறந்திருப்ப தாகவும் அக்குழந்தை கூறியது!

கடந்த ஜென்மத்தின் தனது கணவர், அவரது சகோதரர்கள் கிட்டு, கருணா மற்றும் தனது மகள் மினு ஆகியோர் ஒரே வீட்டில் இருந்ததாகச் சொன்னது. இன்றும் அவர்கள் 11 மைல்கள் தொலைவில் உள்ள பாத்பாரா என்ற பகுதியில் ரத்டலா என்ற இடத்தில் வாழ்ந்து வருவதாகவும் தெரிவித்தது.

சுக்லா வளரத் தொடங்கியவுடன் தன்னை ரத்டலாவுக்கு அழைத்துச் செல்லும்படியும் கூறினான். ஆனால் அவனது குடும்பத்தினருக்கு அந்த மாவட்டம் எங்கு இருக்கிறது என்றே தெரியவில்லை. அதற்கு சுக்லா தனக்கு அந்த இடத்திற்கான வழி தெரியும் என்றும் தானே அவர்களை அழைத்துச் செல்வதாகவும் கூறினான். அதன் பின் சுக்லாவின் தந்தை அந்த இடத்தைக் கண்டுபிடிக்க வேண்டும் என்று தீர்மானமாக இறங்கினார். விசாரித்துப் பார்த்ததில் அப்படி ஓர் இடம் உண்மையிலேயே இருப்பது தெரியவந்தது. மேலும் அங்கு கிட்டு என்பவர் வாழ்ந்து வருவதும் தெரிந்தது.

கிட்டுவின் அண்ணனுக்கு மனா என்ற ஒரு மனைவி இருந்ததாகவும், அவர் சில வருடங்களுக்கு முன் இறந்து விட்டதாகவும் அப்பகுதியில் உள்ளவர்கள் கூறினர். அவர்களுக்கு மினு என்ற மகள் இருப்பதையும் உறுதிப்படுத்தினர். இதனை அறிந்துகொண்ட சுக்லாவின் தந்தை இரு குடும்பத்தினரும் சந்திப்பதற்கான ஏற்பாடுகளைச் செய்தார்.

1959-ஆம் ஆண்டு இரு குடும்பமும் சந்தித்தது. சுக்லாவுக்கு அந்த மாவட்டத்திற்குச் சென்றதுமே தனது முந்தைய ஜென்ம வீட்டிற்கு வழி தெரிந்துவிட்டது. அவர்களது வீட்டிற்குள் சென்றதும் தனது கடந்த கால மாமனார் மற்றும் அங்கிருந்த அனைவரையும் அடையாளம் காணமுடிந்தது.

இதில் ஆச்சரியமான விஷயம் என்னவென்றால் சுக்லா அந்த வீட்டிற்குச் சென்றதும் தனது முன் ஜென்மக் கணவனின் சகோதரனைப் பார்த்து கருணா என்று கூறினான். ஆனால் அங்கிருந்த அக்கம்பக்கத்தினருக்கே அவனது உண்மையான பெயர் கருணா என்று தெரியவில்லை. அனைவரும் அவனைக் குட்டு என்றே அழைத்து வந்தனர்.

மேலும் சுக்லா, அதாவது முன் ஜென்மத்தில் மனா, அந்த வீட்டில் இருந்த பல பொருள்களையும் ஞாபகம் வைத்திருந்தாள். தனது குழந்தை மினுவின் துணிகளை எடுத்துப் பார்த்தபோது உணர்ச்சி வேகத்தில் அவள் முகத்திலிருந்து கண்ணீர் வழிந்தது. மேலும் தனது கணவரையும், மகளையும் பார்த்தபோது இருவரையும் கட்டியணைத்துக் கொண்டாள். தனது மகளை மகிழ்வுடன் முத்தமிட்டாள். ஆசை தீர மகளே என அழைத்தாள். இதில் சுவாரஸ்யமான விஷயம் என்னவென்றால் அவளது மகள் மினுவிற்குச் சுக்லாவை விட வயது அதிகம்!

இந்த விஷயம் குறித்த செய்தி சுற்றுப்புறம் முழுவதும் பரவத் தொடங்கியது. அனைவருக்கும் ஆச்சரியம். பத்திரிக்கைகள் இந்த விஷயம் குறித்து எழுதித் தள்ளின. மேலும் பத்திரிக்கைகள் நடத்திய விசாரணையில் சுக்லா குடும்பத்தினரோ அல்லது மினுவின் குடும்பத்தினரோ பொய் சொல்லவில்லை என்று தெளிவாக தெரிந்தது. அவர்கள் பணத்திற்காகவோ அல்லது வேறு லாபத்திற்காகவோ பித்தலாட்டமும் செய்யவில்லை. சுக்லாவின் தற்போதைய குடும்பத்தினர், முன் ஜென்மக் குடும்பத்தினர் ஆகியோரிடம் கேட்கப்பட்ட கேள்விகளிலிருந்து அவர்கள் உண்மையைத்தான் கூறினார்கள் என்று தெரியவந்தது.

இது சாத்தியம்தானா? உண்மையில் முன் ஜென்மம் என்பது உண்டா? அப்படி இருந்தாலும் முன் ஜென்மத்தின் நினைவுகள் ஒரு மனிதனின் அடுத்த ஜென்மத்திலும் தொடருமா?

அமெரிக்காவின் விர்ஜினியா பல்கலைக்கழகப் பேராசிரியர் ஐயன் ஸ்டீவன்சன் என்பவர் இதுபோன்ற முன் ஜென்மங்கள் குறித்து ஆய்வு செய்பவர். இவருடைய நூற்றுக்கணக்கான ஆய்வுகளில் ஒன்றுதான் சுக்லாவின் சம்பவமும்.

கால் நூற்றாண்டாக ஸ்டீவென்சன் குழந்தைகளுக்கு வரும் முன் ஜென்ம நினைவுகள் குறித்த ஆய்வைச் செய்து வந்தார். குழந்தைகள் தங்கள் முன் ஜென்ம குடும்பத்தினரை நினைவு கொள்வதும் அல்லது தாங்கள் வேலை செய்த இடம், அங்குள்ளவர்களை நினைவு கூர்வதும், குறைந்தபட்சம் அவர்கள் தங்கியிருந்த வீடு, முகவரியை மட்டுமாவது நினைவு கொள்வதும் அவரது ஆய்வுகளில் தெரிய வந்தது.

இதுகுறித்த ஆய்வில் இந்தக் குழந்தைகள், அவர்களுடைய தற்போதைய ஜென்மத்தில் பார்த்தே இல்லாத (ஆனால் கடந்த

ஜென்மத்தில் தெரிந்த) மனிதர்கள்பற்றி பல விஷயங்களை அறிந்து வைத்திருப்பதையும், பல வருடங்களுக்கு முன்பு இறந்தவர்களைப் பற்றிய தகவல்களைச் சரியாகக் கூறுவதாகவும் தெரிவித்துள்ளார். இந்தச் சம்பவங்கள் மூலம் உண்மையான மறு ஜென்மம் என்று இருக்கலாம் என்றும் தெரிவித்தார்.

ஆனால் நெதர்லாந்தைச் சேர்ந்த டைடஸ் மற்றும் எஸ்தெபன் ரிவர்ஸ் என்ற இரு ஆய்வாளர்கள் ஸ்டீவன்சனின் பல ஆய்வுகளைக் கேள்வி எழுப்பியுள்ளனர். குறிப்பாகக் குழந்தைகள் தங்கள் முன் ஜென்ம நினைவுகள் என்று கூறுபவை அனைத்தும் அந்தக் குழந்தைகளின் குடும்பத்தினர் சந்தித்த மனிதர்களைக் குறித்த தகவல்கள் என்று கூறுகின்றனர். இந்தத் தகவல்கள் அந்தக் குழந்தைகளின் ஆழ்மனதில் பதிவானவை. அவர்கள் வளரும்போது அவை சுயநினைவுக்கு வருவதாகவும் தெரிவித்தனர்.

ஆனால் சுக்லாவின் சம்பவத்தில் அந்த நெதர்லாந்து ஆய்வாளர்களால் பதிலளிக்க முடியவில்லை. அவர்கள் கொடுக்கும் விளக்கத்திற்கு அப்பாற்பட்டதாக சுக்லாவின் சம்பவம் இருந்தது.

சுக்லா சம்பவம் போலவே வேறு ஒரு சம்பவமும் அவர்களது விளக்கத்திற்கு அப்பாற்பட்டு இருந்தது. இந்த முன் ஜென்மச் சம்பவமும் இந்தியாவிலேயே நடந்திருந்தது.

1955-ஆம் வருடம். இந்தியாவில் தர்பங்கா என்ற இடத்தில் இருந்து 25 மைல்கள் தொலைவில் பஹேரா என்ற கிராமம் அமைந்துள்ளது. அங்குப் பிறந்த குழந்தைதான் கும்கும் வர்மா. கும்கும் வர்மாவிற்கு மூன்றரை வயது இருக்கும்போது அவள் தனது முன் ஜென்ம நினைவுகள் குறித்துப் பேசத்தொடங்கினாள்.

அவள் தான் தர்பங்கா மாவட்டத்தில் உருது பஜார் என்ற இடத்தில் வாழ்ந்ததாகவும், அங்கே பொற்கொல்லர் ஒருவரைக் காதலித்துத் திருமணம் செய்துகொண்டதாகவும் கூறினாள். ஆனால் அந்தத் திருமணம் அவளது பெற்றோர்களுக்குப் பிடிக்கவில்லை. அவள் தாழ்த்தப்பட்ட ஜாதியைச் சேர்ந்த ஒருவரைத் திருமணம் செய்துகொண்டதால் அவளது தந்தை அவளை வீட்டை விட்டுத் துரத்திவிட்டார். பின் இருவரும் வீட்டை விட்டுத் தனியாக வாழ்ந்தனராம். அந்தத் தம்பதியினருக்கு மிஷிரி லால் என்று ஒரு மகன் பிறந்தான். அவனும் வளர்ந்து ஒரு பொற்கொல்லன் ஆனான். அவனுக்கும் கௌரி ஷங்கர் என்ற மகன் பிறந்தான். இப்படிச் சந்தோஷமாகச் சென்ற தனது வாழ்க்கையில் குடும்பத்தில் ஏற்பட்ட

ஒரு தகராறின் காரணமாக, தான் விஷம் வைத்துக் கொல்லப்பட்டதாக கும்கும்வர்மா பரபரப்பு வாக்குமூலம் ஒன்றைத் தந்தாள்!

ஆனால் இதுகுறித்து கும்கும்மின் குடும்பத்தினர் நம்புவதாக இல்லை. அவள் பாட்டி சொல்லும் கதைகளைக் கேட்டுவிட்டு தனக்கே நடந்ததாகக் கற்பனை செய்து கூறுகிறாள் என அவர்கள் நினைத்தனர். கும்கும் தனது முன் ஜென்மத்தைப் பற்றிப் பேசும்போதெல்லாம் தன்னை 'சுனரி' என்று அழைக்கும்படிச் சொல்லுவாள். 'சுனரி'க்கு 'அழகு' என்றும் அவர்கள் மொழியில் ஒரு பெயருண்டு அதனால் தன்னை அழகி என்று அழைக்கும்படி அவள் கேட்பதாக நினைத்து அவளை 'சுனர்' என்றே அழைத்தனர்.

கும்கும் வெர்மாவின் தந்தை டாக்டர் வெர்மாவுக்கு ஒருநாள் சந்தேகம் வந்தது. தனது மகள் ஏன் முன் ஜென்மம் என்று ஒரு கதையையே திரும்பத் திரும்பக் கூறுகிறாள். அதைப்பற்றி விசாரித்தால் என்ன என்று நினைத்தார். 1959-ஆம் ஆண்டு டாக்டர் வெர்மா நடத்திய விசாரணையில் கவுரி சங்கர் என்ற பொற்கொல்லன் ஒருவன் உருது பஜாரில் இருப்பது தெரிய வந்தது. அவனிடம் அவனது தந்தை குறித்து விசாரித்தபோது அவரது பெயர் மிஷரி லால் என்று கூறினான்! இதை விட ஆச்சரியம் அவனது பாட்டி பற்றி அவன் கூறிய தகவல்கள்தான். அவனது பாட்டியின் பெயர் குறித்து அவனை விசாரித்தபோது அவன் கூறியது சுந்தரி! அதாவது கும்கும் வெர்மா தன்னை அழைக்கச் சொன்னது 'சுனரி' இல்லை. தனது முன் ஜென்மப் பெயரான சுந்தரி என்றுதான் அழைக்கச் சொல்லியிருக்கிறாள்!

கவுரி சங்கரின் தந்தை மிஷிரி லால் உயிருடன்தான் இருந்தார். அவரிடம் சென்று பேசியபோது கும்கும் சொன்ன அனைத்துத் தகவல்களும் உண்மைதான் என அவர் ஆச்சரியத்துடன் உறுதி செய்தார். சுந்தரி 1900-ல் பிறந்து 1950-ல் இறந்தார். அவருக்கு இரண்டு குழந்தைகள். மிஷிரி லால் முதல் கணவருக்குப் பிறந்த மகன். தனது முதல் கணவர் இறந்தவுடன் சுந்தரி இரண்டாம் திருமணம் செய்துகொண்டார். இங்கேதான் பிரச்னை ஆரம்பித்தது.

மிஷிரி லாலுக்குத் தனது தாய் இரண்டாம் திருமணம் செய்து கொண்டது பிடிக்கவில்லை. அவரது தாய் சுந்தரியின் இரண்டாம் கணவர் தங்கள் குடும்பச் சொத்து முழுவதையும் கைப்பற்ற நினைத்ததாகக் கூறினார். 1950-ஆம் ஆண்டு தனது இரண்டாவது தந்தைமீது வழக்கு ஒன்றைத் தொடர்ந்தார். சுந்தரியையே சாட்சிக்கு அழைத்திருந்தார். ஆனால் வழக்கு நடைபெற இருந்த தேதிக்கு முன்னர் சுந்தரி திடீரென்று இறந்துவிட்டார். இப்போது சுந்தரியின்

மறுஜென்ம வாக்குமூலத்தின் மூலம் தனது இரண்டாவது தந்தையின் தங்கைதான் அவரைக் கொலை செய்ததாக தெரிய வருகிறது என்றார்.

இந்தச் சம்பவம் குறித்துச் சந்தேகம் அடைந்த கும்கும்மின் தந்தை வெர்மா, தனியார் துப்பறியும் நிறுவனம் ஒன்றை அணுகி விசாரிக்கச் சொன்னார். அவர்கள் நடத்திய விசாரணையில் கும்கும் சொன்னதும், மிஷிரி லால் சொன்னதும் அப்பழுக்கில்லாத உண்மை என்று தெரிய வந்தது. அவர்கள் கூறிய எந்த விஷயமும் உண்மைக்குப் புறம்பாக இல்லை.

இந்தச் சம்பவத்தை ஆய்வு செய்த பேராசிரியர் ஸ்டீவன்சனும் கும்கும்மின் சம்பவத்தில் சந்தேகமும் இல்லை என்று உறுதி கூறினார். கும்கும்மின் கதைக்குப் பின் எந்த உள்நோக்கமும் இல்லை. மேலும் கும்கும் குடும்பத்தினருக்கும், மிஷிரி லால் குடும்பத்தினருக்கும் எந்த முன் தொடர்பும் இல்லை என்றும் தெரிவித்தார்.

இதே போல வேறு ஒரு சம்பவமும் ஸ்டீவன்சன் நடத்திய ஆய்வில் சுவாரஸ்யமானது.

இந்தச் சம்பவம் 1956-ஆம் ஆண்டு இலங்கையில் நடைபெற்றது. ஞானதிலகா என்ற பெண் குழந்தை தனக்கு ஒரு வயதாகும்போது பேசத்தொடங்கியது. ஒன்றரை வயதில் தனக்கு மற்றொரு தாய் தந்தை இருப்பதாகக் கூறியது. இரண்டாவது வயதில் அந்தத் தாய் தந்தையர் தனது முன் ஜென்மத் தாய் தந்தையர் எனத் தெளிவாகக் கூறியது.

ஞானதிலகா, தலவாகேலே என்ற கிராமத்தில் தனது தாய் தந்தையர் இருப்பதாகக் கூறினாள். அந்தக் கிராமம் அவர்கள் இருந்த இடத்திற்கு 16 மைல்களுக்குத் தொலைவில் இருந்தது. மேலும் தனது முன் ஜென்மத்தில் அவளுக்கு இரண்டு சகோதரர்கள் இருந்ததாகவும், சகோதரிகள் இருந்ததாகவும் கூறினாள். அவர்களது பெயரையும் ஒன்றுவிடாமல் தெரிவித்தாள். மேலும் தான் முன் ஜென்மத்தில் ஒரு சிறுவனாக வாழ்ந்ததாகவும் கூறினாள்.

அவளது இந்தத் தகவல்கள் சுற்றுவட்டாரத்தில் பேச்சுப் பொருளானது. அந்தக் கிராமத்தைச் சேர்ந்த பாதிரியார் ஒருவர் இந்தச் சம்பவம் குறித்து விசாரிக்க நினைத்தார். பின் அவரது விசாரணையில் அப்படி ஒரு குடும்பத்தினர் இருப்பதைக் கண்டுபிடித்தார். அதாவது ஞானதிலகா பிறப்பதற்கு 15 மாதங்களுக்கு முன்னர் அவள் கூறிய குடும்பத்தில் ஒரு சிறுவன் இறந்துபோய் இருந்தான். அந்தச் சிறுவனின் பெயர் திலக ரத்னே!

1961-ஆம் ஆண்டு ஞான திலகா அந்தக் குடும்பத்தினரைச் சந்திப்பதற்கான ஏற்பாடுகள் செய்யப்பட்டன. தனது முன் ஜென்ம வீட்டிற்குச் சென்ற ஞான திலகா அந்தக் குடும்பத்தில் இருந்த ஏழு பேரையும், அந்தக் குடும்பத்தைச் சேராத இரண்டு கிராமத்தினரையும் சரியாக அடையாளம் கண்டுபிடித்துக் கூறினாள். தனது முன் ஜென்மத் தாயாரையும், அவளது முன் ஜென்ம ஆசிரியரையும் அன்போடு கட்டிக்கொண்டாள். தனக்கு மிகவும் பிடித்த ஆசிரியர் அவர்தான் என்று கூறினாள். அந்த ஆசிரியர், தான் தனது பள்ளி மாணவ, மாணவிகளிடம் அன்பாக இருந்ததாகவும், அனைவரையும் மரியாதையாக நடத்தியதாகவும் கூறினார். விசாரித்ததில் ஞான திலகா கூறியது உண்மைதான் எனத் தெரிந்தது.மேலும் அங்கு அவள் அடையாளம் கண்டு கொண்ட குடும்பத்தினர் ஒவ்வொருவர் குறித்தும் அவள் சரியான தகவல்களைக் கூறினாள்.

இதைப்போலவே ஞானதிலகாவிற்கும், அவளது முன் ஜென்மப் பிறவியான திலக ரத்னேவுக்கும் ஆச்சரியப்படத்தக்க வேறு பல ஒற்றுமைகளும் இருந்தன.

சிறுவனாக இருந்த திலக ரத்னே பெண்களைப் போல சுபாவம் கொண்டவன். தான் படித்த பள்ளிக்கூடத்தில் அவன் அதிகம் பெண் தன்மை கலந்த சிறுவனாகவே அறியப்பட்டான். அதேபோல ஞானதிலகாவோ ஆண் தன்மை மிக்கவளாக இருந்தாள்! அவளது பெற்றோர் ஞானதிலகாவிற்குக் குரலும் ஆண்களைப் போல உள்ளது என்றே கருதினர். மேலும் மற்ற பெண் குழந்தைகளைப்போல இல்லாமல் ஞானதிலகா ஆண் குழந்தைகள் அணியும் ஆடையையே அணிய விரும்பினாள். இரு குழந்தைகளுக்கும் பிடித்த நிறம் என்று நீல நிறமே அறியப்பட்டது. மேலும் இதைவிட அதிர்ச்சிக் குள்ளாக்கும் ஒற்றுமை ஒன்று இருந்தது. திலக ரத்னேவுக்குப் பத்து வயது இருந்தபோது அவன் மாடியில் விளையாடிக் கொண்டிருந்தான். அப்போது உயரத்தில் ஒரு மூலையில் அவன் விளையாடியபோது கால் சறுக்கிக் கீழே விழுந்தான். உடலில் பலத்த அடி பட்டிருந்தது. படுகாயம் அடைந்த அவனை மருத்துவமனைக்கு அழைத்துச் சென்றனர். அங்கு அவனுக்குத் தீவிரச் சிகிச்சை அளிக்கப் பட்டது. இருந்தும் சிகிச்சை பலனளிக்காமல் இறந்து போனான். தற்போது ஞான திலகாவுக்கோ உயரம் என்றால் பயம். கொஞ்சம் உயரமான இடமென்றாலும் அவள் பயந்துகொண்டு அங்கே செல்ல மாட்டாள். அதேபோல அவளுக்கு மருத்துவமனை என்றாலும் பயம். மருத்துவமனை என்று சொன்னாலே அவளுக்குப் பயம் வந்துவிடும் என்று அவளது பெற்றோர் கூறினர்.

முன் ஜென்மத்தில் அவள் திலக ரத்னேவாக இருந்தபோது உயரத்தில் இருந்து விழுந்து, பின் மருத்துவமனையில் அவள் இறந்ததுதான் தற்போது ஞான திலகாவாக பிறந்திருக்கும் அவளுக்கு உயரமும், மருத்துவமனையும் பயமளிப்பதாக ஸ்டீவன்சன் கருதினார். மேலும் இந்தச் சம்பவத்தில் ஸ்டீவன்சன் நடத்திய ஆய்விலும், திலக ரத்னேவின் குடும்பத்தினருக்கும், ஞான திலகாவின் குடும்பத்தினருக்கும் முன் தொடர்பு எதுவும் இருந்ததில்லை. அவர்கள் யாரையும் ஏமாற்றுவதற்காக எந்த விஷயத்தையும் கூறவில்லை என்றே தெரிவித்தார்.

ஆனால் சில சந்தேகவாதிகள் இந்தச் சம்பவத்தை நம்ப மறுத்தனர். அவர்கள் தனியாக சிலரை அமைத்து ஆய்வு செய்தனர். ஆய்வின் முடிவில் அவர்கள் தந்த விடை ஒன்று தான். ஞான திலகா பொய் சொல்லவில்லை. அவள் கூறியது அனைத்தும் உண்மைதான்!

உலகம் முழுவதும் மறுபிறவி பற்றிய ஆய்வுகளும், கதைகளும் சொல்லப்பட்டு வருகின்றன. அவற்றில் பெரும்பான்மையானது பொய் என்றாலும், மேலே நாம் பார்த்தது போன்ற கும்கும்வெர்மா, சுக்லா, ஞான திலகா ஆகியோர் வாழ்க்கையில் நடைபெற்றதை மறுபிறவி என்று விளக்கம் தராமல் வேறு பார்வையில் நம்மால் விளக்கமுடியவில்லை. உண்மையில் மறு பிறவி இருக்கிறதா? இல்லை நமது பெற்றோர்கள் அல்லது மூதாதையர்கள் சந்தித்த மனிதர்கள் குறித்த தகவல்கள் நமது ஆழ்மனதில் பதிந்து பின்னர் வெளிவரும்போது அவற்றை நாம் முன் ஜென்ம நினைவு என்று தவறாக நினைத்துவிடுகிறோமா? விடை தெரியவில்லை.

•

29

ஆப்ரிக்க அடிமையின் சாபம்

18-ஆம் நூற்றாண்டு. இங்கிலாந்தில் லிவர்பூல் நகரத்திற்கு 'அவமானக் கப்பல்கள்' என்று தற்போது அழைக்கப்படும் பல கப்பல்கள் வந்து சென்று கொண்டிருந்தன. அது என்ன அவமானக் கப்பல்கள்? இந்தக் கப்பல்களில் ஆப்ரிக்காவில் இருந்து லட்சக்கணக்கான கறுப்பின மக்கள் அடிமைகளாக மேற்கு இந்திய தீவுகளுக்கும், அமெரிக்காவிற்கும் அழைத்துச் செல்லப்பட்டனர். அப்போது உலகம் முழுவதையும் தன் பிடியில் அமர்த்திய காலனிய நாடுகளுக்கு உழைக்கும் சக்தி அதிகம் தேவைப் பட்டது. இதை ஒரு வாய்ப்பாகக் கருதிய இங்கிலாந்தைச் சேர்ந்த வியாபாரிகள், கறுப்பின ஆண்கள், பெண்கள் மற்றும் குழந்தைகளைக்கூட ஆப்ரிக்க நாடுகளில் இருந்து அடிமைகளாகப் பிடித்து வந்து, கப்பலில் ஏற்றிச் சென்று முதலாளிகளுக்கு விற்று வந்தனர். அன்றைய அட்லாண்டிக் கடலில் கோடிக்கணக்கான ஆப்ரிக்க மக்களை அடிமைகளாக ஏற்றியபடி, கப்பல்கள் பயணம் செய்து வந்தன.

இதில் கொடூரம் என்னவென்றால் இந்தக் கப்பல்களில் அவர்கள் தங்குவதற்கு முறையான அறைகளோ இன்னபிற வசதிகளோ கிடையாது. ஒரு சவப்பெட்டியின் உள்ளே ஓர் உடலை வைக்கக்கூடிய

அளவிற்கு மட்டுமே ஓர் அடிமை இருப்பதற்கான இடம் தரப்பட்டது. அதனால் ஒருவருடைய கழிவுகளிலேயே மற்றவரும் இருக்கும் அவலம் இருந்தது. காய்ச்சல், வயிற்றுப்போக்கு உள்ளிட்ட நோய்கள் சாதாரணமாக இருந்தன. மரண விகிதமும் இந்தக் கப்பல்களில் அதிகம் இருந்தது. உடல்நலம் பாதிக்கப்பட்ட, இறந்த அடிமைகளின் உடல்கள் வியாபாரிகளுக்கு நஷ்டம். அதனால் நோய் வாய்ப்பட்டதாக சந்தேகிக்கப்படும் அடிமைகள் நடுக்கடலிலேயே உயிருடன் வீசப்பட்டனர். சுறாக்கள் அவர்களின் உடலை வேட்டையாடியது.

1781-ஆம் ஆண்டு, நவம்பர் மாதம். ஜோங் என்ற அடிமைக் கப்பல் அட்லாண்டிக் கடலில் பயணித்துக்கொண்டிருந்தது. அந்தக் கப்பலின் கேப்டன் காலிங் உட் என்பவர், 133 அடிமைகளைக் கடலில் வீச உத்தரவிட்டார். ஆனால் அவர்களில் ஒரு சிலர் மட்டுமே நோய் வாய்ப்பட்டிருந்தனர். கப்பலில் இருந்த குடிநீரை சேமிப்பதற்காக நோய்வாய்ப்பட்டவர்களுடன் சேர்த்து இன்னும் சில அடிமைகளையும் கடலில் வீச உத்தரவிட்டார். இப்படியாக மனித உயிரைத் தூசிக்குச் சமமாகக் கருதி குரூரங்களை நிகழ்த்திக் கொண்டிருந்த காலத்தில்தான் விசித்திரமான கொடூரச் சம்பவம் ஒன்று அரங்கேறியது.

1783-ஆம் வருடம் லிவர்பூல் நகரத்திற்கு அமிலியா என்ற அடிமைக் கப்பல் வந்து சேர்ந்தது. அந்தக் கப்பலில் நைஜீரியாவைச் சேர்ந்த பழைய கலாபர் என்ற பகுதியில் இருந்து கறுப்பின மக்கள் அடிமைகளாக அந்தக் கப்பலில் ஏற்றி வரப்பட்டனர். வலுக்கட்டாயமாக அபகரிக்கப்பட்டு அழைத்து வரப்பட்ட அவர்களுக்கு மத்தியில் 13 வயது அபூ என்ற சிறுவனும் இருந்தான். அவனது மாமா ஒபாஹ் என்பவரும் அபுவுடன் அழைத்து வரப்பட்டார். தலைமுடி நரைத்திருந்த அவருக்குக் கண்களும் சரியாகத் தெரியாது. ஆனால் அவருக்கு சிறிது ஆங்கிலம் பேசத் தெரியும் என்பதால் தற்போது இந்தக் கப்பலில் அவரையும் அழைத்து வந்திருந்தனர்.

லிவர்பூலில் இருந்து புறப்பட்ட அந்தக் கப்பல் தற்போது மேற்கு இந்திய நாடுகளை நோக்கி நகர்ந்துகொண்டிருந்தது. நடுக்கடலில் கப்பல் சென்றுகொண்டிருந்தபோது சிறுவன் அபூவிற்கு வலிப்பு வந்தது. அவனுடைய மாமா கப்பலில் இருந்தவர்களிடம் தண்ணீர் கேட்டுக் கெஞ்சினார். ஆனால் அந்த வயதான முதியவரின் வேண்டுதல் அங்கிருந்தவர்களின் காதுகளுக்கு எட்டியும் பதிலில்லை. அதனால் அவரும், வேறு சில அடிமைகளும்

கப்பலிலேயே போராட்டத்தில் ஈடுபட்டனர். அவர்கள் அனைவரும் சங்கிலியில் பிணைக்கப்பட்டிருந்தனர். அதனால் தங்கள் சங்கிலியை நகர்த்தி சத்தம் எழுப்பி போராட்டம் செய்தனர்.

இந்தச் செய்கை அந்த அமிலியா கப்பலின் கேப்டன் மல்லர்டுக்குக் கடும் கோபத்தை ஏற்படுத்தியது. போராடும் அளவிற்கு இவர்களுக்குத் தைரியம் வந்துவிட்டதா என்று மல்லர் கத்தினார். போராட்டத்தில் ஈடுபட்ட அடிமைகளைக் கப்பலின் மேல் தளத்திற்கு அழைத்து வரச் செய்து அனைவருக்கும் உடலில் கசையடி கொடுக்கப்பட்டது. 13 வயது அபுவிற்கும் உடலில் சாட்டையால் அடி தரப்பட்டது. ஏற்கெனவே வலிப்பு வந்திருந்த அபு தற்போது அடி தாங்க முடியாமல் மயங்கி விழுந்தான். இதைப் பார்த்துக் கதறிய ஒபாஹ் கேப்டனின் முன் வந்து, கீழே அமர்ந்து, அபுவை விட்டுவிடும்படி மன்றாடினார். அவனுக்குக் கருணை காட்டி சிறிது தண்ணீர் தரும்படி ஆங்கிலத்தில் வேண்டினார். ஆனாலும் கேப்டன் இதைப் பொருட்படுத்தவில்லை.

ஒபாஹ், இந்த 13 வயதுச் சிறுவன் அபு யார் என்பதை விவரிக்கத் தொடங்கினார். அபுவிற்கு அவ்வப்போது இதுபோன்று வலிப்பு வரும். அப்படி வலிப்பு வரும்போது அவனுக்குச் சில காட்சிகளும் மனதில் தோன்றும். அந்தக் காட்சிகள் எதிர்காலத்தைப் பற்றிய ஆரூடம் என்று ஒபாஹ் கூறினார். மேலும் அபு அவனது பழங்குடி இனத்தின் ஒரு மந்திரவாதி மருத்துவரின் மகன் என்றும், அபுவை மீண்டும் நைஜீரியாவிற்கு அழைத்துச் செல்லாவிட்டால் அந்தக் கப்பலின் கேப்டனுக்கு கொடூர சாபம் ஒன்று வழங்கப்படும் என்றும் கூறினார்.

இதைக் கேட்ட கேப்டன் மல்லார்டு சத்தமாகச் சிரித்தார். சாபமாவது மண்ணாவது! அவன் எனக்குச் சாபம் தரும் முன்னரே அவனது கதையை முடித்துவிடுகிறேன் என்று நேராக அபுவிடம் சென்றார். அவனது கையைப் பிடித்து இழுத்துச் சுழற்றினார். சிறுவன் வலி தாங்காமல் அலறினான். அதைத் தடுக்க வந்த அவனது மாமாவிற்கு சவுக்கடி தரப்பட்டது. பின் அவருடைய கண்களுக்கு எதிராகவே அபுவின் தலையை பிடித்து இழுத்துச் சென்று கடலில் தள்ளினார். கடலின் அலைகளுக்கு இடையே தத்தளித்த சிறுவன் இறந்து போனான்.

இதைப் பார்த்த அவனது மாமா கதறி அழுதார். கேப்டன் மல்லார்டைப் பார்த்துக் கைகளை உயர்த்தி, ‘நீயும் உன் குடும்பத்தினரும் கொடூர சாபத்தால் சபிக்கப்படுவீர்கள். அழிந்து போவீர்கள்’ என்று கத்தினார்.

10 மாதங்களுக்குப் பிறகு...

அமெலியா கப்பலில் அழைத்து வரப்பட்ட அனைத்து அடிமைகளும் விற்கப்பட்டனர். ஆனால் கண் தெரியாமல் இருந்த அபுவின் மாமா ஒபாஹ் மட்டும் விற்பனை ஆகவில்லை. கண் தெரியாத அடிமையை வைத்துக்கொண்டு என்ன செய்வது, மேலும் வயது வேறு ஆகிவிட்டது என்று யாரும் வாங்க முன்வரவில்லை. இதனால் அவர் மீண்டும் லிவர் பூல் நகரத்திற்கு அழைத்துச் செல்லப்பட்டார். அங்கு மிகக் குறைந்த விலைக்கு யார் வேண்டுமானாலும் வாங்கிச் செல்லலாம் என விற்கப்பட்டார். அங்கிருந்த பிரபல கண் காட்சி ஒன்றில் இலவசமாகவே விற்பனைக்கு வைக்கப்பட்டார்.

ஆனால் ஒபாஹின் நல்ல நேரம். லிவர்பூலின் கால்டர்ஸ்டோன்ஸ் பகுதியைச் சேர்ந்த ஜியார்ஜ் மற்றும் கேத்தரின் என்ற தம்பதியினர் ஒபஹவை தத்தெடுத்துச் சென்றனர். ஒபாஹவிற்கு ஆங்கிலம் தெரியும் என்பதால் அவர் அந்தத் தம்பதியினரின் வீட்டில் சிறு சிறு உதவிகளைச் செய்து வந்தார். 10 வருடங்களுக்குப் பிறகு அவர் ஜுரத்தால் இறக்கும் வரை அவரை அந்தத் தம்பதியினர் பார்த்துக்கொண்டனர்.

அவர் இறந்த சில மாதங்களுக்குப் பிறகு கேப்டன் மல்லர்ட் தனது கப்பல் பயணத்தையெல்லாம் முடித்துவிட்டு ஓய்வு பெறும் நோக்கில் தனது சொந்த ஊரான லிவர்பூலுக்குத் திரும்பினார். அவர் லிவர்பூல் துறைமுகத்தில் காலடி எடுத்து வைத்ததிலிருந்து துரதிர்ஷ்டமும், விசித்திரமான சம்பவங்களும் அவரைச் சுற்றியும், அவரது குடும்பத்தைச் சுற்றியும் நடைபெறத் தொடங்கின.

கேப்டன் மல்லர்டின் மகன் மேத்தீவ் கடலோரத்தில் ஒரு வீட்டில் வசித்து வந்தான். ஒரு நாள் மாலை நேரம் கடற்கரையில் நடக்கலாம் என்று சென்றவன் அலறி அடித்து வீட்டிற்கு ஓடி வந்தான். அவனது மனைவி என்ன என்று விசாரித்தபோது, மின்னும் கண்களைக் கொண்ட கருப்பு நிற நாய் ஒன்று அவனைத் துரத்தி வந்ததாகக் கூறினான்.

அதன்பின்னும் அந்தக் கருப்பு நாய் அவனைத் துரத்துவதாக அவ்வப்போது இரவில் அழுதான். இதனால் அதிர்ச்சியடைந்த மனைவி அவனைப் பார்த்துக்கொள்ள முடியாது எனக் கூறிவிட்டு வீட்டை விட்டு வெளியேறினாள். அவள் சென்றதும் நிலைமை இன்னும் மோசமானது. மேத்தீவ் முழுதும் மனநலம் பாதிக்கப்பட்டு மனநலக் காப்பகம் ஒன்றில் அடைக்கப்பட்டான்.

சில வாரங்களுக்குப் பின்.

நடு இரவில் ஏதோ சத்தம் கேட்டு கேப்டன் மல்லார்ட் கண் விழித்தார். அவர் வீடு இருந்த டியூக் தெருவில் ஏதோ ட்ரம்ஸ் அடிக்கும் சத்தம் ஒன்று தொடர்ந்து கேட்டபடி இருந்தது. அவருக்கு மட்டுமில்லாமல் அந்தத் தெருவில் இருந்த பலருக்கும் அந்தச் சத்தம் கேட்டது. ஆனால் அந்தச் சத்தம் எங்கிருந்து வருகிறது என்று யாருக்கும் தெரியவில்லை. மூன்று நாட்கள் கேட்ட அந்தச் சத்தம் திடீரென்று மூன்றாம் நாள் அதிகாலை 4.15-க்கு திடீரென்று நின்றது. அதே நாளில் கேப்டன் மல்லர்டின் தாய் தூக்கத்தில் அலறியபடியே உயிரிழந்துபோனது மல்லார்ட்டுக்குத் தெரியவந்தது. அவரின் தாயார் இறந்த நேரம் காலை 4.15. அந்த ட்ரம்ஸ் சத்தம் நின்ற அதே நேரம்!

ஒரு மாதத்துக்குப் பின் மீண்டும் அந்தச் சத்தம் கேட்கத்தொடங்கியது. மாடியில் படுத்திருந்த மல்லர்ட் பயந்தடித்தபடி கீழே இறங்கி ஓடிவந்தார். வந்து பார்த்தபோது அவரது மனைவி ரத்த வெள்ளத்தில் மூழ்கியபடி தரையில் கிடந்தார். அப்போது கர்ப்பமாக இருந்த அவரது மனைவிக்குத் திடீரென்று வலியுடன், ரத்தப் போக்கு ஏற்பட்டு அவரது வயிற்றில் இருந்த குழந்தை இறந்துபோயிருந்தது. அவரது மனைவியும் இறக்கும் தறுவாயில் மருத்துவமனைக்கு அழைத்துச் செல்லப்பட்டு அதிர்ஷ்டவசமாக உயிர் தப்பினார்.

ஒருநாள் மல்லர்ட் தனது நண்பன் கேப்டன் ஸ்லாடரை இரவு உணவிற்கு அழைத்திருந்தார். அன்று இரவு விருந்து முடிந்தபின் ஸ்லேட்டர் சென்றுவிட்டார். வீட்டைச் சுத்தம் செய்தபடி இருந்த மல்லர்டின் மனைவி ஹாலில் ஏதோ விசித்திரமான பொருள் ஒன்று இருப்பதைக் கவனித்தார். பார்ப்பதற்கு ஏதோ பொம்மையின் தலை மாதிரி இருந்த அந்தப் பொருளை எடுத்து ஆராய்ந்த அவர் திடீரென்று கத்தியபடி அந்தத் தலையை தீயில் போட்டுவிட்டார். ஓடி வந்த கேப்டன் மல்லர்ட் என்ன என்று கேட்டபோது அது சூனியக்கார பொம்மை என்று மனைவி கூறினார்.

தீயில் போடப்பட்ட பொருளை மல்லர்ட் எடுத்துப் பார்த்தபோது அது உண்மையான சிறுவன் ஒருவனின் தலைபோல இருந்தது. அதன் தலையில் யாரோ மந்திரம் செய்வதற்காக ஊசிகளைக் குத்தியிருந்தனர். பார்ப்பதற்குக் கொடூரமாக இருந்த அந்தத் தலையை மீண்டும் எரித்தார் மல்லார்ட். விருந்துக்கு வந்த மல்லர்டின் நண்பர் கேப்டன் ஸ்லேட்டர்தான் இந்தத் தலையைக் கொண்டு வந்திருக்க வேண்டும் என்று அவரை அழைத்து விசாரித்தார். ஆனால் ஸ்லேட்டர்

அப்படி ஒரு தலையைத் தன் வாழ்நாளில் பார்த்ததே இல்லை என்று சத்தியம் செய்து கூறினார்.

பிறகு மல்லர்டின் இல்லத்தில் வேலை பார்த்து வந்த பணிப்பெண் வாகன் என்பவருக்கும் இரவில் ட்ரம்ஸ் சத்தம் கேட்கத்தொடங்கியது. அவருக்குத் தொடர்ந்து அமானுஷ்யமான கெட்ட கனவுகள் வரத் தொடங்கின. பயந்துபோன அவர் மல்லர்டின் வீட்டில் இருந்து வேலையை விட்டே நின்று விட்டார்.

தனது வீட்டில் தொடர்ந்து இதுபோன்ற அமானுஷ்யச் சம்பவங்கள் நடைபெறுவதால் பயந்துபோன கேப்டன் மல்லர்ட் மீண்டும் கடலுக்குச் செல்ல முடிவெடுத்தார். நியுசிலாந்தில் இருந்து கம்பளி நூல் மற்றும் உலர்ந்த இறைச்சிகளை எடுத்துச் செல்லும் 'மூன் ரைஸ்' என்ற கப்பலில் மீண்டும் கேப்டனாக பணிக்குச் சேர்ந்தார். ஆனால் அவர் சென்ற கப்பல் ஒருநாள் திடீரென்று தடயமே இல்லாமல் காணாமல் போனது. அந்தக் கப்பலின் நிறுவனம் எவ்வளவு தேடியும் அது என்னவானது என்று கண்டுபிடிக்கமுடியவில்லை.

பின்னர் 26 ஆண்டுகளுக்குப் பிறகு ஹரிசான் என்ற பிரிட்டிஷ் கப்பல் ஒன்று, சிலேவுக்கு அருகே கடற்கரை ஒன்றில் சிதிலமடைந்த கப்பல் ஒன்று கரை ஒதுங்கி இருப்பதைக் கண்டது. ஹரிசான் கப்பலின் கேப்டன் தனது பணியாட்களை அனுப்பி அதை ஆராயச் சொன்னார். ஹரிசான் கப்பலின் ஆய்வுக்குழு அந்தக் கப்பலின் மேல் ஏறியபோது அனைத்தும் பாகங்களும் உடைந்துபோகும் நிலையில் இருந்தன. அவர்கள் உள்ளே சென்று ஆய்வு செய்தபோது அந்தக் கப்பலில் மனிதர்கள் யாரும் இல்லை என்று தெரியவந்தது. மேலும் அந்தக் கப்பல் முழுவதில் பச்சை நிறத்தில் பிசுபிசுப்பான பொருள் ஒன்று ஒட்டியிருந்தது. மற்றும் அந்தச் சிதிலமடைந்த கப்பல் முழுவதும் பண்டங்களை ஏற்றிச் செல்லும் கண்டெய்னர்கள் உடைந்துபோய் இருந்தன. மேலும் அந்தக் கப்பலில் ஆய்வுகள் நடத்தியபோது அது கேப்டன் மல்லர்டின் மூன் ரைஸ் கப்பல் என்று தெரியவந்தது!

ஹரிசான் கப்பலின் ஆய்வுக்குழுவினர் கப்பல் முழுவதும் ஆய்வு செய்தனர். அவர்கள் கேப்டனின் அறைக்குள்ளே சென்றபோது கிழிந்த துணிகளுடன் எலும்புக்கூடு ஒன்று இருந்தது. அந்த அறை முழுவதும் துர்நாற்றம் வீசியது. மேலும் நடத்தப்பட்ட ஆய்வில், அந்தக் கப்பலில் அடுத்தடுத்து 13 எலும்புக்கூடுகள் கண்டறியப் பட்டன. அவர்கள் ஏதோ ஒரு நோயால் பாதிக்கப்பட்டு இறந்து போயிருக்க வேண்டும். பின்னர் அவர்களது உடல்கள் அழுகியிருக்க வேண்டும் எனக் கூறப்பட்டது. கப்பலில் வேலை பார்த்தவர்களின்

பெயர்கள் பதிவு செய்யப்படும் புத்தகம் ஒன்று கண்டறியப்பட்டது. ஆனால் ஈரமாகிப் போயிருந்த அந்தப் புத்தகத்தில் எதுவும் தெளிவாக இல்லை.

அவர்கள் தொடர்ந்து ஆய்வுப் பணியை மேற்கொண்டிருந்தனர். அப்போது திடீரென்று யாரோ அலறும் சத்தம் ஒன்று கப்பலின் அடித்தளத்தில் இருந்து கேட்டது. பதறியடித்த பணியாட்கள் மூன்ரைஸ் கப்பலின் மேல் தளத்திற்கு வந்தனர். அப்போது அந்தக் கப்பல் உடையத் தொடங்கியது. ஹரிசான் கப்பலின் கேப்டனும் மற்ற ஆட்களும் உயிர் தப்புவதற்காக வைக்கப்பட்டிருந்த படகில் குதித்தனர். வேகமாகத் துடுப்புப் போட்டபடி அந்தக் கப்பலை விட்டு நகர்ந்தனர். அவர்கள் நகர்ந்து சென்ற சில நொடிகளில் மூன்ரைஸ் கப்பல் உடைந்து கடலுக்குள் மூழ்கியது. சிறிது நேரம் தாமத்திருந் தாலும் தாங்களும் அந்தக் கப்பலுடன் மூழ்கி இறந்து போயிருக்கக்கூடும் என அவர்கள் தெரிவித்தனர்.

இந்தக் கப்பல் கண்டறியப்பட்ட செய்தி மல்லர்டின் மனைவியை எட்டியபோது அவருக்குத் துயரத்தில் தலையே சுற்றியது. அவருக்கு அப்போது 60 வயது. அவர் தனது கணவர் காணாமல் போன வருத்தத்தில் மனநலம் பாதிக்கப்பட்டு சிகிச்சை எடுத்து வந்தார். தனக்கு சிகிச்சை அளிக்கும் மருத்துவரிடம் தனது கணவனுக்குக் கடலில் கிடைத்த ஒரு சாபம் தான் இந்த அனைத்துத் துர்சம்பவங் களுக்கும் காரணம் என்று கூறியிருந்தார்.

மூன் ரைஸ் கப்பல் கண்டெடுக்கப்பட்டதாக செய்தி வந்த அன்று அதிகாலை 3 மணி மல்லர்டின் மனைவிக்கு உடலெங்கும் வியர்த்துக் கொட்ட சுயநினைவு இழந்து ஏதோ முனங்கியபடியே அவரும் மரணம் அடைந்தார். அவர் இறந்த அதே சமயம் அந்தத் தெருவில் நாய்கள் கொடூரமாக ஊளையிட்டன.. இதனை அவருடன் அருகில் இருந்த மருத்துவர் உட்பட 7 பேரும் உறுதிப்படுத்தினர்.

இந்தச் சம்பவம் அனைத்தும் செய்தித்தாள்களில் வெளியாகின. என்றோ ஒருநாள் செய்த பாவத்திற்காகக் கடலில் வழங்கப்பட்ட சாபம் ஒன்று மல்லர்டையும் அவரது குடும்பத்தினரையும் பலி வாங்கியதாகக் கூறப்படுகிறது.

•

30

லண்டனை மிரள வைத்த ரத்தக் காட்டேரிகள்

ஆங்கிலத்தில் வேம்பயர்கள் என்று அழைக்கப்படும் ரத்தக் காட்டேரிகள் குறித்து நாம் அதிகம் கேள்விப் பட்டிருப்போம். சினிமாக்களில் பார்த்திருப்போம்.

'ரத்தக் காட்டேரிகள் ஆயிரம் ஆண்டுகள் வாழ்பவை. அவைகளுக்கு நீண்ட கோரப் பற்களும், கூறிய நகங்களும் உண்டு. அவை கருப்பு நிற ஆடை அணிந்திருக்கும். மனிதர்களைப் போலவே இருக்கும். ஆனால் மனிதர்களைக் கொன்று அவர்களின் ரத்தத்தைக் குடிக்கும். இவை இரவில்தான் வேட்டையாடும். வவ்வால்களுக்கும் ரத்தக் காட்டேரிகளும் சம்பந்தம் உண்டு. ரத்தக் காட்டேரிகள் வவ்வால்களாக மாறும். வவ்வால்களைப் போலத் தலை கீழாகத்தான் தூங்கும். ரத்தக் காட்டேரிகளுக்குப் பூண்டு என்றால் அலர்ஜி. வெள்ளிப் பாத்திரங்கள் என்றால் பயம். ரத்தக் காட்டேரிகளை வெள்ளிக் கத்திகளால் வெட்டினால் கொன்று விடலாம். ரத்தக்காட்டேரிகள் பகலில் வெளியே வருவதில்லை. சூரிய ஒளி அதன் மேல் பட்டால் இறந்துவிடும். அதனால் இரவில்தான் உலாவும்.' இவை அனைத்தும் ரத்தக் காட்டேரிகள் பற்றிப் படங்களிலும், கதைகளிலும் நாம் படித்துத் தெரிந்துகொண்டவை.

ரத்தக் காட்டேரிகள் பற்றிய கதைகள் மிகப் பழைமையானவை. பண்டைய இந்தியாவிலும், எகிப்து, கிரேக்கம் உள்ளிட்ட நாடுகளிலும் ரத்தக் காட்டேரிகளைப் பற்றிய நாட்டுப்புறக் கதைகள் நிலவி வந்தன. இன்று நாகரிகம் அடைந்துவிட்ட காலத்தில் நகர்ப்புறங்களில் இந்தக் கதைகள் வெறும் திகில் படங்களிலும், நாவல்களிலும் மட்டுமே உள்ளன. இவை அனைத்தும் வெறும் கட்டுக்கதைகள்.

இப்படித்தான் நாம் இதுவரை நம்பி வருகிறோம். ஆனால் இந்தக் காலத்திலும், சமீபத்தில் 30 வருடங்களுக்கு முன்புகூட ரத்தக் காட்டேரிகளைப் பார்த்ததற்கான சாட்சியங்கள் பதிவாகியுள்ளன என்று சொன்னால் நீங்கள் நம்புவீர்களா?

ஜூன் 8, 1993-ஆம் ஆண்டு. நள்ளிரவு. தென் அமெரிக்காவின் பெரு நாட்டில் அமைந்துள்ள பிஸ்கோ கல்லறையில் ஆயிரக்கணக்கான மக்கள் கூடியிருந்தனர். அவர்கள் அனைவரும் யாரோ இறந்து போன ஒருவரின் இறுதிச் சடங்குக்காக அங்கே கூடவில்லை. உண்மையில் ஒரு பிறப்பு சடங்கிற்காகக் கூடியிருந்தனர். ஆம். 'சாரா எலன் ராபர்ட்ஸ்' என்ற ரத்தக் காட்டேரி மீண்டும் உயிர் பெற்று வருவதைப் பார்ப்பதற்காக அங்கு அன்று காத்திருந்தனர்!

பிரிட்டனைச் சேர்ந்த வரலாற்று ஆய்வாளர்களும், பிரிட்டிஷ் தூதரகத்தைச் சேர்ந்த அதிகாரிகளும் பதிவு செய்திருக்கும் உண்மையான சம்பவம் இது. 1913-ஆம் ஆண்டு ஜான் ராபர்ட்ஸ் என்பவர் தனது மனைவியின் பிணத்தை இங்கிலாந்தின் பிளாக்பார்ன் நகரத்தில் இருந்து பெருவின் பிஸ்கோ நகரத்திற்குக் கப்பலின் மூலம் எடுத்து வந்தார். காரணம் பிரிட்டிஷ் அதிகாரிகள் அவரது மனைவியின் உடலை இங்கிலாந்தில் புதைப்பதற்குத் தடை விதித்தனர். ஏன் தெரியுமா? அவரது ஒரு மனைவி ஒரு ரத்தக் காட்டேரி!

ஆனால் ராபர்ட் இதை மறுத்தார். இது என்ன படித்தவர்கள் செய்யும் அபத்தமான செயல் என்று விமர்சித்துப் பேசினார். அவரது மனைவிக்கு ஈயத்தால் செய்யப்பட்ட சவப்பெட்டி ஒன்றை ராபர்ட் தயார் செய்திருந்தார். அதில் அவரது மனைவியின் உடல் வைக்கப்பட்டிருந்தது. ஆனால் அவரது மனைவியின் உடலைப் புதைக்க அவருக்கு இங்கிலாந்தில் எங்குமே அனுமதி கிடைக்கவில்லை. எவ்வளவு பணம் வேண்டுமானாலும் தருகிறேன் என்றார். இருந்தாலும் அனுமதி இல்லை. 4 ஆண்டுகளாக சவப்பெட்டியில் வைக்கப்பட்டிருந்த ஒரு பிணத்தினுடனே அவர்

பயணம் செய்துகொண்டிருந்தார்! இந்த நிலையில்தான் அவருக்கு பெருவில் பிஸ்கோ கல்லறையில் வெறும் 5 பவுண்டிற்குத் தனது மனைவியைப் புதைக்க அனுமதி கிடைத்தது.

ஏன் ராபர்ட்டின் மனைவியை எல்லோரும் சூனியக்காரி என்று சொல்கின்றனர்? இதுபற்றி அரசு அதிகாரிகளே கூறும் தகவல்கள் இவை - அவரது மனைவி ஒரு சூனியக்காரி. ரத்தக் காட்டேரிகளின் சடங்குகளை நடத்துபவர். ஒருநாள் அவர் ரத்தக் காட்டேரியாகவே மாறிவிட்டார். அதற்காக அவர் சங்கிலியால் கட்டப்பட்டு சவப்பெட்டிக்குள் அடைக்கப்பட்டார். சவப்பெட்டியை அடைக்கும் போது அவரது மனைவி, 'நான் உயிருடன் உங்கள் அனைவரையும் பழி தீர்க்க வருவேன்' என்று கத்தினார். பின் இறந்துபோனார். இதுதான் அந்தக் கதை. இந்தக் கதை உண்மையா என்று தெரியாது. ஆனால் இதனாலேயே அவருக்கு இங்கிலாந்தில் அனுமதி மறுக்கப்பட்டது. பின் பெருவில் பிஸ்கோ கல்லறையில் அவரது சவப்பெட்டி புதைக்கப்பட்டு மேலே கல்லறை எழுப்பப்பட்டது. இந்தச் செய்தி பெரு முழுவதும் பரவியது. பிஸ்கோ பகுதியைச் சேர்ந்தவர்களுக்கு இந்தச் செய்தி பீதியைக் கிளப்பியது.

இந்தச் சம்பவம் முடிந்து 80 ஆண்டுகளுக்குப் பின் 1993-ஆம் ஆண்டு.

ஒருநாள் அந்தக் கல்லறைக் காப்பாளர் ஒருவர் ஒரு விஷயத்தைக் கண்டார். அது என்னவென்றால் சாரா புதைக்கப்பட்டக் கல்லறையில் பெரிய விரிசல் ஒன்று விழுந்திருந்தது!

அந்த விஷயம் குறித்து ஊர் முழுவதும் சொன்னார். அனைவருக்கும் பயம் பற்றிக்கொண்டது. சாராவின் கல்லறை உடைந்திருந்ததைப் பார்த்த மக்கள் திகிலடைந்தனர். ரத்தக் காட்டேரி கல்லறையில் இருந்து வெளியே வந்து நம்மைக் கொன்று விடும் என்று பயந்தனர். திடீரென்று அந்தப் பகுதி முழுவதும், இந்தத் தேதியில் இந்த நேரத்தில் ரத்தக் காட்டேரி உயிருடன் வரப்போவதாக செய்திகள் பரவின.

அப்பகுதியே பீதிக்குள்ளானது. பொது மக்கள் சிலர் அந்த ஊரைவிட்டே கிளம்பினர். கர்ப்பமாக இருந்த பெண்கள் அனைவரும் வீட்டைக் காலி செய்துவிட்டுச் சென்றனர். அந்த ரத்தக்காட்டேரி தங்கள் வயிற்றில் வளரும் குழந்தைகள் மூலம் மீண்டும் உயிர் பெறலாம் என்று பரவிய தகவல்கள் அவர்களை ஊரை விட்டு வெளியேற வைத்தது. அந்நகரம் முழுவதும் அனைத்து வீடுகளின் வாசற்கதவுகளிலும் பூண்டுகளும், சிலுவைகளும் தொங்கவிடப்

பட்டன. ரத்தக் காட்டேரி தங்கள் வீட்டிற்குள் வந்துவிடக்கூடாது என்பதற்கு வேறு சில ஏற்பாடுகளும் செய்யப்பட்டன.

அந்த இரவு நெருங்க நெருங்க மக்கள் பாதுகாப்பாக வீட்டிற்குள் சென்றனர். வீடுகளை அடைத்தனர். அனைத்துக் கதவுகளையும் ஜன்னல்களையும் சாத்தினர். அப்பகுதி முழுவதும் மயான அமைதி நிலவியது. மறுபக்கம் மந்திரம் செய்பவர்களும், மற்ற ஆர்வமுள்ளவர்களும் அன்று இரவு கல்லறையின் முன்பு கூடி ரத்தக்காட்டேரி மீண்டும் உயிர் பெற்று வரக் காத்திருந்தனர்.

ரத்தக் காட்டேரியைக் காண வேண்டும் என்று வேறு நகரங்களில் இருந்தும்கூட மக்கள் கூட்டம் வந்துகொண்டிருந்தது. கூட்டத்தைக் கட்டுப்படுத்த போலீசார் வரவழைக்கப்பட்டனர். கலைந்து செல்லக்கூறி வானை நோக்கி துப்பாக்கி தோட்டாக்கள் சுடப்பட்டன. போலீசாருக்கே கூட பயம்தான், எங்கே ரத்தக்காட்டேரி வந்து நம்மைக் கொன்று விடுமோ என்று. அதனால் அரசு சில மத குருமார்களுக்கு மட்டும் கல்லறையின் அருகே அனுமதி அளித்தது. அவர்கள் உடைந்த கல்லறையில் முன் அமர்ந்து புனித நீரையும், கடவுளுக்கு முன் வைத்துப் பூஜை செய்து எடுத்து வரப்பட்ட பூக்களையும் தூவி ரத்தக்காட்டேரி திரும்பி வராமல் இருக்க ஜெபம் செய்தனர்.

அந்த இரவு முடிந்து விடியத் தொடங்கியது. வானில் வெளிச்சம் பரவத் தொடங்கியது. கடைசிவரை அந்த ரத்தக் காட்டேரி கல்லறையில் இருந்து வெளியே வரவேயில்லை. வேறு ஊர்களில் இருந்துகூட இந்த ஊருக்கு ரத்தக் காட்டேரியைக் காண வந்திருந்தவர்களுக்கு பெரும் ஏமாற்றம். உள்ளூர் மக்களுக்கு நிம்மதி. நல்லவேளை நாம் பிழைத்துக்கொண்டோம். ஆனால் மதகுருமார்கள் இந்தச் சம்பவத்தைத் தங்களுக்குச் சாதகமாகப் பயன்படுத்தினர். தாங்கள் செய்த ஜெபத்தால்தான் அந்த ரத்தக்காட்டேரி உயிர்பெற வில்லை என்று தம்பட்டம் அடித்தனர். மீண்டும் ரத்தக்காட்டேரி வராமல் இருக்க அதைச் செய்யவேண்டும், இதைச் செய்யவேண்டும் எனக் கூறி ஊர்மக்களிடம் நல்ல பணம் பார்த்தனர். அதன்பின் அந்தக் கல்லறை பூசப்பட்டு மீண்டும் சரி செய்யப்பட்டது. இன்றுவரை அந்த ரத்தக்காட்டேரி வரவேயில்லை.

ஆனால் நவீன உலகில் இது முதல் சம்பவம் அல்ல. இந்தச் சம்பவத்திற்கு முன் லண்டனில் நடைபெற்ற ஒரு சம்பவமும் மக்கள் அனைவரையும் பீதியின் உச்சத்திற்கே கொண்டு சென்றது.

1922-ஆம் ஆண்டு பௌர்ணமி இரவு. வெஸ்ட் டெய்டன் தேவாலயத்திற்கு வெளியே, திடீரென்று தோன்றிய 6 அடி வவ்வால் போன்ற உருவம் ஒன்று அனைவரையும் அதிர்ச்சியில் ஆழ்த்தியது. முழு நிலவு இரவில் கருப்பு நிறத்தில் இறக்கையை விரித்தபடி அது வானில் பறந்தது. இதை மக்கள் பயந்தபடியே பார்த்தனர். வானில் பறந்துகொண்டிருந்த அந்த உருவம் திடீரென்று தேவாலயத்தின் பின்புறத்தில் இருந்த கல்லறைகளுள் சென்றது. அதனைத் துரத்தியபடி இரண்டு போலீசார் சென்றனர். ஆனால் அந்த உருவம் கிறீச்சிட்டபடி, இறக்கைகளை அடித்துக்கொண்டே வானில் சென்று மறைந்து போனது.

மறுநாள் நகரம் முழுவதும் இது பேசுபொருள் ஆனது. பத்திரிக்கைகள் இதுகுறித்த செய்திகளாக வெளியிட்டன. அப்போது முதியவர் ஒருவரின் பேட்டியும் பத்திரிக்கைகளில் வெளியானது. அந்த முதியவர் 25 ஆண்டுகளுக்கு முன் இதுபோன்ற ஒரு ராட்சத வவ்வால் உருவத்தை தான் கண்டதாகக் கூறினார். இந்த உருவம் ஒரு ரத்தக் காட்டேரி என்றும்,1890-களில் ஹார்மொண்ட்ஸ்வோர்த் நகரத்தில் ஒரு பெண்ணைக் கொன்று ரத்தத்தைக் குடித்ததாகவும் சொன்னார். அந்த முதியவரின் பேட்டியை யாரும் தீவிரமாக எடுத்துக் கொள்ளவில்லை. வயதானவர் ஏதோ உளறுகிறார் என்று நகர்ந்து சென்றனர். ஆனால் அவர் கூறியபடியே தொடர்ந்து சம்பவங்கள் நடக்கத் தொடங்கின!

அதே வருடம். ஏப்ரல் 16-ஆம் தேதி.

காலை 6 மணி அளவில் ஆபிஸ் கிளர்க் ஒருவர் லண்டன் மேற்கு மூலையில் இருந்த கோவெண்ட்ரி தெருவில் நடந்து சென்று கொண்டிருந்தார். அப்போது திடீரென்று வந்த ஏதோ ஒன்று அவரைப் பிடித்துக் கழுத்தைக் கடித்தது. அவரது ரத்தத்தை யாரோ குடிக்கிறார்கள் என்பதை அவர் உணர்ந்தபோதே மயக்கம் போட்டுத் தரையில் விழுந்தார். பிறகு அவர் கண்விழித்தபோது அப்பகுதியில் இருந்த சேரிங் கிராஸ் மருத்துவமனையில் சேர்க்கப்பட்டிருந்தார். சுயநினைவு திரும்பிய அவர் அங்குள்ளவர்களிடம் நடந்த சம்பவத்தை விவரித்தார். இதைக் கேட்ட மருத்துவர், 'யாரோ ஒருவர் உங்களைக் கழுத்தில் ஒரு மெல்லிய டியூபால் குத்தியிருக்க வேண்டும்; அதனால் ரத்தம் வெளியேறியிருக்க வேண்டும்' என்று கூறினார். ஆனால் பாதிக்கப்பட்டவர் இந்தப் பதிலை ஏற்கவில்லை. யாராலும் அவருக்குத் தெரியாமல் இவ்வளவு பக்கத்தில் வந்து அவ்வளவு வேகத்துடன் குத்தியிருக்க முடியாது என்று சத்தியம் செய்து கூறினார்.

அவர் இதைக் கூறிய பிறகு சரியாக இரண்டரை மணி நேரத்தில் நடைபெற்ற இன்னொரு விஷயம் அந்த மருத்துவர்களை வாயடைக்கச் செய்தது. அவர் சேர்க்கப்பட்டிருந்த அதே மருத்துவ மனைக்கு சற்று நேரத்தில் வேறு ஒருவரும் சுயநினைவற்ற நிலையில் தீவிரச் சிகிச்சைப் பிரிவில் அனுமதிக்கப்பட்டார். அவருக்கும் கழுத்தின் கீழ்ப் பகுதியில் ரத்தம் பீறிட்டு வந்துகொண்டிருந்தது!

சுயநினைவு திரும்பிய பிறகு அவரிடம் என்ன நடந்தது என்று கேட்டபோது, அவர், தான் கோவெண்ட்ரி தெரு வழியாக நடந்து வந்துகொண்டிருந்ததாகவும், அவரைத் திடீரென்று ஏதோ ஒன்று கழுத்தில் தாக்கி ரத்தத்தை உறிஞ்சி எடுத்ததாகவும் கூறினார்! அவர் தனக்கு இந்தச் சம்பவம் நடைபெற்றதாகச் சொன்ன அதே இடமும், முதலில் அனுமதிக்கப்பட்டவர் தாக்கப்பட்டதாகக் கூறிய இடமும் ஒன்று தான்!

இந்தச் சம்பவம் இரண்டு பேரோடு நிற்கவில்லை. அதே நாள் மாலை, மூன்றாவதாக ஒருவரும் கண்ணுக்குத் தெரியாத ஒரு சக்தியால் கழுத்தில் தாக்கப்பட்டு ரத்தம் உறிஞ்சப்பட்டு மருத்துவமனையில் அனுமதிக்கப்பட்டார். அவர் தாக்கப்பட்டதும் மற்றவர்கள் தாக்கப்பட்ட அதே கோவெண்டரி தெருவில் தான்.

இது குறித்து விசாரணை தொடங்கப்பட்டது. லண்டன் முழுவதும் ரத்தக் காட்டேரி ஒன்று மக்களைத் தாக்குவதாக தகவல் பரவி கிலி மூட்டியது. டெய்லி எக்ஸ்பிரஸ் பத்திரிக்கை கோவெண்டரி தெருவில் நடக்கும் பயங்கரங்கள் என்ற தலைப்பில் கட்டுரைகளாக எழுதித் தள்ளியது. மேலும் இந்தக் குற்றங்கள் குறித்து போலீசின் விளக்கம் என்ன என்று கேள்வி எழுப்பியது. ஆனால் போலீசார் தரப்பில் இருந்து தயக்கத்துடன் ஒரே ஒரு விளக்கம் மட்டும் தரப்பட்டது. ‘தாக்குதல் நடந்தது உண்மைதான். 3 பேர் தாக்கப்பட்டு, அவர்களது ரத்தம் குடிக்கப்பட்டிருப்பதும் உண்மைதான். ஆனால் இந்தத் தாக்குதலுக்கு யார் காரணம் என்று தர்க்கப்பூர்வமான ஒரு பதிலைக் கூற முடியாது.’ அதாவது இந்தத் தாக்குதலில் ஏதோ ஓர் அமானுஷ்ய விஷயத்திற்குத் தொடர்பு இருக்கிறது என்பதை மட்டும் சொல்லாமல் சொல்லியது காவல்துறை. இந்தத் தாக்குதலை யார் நடத்தினார்கள் என்பதைக் கண்டுபிடிப்பதற்கான வழிகள் எதுவும் எங்களுக்குக் கிடைக்கவில்லை எனக் கூறியது.

கழுத்தில் இருக்கும் பற்களைப் போன்ற காயத்தைப் பார்க்கும்போது கோவெண்ட்ரி தெருவில் தாக்குதல் நடத்தியது ஒரு ரத்தக் காட்டேரியாக இருக்கலாமா என்று ஒரு பத்திரிக்கையாளர் கேள்வி

எழுப்பினார். அதற்கு எங்களிடம் பதிலில்லை என்று போலீசார் சொல்லிவிட்டு நழுவிவிட்டனர்.

இதைத் தொடர்ந்து சில நாட்களில் மக்களுக்கு ஒரு மகிழ்ச்சி செய்தி வந்தது. 'கோவெண்ட்ரி தெருவில் இருந்த ரத்தக் காட்டேரி போலீசாரால் சுற்றி வளைக்கப்பட்டு, ரத்தக் காட்டேரிகளை வேட்டையாடுபவர்களால் கொல்லப்பட்டு விட்டது. இனி யாரும் பயப்படத் தேவையில்லை' என்று தகவல் தெரிவிக்கப்பட்டது. இதைத் தொடர்ந்து வேறு சில செய்திகளும் பரவின. அந்த ரத்தக் காட்டேரியின் உடல் ஒரு சவப்பெட்டியில் வைக்கப்பட்டு. அதன் இதயத்தில் ஆழமாக மரத்தால் ஆன ஆணி ஒன்று அடிக்கப்பட்டது. இதனால் அந்த ரத்தக் காட்டேரியால் மீண்டும் உயிர் பிழைக்க முடியாது. பின் அந்தச் சவப்பெட்டி லண்டனில் ஹைகேட் கல்லறையில் புதைக்கப்பட்டது என்று கூறப்பட்டது.

கோவெண்ட் பூங்காவிற்குப் பக்கத்தில் இருந்த மதுபான விடுதியில் குடித்துவிட்டு போலீஸ்காரர் ஒருவர், தானும் அந்த ரத்தக் காட்டேரி வேட்டையில் இருந்ததாகப் பெருமையாக பீற்றிக்கொண்டிருந்தார். இந்தத் தகவல்தான் தீப்பொறியைப் போல பரவி லண்டன் முழுவதும் மக்களை மகிழ்ச்சிக்குள்ளாக்கியது. அவர் உண்மையைக் கூறினாரா அல்லது ஏதும் கதை விட்டாரா என்று தெரியவில்லை. ஆனால் தற்செயலாக இந்தச் செய்திதான் 48 வருடங்களுக்குப் பிறகு லண்டனை மீண்டும் அலற விட்டது!

பெருவில் போஸ்கோ கல்லறையில் ரத்தக்காட்டேரி உயிருடன் வருவதாக எழுந்த நிகழ்ச்சியைப்போல முதலில் ஒரு நிகழ்ச்சி நடந்தது என்று பார்த்தோம் அல்லவா, அது இதுதான். 1922-ல் மது விடுதியில் குடித்துவிட்டு அந்தப் போலீஸ் காரர் சொன்ன செய்தி 48 வருடங்களுக்குப் பின்பு லண்டனில் மீண்டும் இரண்டாவது ரத்தக் காட்டேரி குறித்த பயம் பரவுவதற்குக் காரணமானது. ஹைகேட் கல்லறையில் அந்த ரத்தக் காட்டேரி கதை தொடங்கியது.

லண்டனின் புகழ்பெற்ற ஹைகேட் கல்லறை 1836-ஆம் ஆண்டு அமைக்கப்பட்டது. லண்டன் கல்லறை நிறுவனம், அந்நகரத்திற்கு வடக்குப் பக்கத்தில் 17 ஏக்கர் நிலத்தை வாங்கி இந்தக் கல்லறையை அமைத்தது. அந்தக் கம்பெனியில் வேலை பார்த்த தோட்டக்காரர் ஒருவருக்குத் தோட்டக்கலையில் கட்டுக்கடங்காத ஆர்வம்போல. வறண்ட பகுதியாக இருந்த அந்த நிலத்தைத் தனது வேலைப் பாடுகளின் மூலம் அழகிய பூஞ்சோலையாக மாற்றினார். வரிசையாக

மரங்களும், அழகிய மலர்களும், பூத்துக் குலுங்கும் பூச்செடிகளுமாக ஒரு சுற்றுலாத்தலத்தைப் போல அந்தக் கல்லறை காட்சியளித்தது.

முதல் உலகப்போரின்போது இந்தக் கல்லறையைப் பராமரிக்க ஆட்கள் இல்லாததால், கல்லறையில் இருந்த இடங்கள் மிகக் குறைந்த விலையில் விற்கப்பட்டன. மேலும் அதிகமாகப் போர்வீரர்களின் பிணங்கள் வரத் தொடங்கியிருந்ததால் உடல்களைப் புதைப்பதற்குப் பதில் எரிக்கச்சொல்லி அரசாங்கம் உத்தரவிட்டது. அதன்பின் நிதி இல்லாமல் கல்லறை யார் கண்காணிப்பிலும் இல்லாமல் விடப்பட்டது. கல்லறை முழுவதும் புதர் மண்டிப்போய் காட்டுச்செடிகள் வளரத்தொடங்கின. மேலும் பலர் கல்லறைக்கு வந்து போகத் தொடங்கினர். கல்லறைக்குள் நுழைந்து அங்கிருந்த பெயர்களை அடித்துவிட்டு அதில் ஆபாசப் படங்களை வரைவது உள்ளிட்ட வேலைகளையும் செய்யத்தொடங்கினர்.

இதன் தொடர்ச்சியாக நடைபெற்றதுதான் இரண்டாவது ரத்தக் காட்டேரி குறித்த சம்பவங்கள்.

டிசம்பர் 1969-ஆம் ஆண்டு நாதியற்றுக் கிடந்த அந்தக் கல்லறைக்கு சில மந்திரவாதிகள் வரத்தொடங்கினர். வூடோ சிம்பல்கள் எனப்படும் சில குறியீடுகளைக் கல்லறைகளில் வரைந்து அதன் பக்கத்தில் அமர்ந்து மந்திரங்கள் செய்யத் தொடங்கினர். இது தொடர்ந்து நடைபெற்று வந்தது. இதுகுறித்து விசாரித்தபோது அவர்கள் இறந்தவர்களை மீண்டும் உயிர்த்தெழ வைக்கும் சடங்குகளைச் செய்வதாகக் கூறப்பட்டது.

தொடர்ந்து புதிய கதை ஒன்று பரவத்தொடங்கியது. அந்த மந்திரவாதிகள் சிலர் ஒரு கல்லறையில் அமர்ந்து மந்திரம் செய்து ஒரு தீயசக்தியை எழுப்பிவிட்டதாக மக்கள் பேசத்தொடங்கினர். அந்தக் கல்லறையில் இருந்து 8 அடி உருவம் ஒன்று வெளியே வந்ததாகவும், இதைப் பார்த்தவுடன் அந்த மந்திரவாதிகளே உயிருக்குப் பயந்து ஓடியதாகவும் கூறப்பட்டது. அந்த மந்திரவாதிகளில் ஒருவன் தப்பித்து ஓடி, பக்கத்தில் இருந்த ஸ்வைன்ஸ் லேன் என்ற சந்தில் திரும்பியபோது, மிக உயரமான, கருப்பு நிற உடை அணிந்த மனிதன் ஒருவன், கையில் நீண்ட எலும்பு ஒன்றை ஏந்தியபடி அவர்களை துரத்தியதாகக் கூறினான்.

அதன்பின் அந்த ரத்தக் காட்டேரியைத் தாங்களும் பார்த்ததாக மக்களும் பேசத்தொடங்கினர். ஜனவரி 1970-ஆம் ஆண்டு காரில் வந்த ஒருவர் ஸ்வைன் லேன் சந்திற்குள் திரும்பினார். அப்போது அந்தத்

தெருவில் உள்ள கல்லறையின் வாசலுக்கு அருகில் சென்றபோது காரின் இஞ்சின் நின்றுவிட்டது. காரை ஒரு பார்க்கிங் பகுதியில் ஓரங்கட்டிவிட்டு வாகனத்திலிருந்து இறங்கி முன்பக்கம் வந்தபோது, 8 அடி உருவம் ஒன்று மின்னும் சிவப்புக் கண்களால், கல்லறையின் வாசற்கதவில் இருந்து இவரையே எட்டிப்பார்த்துக்கொண்டிருந்தது. இதைப் பார்த்த அந்த நபர் ஏதோ கருப்பு நிறத்தில் ஆவி ஒன்று நிற்பதாக எண்ணி காரை அந்த இடத்திலேயே விட்டுவிட்டு அலறியடித்து ஓடிவிட்டார்.

இந்தச் சம்பவத்திற்குப் பின், தொடர்ந்து வந்த மாதங்களில் பல செய்திகள் இந்தக் கல்லறையின் ரத்தக் காட்டேறி குறித்து வரத்தொடங்கின. பலரும் அதைப் பார்த்ததாகக் கூறினர். இந்தச் செய்தி பரபரப்பாகி ஊடகத்தின் செவிகளை எட்டியது.

1970-ஆண்டு, மார்ச் மாதம், 13-ஆம் தேதி, வெள்ளிக்கிழமை. அந்நகரத்தில் உள்ள எஸக்ஸ் பள்ளியில் பணிபுரிந்து வரும் ஆலன் பிளட் என்ற ஆசிரியர் ஒரு ரத்தக் காட்டேரி வேட்டைக்கு ஏற்பாடு செய்தார். அந்த வேட்டைக்கு வரும்படி பொதுமக்களையும் அழைத்தார். இந்தச் செய்தி அப்பகுதி முழுவதும் பெரும் பரபரப்பானது. அவரைத் தொலைக்காட்சிகள் பேட்டியெடுத்தன. லண்டன் ஈவினிங் நியூஸ் என்ற செய்தித்தாள் ஒன்று அவரைக் குறித்து முதல் பக்கச் செய்தியையே வெளியிட்டது.

அந்தப் பேட்டியில் ஆலன் அந்த ரத்தக் காட்டேரியைக் கொல்வதற்கான தனது திட்டத்தை விவரித்தார். இந்த ஹைகேட் கல்லறையின் ரத்தக் காட்டேரி, தினம் இரவில் இந்தக் கல்லறையில் இருந்து வெளியேறி வேட்டையாடச் சென்று விடுகிறது. பின் மீண்டும் விடியும் நேரத்தில் கல்லறைக்குத் திரும்புகிறது. அதனால் ரத்தக் காட்டேரி வெளியே சென்றவுடன் நள்ளிரவுக்கு மேல் மக்கள் அனைவரும் அந்தக் கல்லறை முழுவதிலும், பின் அது அதிகம் தென்படுவதாகக் கூறப்படும் வழிகளிலும் காத்திருக்க வேண்டும். விடிந்தவுடன் சூரிய வெளிச்சம் வரத்தொடங்கியவுடன் ரத்தக் காட்டேரியால் வெளியில் இருக்க முடியாது. சூரிய வெளிச்சம் அதைக் கொன்று விடும். அதனால் அது கல்லறைக்கு மீண்டும் திரும்பி வரும். அப்படிக் கல்லறைக்கு வரும்போது, அதன் மேல் பாய்ந்து, அதன் இதயத்தில் மரக்கட்டையிலான ஆணியை அடித்துக் கொன்றுவிடுவேன் என்று ஆலன் கூறியிருந்தார்.

இந்தப் பேட்டிக்குப் பின் ரத்தக் காட்டேரியை ஆலன் கொலை செய்யப்போவதைப் பார்க்க மக்கள் கூடினர். 13-ஆம் தேதி

வெள்ளிக்கிழமை இரவு அன்று நூற்றுக்கணக்கான மக்கள் ஹைகேட் கல்லறையைச் சுற்றித் தீப்பந்தத்தையும், டார்ச் லைட்டையும் ஏந்தியபடி நின்றனர். அவர்கள் கையில் சிலுவை, பூண்டு மற்றும் மரத்தால் ஆன ஆணி ஆகியவை இருந்தன.

இரவு முழுவதும் கழிந்தது. விடியும் நேரத்திற்காக மக்கள் காத்திருந்தனர். கல்லறைக்குத் திரும்பும் ரத்தக் காட்டேரியைக் கொல்வது இருக்கட்டும், அந்த ரத்தக் காட்டேரியை ஒருமுறை நேரில் பார்த்துவிட்டாவது ஓடிவிடலாம் என்றே பலர் காத்திருந்தனர். விடியத் தொடங்கியது. வானில் வெளிச்சம் வர ஆரம்பித்தது. ஆனால் ரத்தக் காட்டேரி வருவதற்கான அடையாளமே இல்லை. அனைவரது கண்களும் கல்லறையையே நோக்கியிருந்தது. ஆனால் யாரும் வரவில்லை. இத்தனை கூட்டத்தைப் பார்த்து ரத்தக்காட்டேரி பயந்து வேறு கல்லறைக்குச் சென்று விட்டதாக யாரோ ஒருவன் கூட்டத்தில் சத்தம் போட்டான். ஆத்திரமடைந்த கூட்டத்தினர் கல்லறையையும் அதன் சுற்றுப்புறத்தையும் அடித்து நொறுக்கினர்.

காலையில் விடிந்தவுடன் போலீசார் சென்று பார்த்தபோது 9000 பவுண்டு மதிப்புள்ள பொருள்கள் சேதாரமாகியிருந்தன. இதைத் தவிரப் புதைக்கப்பட்டிருந்த ஒரு பெண்ணின் பிணத்தைக் கல்லறையில் இருந்து தோண்டி எடுத்து அதனுடன் வைக்கப்பட்டிருந்த பொருள்களையும் வேறு சிலர் எடுத்துச் சென்றனர். அந்தப் பெண்ணின் பிணம் சாலையில் வீசப்பட்டிருந்தது. சில காவலாளிகள் சவப்பெட்டிகளில் இருந்த ஈயத்தைத் திருடிச் சென்றனர். கல்லறைகளை அடித்துச் சேதாரம் செய்து, ஆபாசமான படங்களை அதன் மேல் வரைந்துவிட்டுச் சென்றனர்.

இத்தனை நடந்தபிறகும் அந்த ரத்தக் காட்டேரி அங்குதான் இருக்கிறது என்று பேச்சு மட்டும் குறைந்தபாடில்லை. அதே ஆண்டு செப்டம்பர் மாதம் தன்னை ரத்தக் காட்டேரி வேட்டைக்காரன் என்று சொல்லிக்கொண்ட டேவிட் பராண்ட் என்பவரை போலீசார் கைது செய்தனர். அந்த வேட்டைக்காரர் ஹைகேட் கல்லறையின் சுவர்களில் சிலுவைகளை அடித்து வைத்திருந்ததே அவர் கைது செய்யப்பட்டதற்குக் காரணம். அவரிடம் போலீசார் விசாரணை நடத்தியபோது, அந்த ஹைகேட் ரத்தக் காட்டேரியை நாம் நிச்சயம் கொலை செய்துவிட வேண்டும். இல்லையென்றால் இந்த நகரம் முழுவதும் தீய சக்தி பரவும் என்ற திகிலூட்டும் வாக்கு மூலம் ஒன்றைக் கூறினார். அவர் முட்டாள்தனமாகப் பேசுவதாகக் கூறி போலீசார் வெளியில் விட்டனர்.

அதன்பின் செய்தியாளர்களைச் சந்தித்த பெரண்ட், தான் அந்த ரத்தக் காட்டேரியைப் பல இடங்களில் பார்த்ததாகவும், 8 அடி உயரத்தில் அந்தக் காட்டேரி இருக்கும் என்றும், பகலில் கல்லறைக்குக் கீழே ஒரு குழியில் அது படுத்து உறங்குவதாகவும் கூறினார். ஆனால், மக்களுக்கு ஆர்வம் குறையத் தொடங்கியிருந்தது. ஏற்கெனவே நிறைய பிரச்னைகளிருக்கிறது. இதை வேறு நாம் கவனிக்க வேண்டுமா என்று மக்கள் நினைத்தனர். அவர்களின் மனதில் இருந்து கொஞ்சம் கொஞ்சமாக இந்த ரத்தக் காட்டேரி குறித்த பயம் அகலத் தொடங்கியது.

இன்று அந்த ஹைகேட் கல்லறை பொதுமக்கள் செல்லும் இடமாக இருக்கிறது. அந்தக் கல்லறையின் கிழக்குப் பகுதியில்தான் உலகை மாற்றிய பெரும் சிந்தனையாளரான காரல் மார்க்ஸின் கல்லறை உள்ளது. இன்றும் பொதுமக்கள் அந்தக் கல்லறைக்குச் சென்று அவரது கல்லறையின் மேல் மலர் கொத்துக்களை வைத்து மார்க்ஸுக்கு அஞ்சலி செலுத்தி வருகின்றனர். தினமும் ஆயிரக்கணக்கானோர் வந்துபோய்க்கொண்டிருக்கும் அந்தக் கல்லறையில் இன்றுவரையிலும் யாரும் அந்த ரத்தக் காட்டேரியைப் பார்க்கவில்லை.

லண்டனில் உருவான அந்த ரத்தக் காட்டேரி கதை முழுவதும் மக்களின் புரளிப் பேச்சால் உருவான பெரும் பதற்றம் என்று ஆய்வாளர்கள் கூறுகின்றனர். ஒருவரது பயத்தால் உருவான இந்தக் கதை, பின்னர் பனிப் பந்துபோல அடுத்தவர் அடுத்தவர் எனப் பெரிதாக உருவெடுத்து திகிலூட்டியதாகக் கூறுகின்றனர். அப்பகுதி மக்களின் கூட்டுக் கற்பனையே இந்த ரத்தக் காட்டேரி என்று உளவியலாளர்கள் இந்தச் சம்பவத்திற்குப் பதிலளிக்கின்றனர். ஆனால் இன்றும் கூட அந்தக் கல்லறையில் ரத்தக் காட்டேரி இருந்து வருவதாகப் புரளி கிளப்பும் சிலர் இருக்கத்தான் செய்கின்றனர்.

•

நன்மாறன் திருநாவுக்கரசு

சொந்த ஊர் தஞ்சை. வசிப்பது சென்னை. நெல்லையில் அமைந்துள்ள மனோன்மணியம் சுந்தரனார் பல்கலைக் கழகத்தில் இதழியல் துறையில் முதுகலைப் பட்டம் பெற்றவர். நான்கு ஆண்டுகளாக ஊடகத்துறையில் பணியாற்றி வருகிறார். அறிவியல், தொழில்நுட்பம், வாழ்க்கை வரலாறு ஆகிய துறைகளில் ஆர்வம் மிக்கவர். கிழக்கு டுடேவில் தொடர்ந்து எழுதி வருபவர். மார்குவேஸின் *The Shipwrecked Sailor* நூலின் மொழிபெயர்ப்பை 'அரும்பு' மாத இதழில் எழுதி வருகிறார். சினிமா, ஊடகக்கல்வி சார்ந்த கட்டுரைகள் சமூக வலைதளங்களிலும், வலைப்பூவிலும் வெளி வருகின்றன.

www.ingramcontent.com/pod-product-compliance
Lightning Source LLC
LaVergne TN
LVHW100815051026
849519LV00006B/2085
* 9 7 8 9 3 9 0 9 5 8 5 8 0 *